# ขนาดแห่ง
# ความเชื่อ

"จนกว่าเราจะบรรลุถึงความเป็นน้ำหนึ่งใจเดียวกันใน
ความเชื่อและในความรู้ถึงพระบุตรของ
พระเจ้า จนกว่าเราจะ โตเป็นผู้ใหญ่เต็มที่ คือเต็มถึงขนาด
ความไพบูลย์ของพระคริสต์"

*(เอเฟซัส 4:13)*

# ขนาดแห่ง
# ความเชื่อ

### โดย ดร. แจร็อก ลี

URIM
BOOKS

**ขนาดแห่งความเชื่อ** โดย ดร. แจร็อก ลี
จัดพิมพ์โดย อูริมบุคส์ (ตัวแทน: เจียมซุน วิน)
235-3, คูโร-ดอง 3, คูโร-กุ, โซล เกาหลีใต้
www.urimbooks.com

ข้ออ้างอิงพระคัมภีร์ที่ใช้ในหนังสือเล่มนี้นำมาจากพระคริสตธรรมคัมภีร์ไทยฉบับ 1971จัดพิมพ์โดยสมาคมพระคริสตธรรมไทยและพระคัมภีร์ภาษาไทยฉบับ KJV จัดพิมพ์โดย BibleGateway.com

สงวนลิขสิทธิ์ © 2013 โดย ดร.แจร็อก ลี


ISBN: 978-89-7557-666-9
ได้รับอนุญาตให้แปลเป็นภาษาอังกฤษโดยดร.คูยัง ซุง
ได้รับอนุญาตให้แปลเป็นภาษาไทยโดยดร.ดานิเอล แสงวิชัย

ก่อนหน้านี้จัดพิมพ์เป็นภาษาเกาหลีโดยอูริมบุคส์ กรุงโซล ประเทศเกาหลี ในปี 2002

ตีพิมพ์ครั้งแรกในไทยในเดือนกุมภาพันธ์ 2013

บทบรรณาธิการ โดยดร.เจียมซุน วิน
ออกแบบโดยแผนกบรรณาธิการของอูริมบุคส์
พิมพ์ในโรงพิมพ์ Yewon
ข้อมูลเพิ่มเติม โปรดติดต่อ urimbook@hotmail.com

# บทนำ

ขอให้ท่านแต่ละคนมีความเชื่ออย่างเต็มขนาดแห่งวิญญาณและชื่นชม
กับสง่าราศีแห่งแผ่นดินสวรรค์นิรันดร์ในนครเยรูซาเล็มใหม่อันเป็นที่
ประดิษฐานของพระที่นั่งของพระเจ้า **"ขนาดแห่งความเชื่อ"** เป็นแนวทาง
ขั้นพื้นฐานที่สำคัญที่สุดต่อการมีชีวิตคริสเตียนที่ดีเช่นเดียวกับหนังสือเรื่อง
**"สาส์นจากกางเขน"** ที่จัดพิมพ์ขึ้นก่อนหน้านี้ ข้าพเจ้าขอถวายเกียรติและการ
ขอบพระคุณทั้งสิ้นแด่พระเจ้าพระบิดาผู้ทรงอวยพระพรการจัดพิมพ์งานเขียน
ที่ทรงคุณค่านี้และเปิดเผยถึงมิติฝ่ายวิญญาณต่อผู้คนจำนวนนับไม่ถ้วน

ปัจจุบันมีผู้คนจำนวนมากที่อ้างว่าตนเชื่อแต่ไม่แน่ใจในความรอดของ
ตน    คนเหล่านี้ไม่รู้ถึงขนาดของความเชื่อและไม่ทราบว่าตนควรมีความเชื่อ
มากเพียงใดเพื่อจะรับความรอด  ผู้คนพูดถึงคนอื่นว่า "คนนี้มีความเชื่อมาก"
หรือ "คนโน้นมีความเชื่อน้อย"  แต่เป็นการยากที่จะรู้ว่าความเชื่อของท่านที่
พระเจ้ายอมรับนั้นมีมากเพียงใดหรือวัดว่าความเชื่อของท่านมีมากหรือเติบโต
ขึ้นเพียงใด    พระเจ้าไม่ต้องการให้เรามีความเชื่อฝ่ายเนื้อหนัง    แต่พระองค์

ต้องการเห็นความเชื่อฝ่ายวิญญาณที่มาพร้อมกับการประพฤติ ผู้ที่มีความเชื่อฝ่ายเนื้อหนังได้แก่ผู้ที่ฟังและเรียนรู้พระคำของพระเจ้ารวมทั้งท่องจำและเก็บสะสมพระคำนั้นไว้เป็นความรู้เพียงอย่างเดียวเราไม่สามารถมีความเชื่อฝ่ายวิญญาณด้วยการตัดสินใจของเราเองความเชื่อฝ่ายวิญญาณเป็นสิ่งที่พระเจ้าทรงประทานแก่เราเท่านั้น

เพราะเหตุนี้ โรม 12:3 จึงบอกเราว่า

*"ข้าพเจ้าขอกล่าวแก่ท่านทั้งหลายทุกคนโดยพระคุณซึ่งทรงประทานแก่ข้าพเจ้าว่าอย่าคิดถือตัวเกินที่ตนควรจะคิดนั้นแต่จงคิดให้ถ่อมสุขุมสมกับขนาดแห่งความเชื่อที่พระเจ้าได้ทรงโปรดประทานแก่ท่าน"*

พระคัมภีร์ข้อนี้บอกเราว่าแต่ละคนมีความเชื่อฝ่ายวิญญาณที่ตนได้รับจากพระเจ้าคำตอบและพระพรของพระเจ้าสำหรับแต่ละคนแตกต่างกันไปตามขนาดของความเชื่อของแต่ละบุคคล

1 ยอห์น 2:12 เป็นต้นไปบรรยายถึงการเจริญเติบโตของความเชื่อของแต่ละบุคคลว่าเป็นความเชื่อของเด็กทารก ความเชื่อของลูก ความเชื่อของคนหนุ่ม และความเชื่อของบิดา 1 โครินธ์ 15:41 ระบุว่า

*"ศักดิ์ศรีของดวงอาทิตย์ก็อย่างหนึ่งศักดิ์ศรีของดวงจันทร์ก็อย่างหนึ่ง แท้ที่จริงศักดิ์ศรีของดาวดวงหนึ่งก็ต่างกันกับศักดิ์ศรีของดาวดวงอื่น ๆ"*

พระคัมภีร์ข้อนี้เตือนเราว่าที่อยู่และสง่าราศีในสวรรค์ของแต่ละบุคคล
แตกต่างกันตามขนาดแห่งความเชื่อของแต่ละคน   การรับความรอดและการ
ไปสู่สวรรค์เป็นสิ่งสำคัญแต่เป็นสิ่งสำคัญกว่าที่จะรู้ว่าที่อยู่ในสวรรค์ซึ่งเรา
เข้าไปอาศัยนั้นเป็นที่อยู่ชนิดใดและมงกุฎ (ซึ่งเป็นรางวัล) ที่เราได้รับนั้นเป็น
มงกุฎประเภทใด

พระเจ้าแห่งความรักทรงปรารถนาให้ลูกของพระองค์จำเริญขึ้นสู่ความ
เชื่อที่เต็มขนาด   พระองค์ทรงมองไปที่การเข้าไปสู่นครเยรูซาเล็มใหม่ซึ่งเป็น
ที่ตั้งของพระที่นั่งของพระองค์และทรงปรารถนาที่จะพำนักอยู่กับลูกของ
พระองค์ที่นั่นตลอดไปเป็นนิตย์

**"ขนาดแห่งความเชื่อ"**   อธิบายถึงความเชื่อและแผ่นดินสวรรค์ห้าระดับ
โดยละเอียดและช่วยผู้อ่านวัดระดับขนาดแห่งความเชื่อของตนตามพระทัย
ของพระเจ้าและคำสอนของพระคัมภีร์ขนาดแห่งความเชื่อและแผ่นดิน
สวรรค์อาจแบ่งได้มากกว่าห้าระดับแต่หนังสือเล่มนี้มุ่งบรรยายถึงเรื่องนี้
โดยละเอียดในห้าระดับเพื่อช่วยผู้อ่านให้เข้าใจง่ายขึ้น   ข้าพเจ้าหวังว่าท่านจะ
แสวงหาสวรรค์อย่างรุดหน้าด้วยใจร้อนรนโดยเปรียบเทียบขนาดแห่งความ
เชื่อของท่านกับขนาดแห่งความเชื่อของบรรดาบรรพบุรุษแห่งความเชื่อใน
พระคัมภีร์

เมื่อหลายปีก่อนข้าพเจ้าอธิษฐานเพื่อรับเอาการเปิดเผยเกี่ยวกับพระ

คัมภีร์บางข้อที่เข้าใจยากจากนั้นในวันแรกพระเจ้าทรงเริ่มต้นอธิบายให้ข้าพเจ้าทราบว่ามีการแบ่งแผ่นดินสวรรค์และที่อยู่ในสวรรค์ออกเป็นส่วนต่างๆซึ่งพระเจ้าทรงมอบให้บุตรของพระองค์แต่ละคนแตกต่างกันออกไปตามขนาดแห่งความเชื่อของแต่ละคน

หลังจากนั้นข้าพเจ้าเริ่มเทศนาเรื่องที่อยู่ในสวรรค์และขนาดแห่งความเชื่อพร้อมกับปรับปรุงแก้ไขคำเทศนาเหล่านั้นเพื่อจัดพิมพ์เป็นหนังสือเล่มนี้ข้าพเจ้าขอขอบคุณผู้อำนวยการเจียมซุน วิน และเจ้าหน้าที่ผู้สัตย์ซื่อทุกคนในแผนกบรรณาธิการ และขอบขอบคุณแผนกการแปลเช่นกัน

ขอให้ผู้ที่อ่านหนังสือ "**ขนาดแห่งความเชื่อ**" ทุกคนบรรลุถึงความเชื่ออย่างเต็มขนาด มีความเชื่อฝ่ายวิญญาณอย่างครบถ้วน และชื่นชมกับสง่าราศีนิรันดร์ในนครเยรูซาเล็มใหม่ซึ่งเป็นที่ตั้งของพระที่นั่งของพระเจ้าข้าพเจ้าอธิษฐานและขอบพระคุณในพระนามของพระเยซูคริสต์องค์พระผู้เป็นเจ้าของเรา

จากบ้านแห่งการอธิษฐานของข้าพเจ้า

**แจร็อก ลี**

# คำนำ

หวังเป็นอย่างยิ่งว่าหนังสือเล่มนี้จะเป็นแนวทางที่ทรงคุณค่าในการวัดขนาดแห่งความเชื่อของท่านแต่ละคนและจะนำผู้คนจำนวนนับไม่ถ้วนไปสู่ขนาดแห่งความเชื่อที่พระเจ้าทรงพอพระทัย...

**"ขนาดแห่งความเชื่อ"**
สำรวจความเชื่อห้าระดับ โดยเริ่มจากขนาดแห่งความเชื่อของเด็กทารกฝ่ายวิญญาณที่เพิ่งต้อนรับเอาพระเยซูคริสต์และพระวิญญาณบริสุทธิ์ไปสู่ขนาดแห่งความเชื่อของบิดาที่รู้จักพระเจ้าผู้ทรงดำรงอยู่ตั้งแต่ปฐมกาลทุกคนสามารถวัดขนาดแห่งความเชื่อของตนได้ผ่านทางหนังสือเล่มนี้

***บทที่ 1* "ความเชื่อคืออะไร"**

ให้คำนิยามของความเชื่อและอธิบายถึงประเภทของความเชื่อซึ่งพระเจ้าทรงพอพระทัยรวมทั้งชนิดของคำตอบและพระพรที่เป็นผลจากความเชื่อซึ่งพระเจ้าทรงยอมรับพระคัมภีร์จำแนกความเชื่อออกเป็นสองชนิดนั่น

คือ "ความเชื่อฝ่ายเนื้อหนัง" หรือ "ความเชื่อที่เป็นความรู้" และ "ความเชื่อ ฝ่ายวิญญาณ"บทนี้บอกให้เราทราบถึงวิธีการที่จะเป็นเจ้าของความเชื่อฝ่าย วิญญาณและวิธีการดำเนินชีวิตในพระคริสต์อย่างเป็นพระพร

*บทที่ 2* **"การเจริญเติบโตของความเชื่อฝ่ายวิญญาณ"** (ซึ่งส่วนใหญ่อยู่บน พื้นฐานของ 1 ยอห์น 2:12-14) อธิบายถึงขั้นตอนของการเจริญเติบโตของ ความเชื่อฝ่ายวิญญาณ โดยเปรียบเทียบกับการเจริญเติบโตของมนุษย์จากเด็ก ทารก เด็กโต คนหนุ่ม และไปสู่บิดา กล่าวอีกนัยหนึ่งก็คือ หลังจากที่บุคคลคน หนึ่งต้อนรับเอาพระเยซูคริสต์แล้วเขาจะเจริญเติบโตขึ้นทางด้านวิญญาณจิต ในความเชื่อของตน นั่นคือ เขาจะเติบโตจากการมีความเชื่อของเด็กทารกไปสู่ การมีความเชื่อของผู้ใหญ่

*บทที่ 3* **"ขนาดแห่งความเชื่อของแต่ละบุคคล"** อธิบายถึงขนาดแห่งความเชื่อของแต่ละบุคคลโดยใช้คำอุปมาเกี่ยวกับ การงานของแต่ละคนที่เทียบได้กับความเชื่อซึ่งเป็นเหมือนฟางหญ้าแห้งไม้ เพชรพลอย เงิน และทองคำซึ่งจะหลงเหลืออยู่หลังจากการถูกทดลองด้วยไฟ พระเจ้าทรงปรารถนาให้เรามีความเชื่อที่เป็นเหมือนทองคำซึ่งสามารถทนต่อ การทดลองด้วยไฟทุกชนิด

*บทที่ 4* **"ความเชื่อที่ได้รับความรอด"**

อธิบายถึงขนาดแห่งความเชื่อขนาดเล็กหรือที่อยู่ในระดับต่ำที่สุด—ซึ่งเป็น ระดับแรกของความเชื่อห้าระดับบุคคลจะได้รับความรอดที่ไม่น่าภาคภูมิใจ นักด้วยความเชื่อความประเภทนี้ ความเชื่อประเภทนี้ยังถูกเรียกอีกว่า "ความ เชื่อของเด็กทารก" หรือ "ความเชื่อแบบฟาง" บทนี้เรียกร้องให้เราเติบโตขึ้น ในความเชื่ออย่างรวดเร็วโดยใช้ตัวอย่างที่ละเอียดหลายตัวอย่าง

### บทที่ 5 "ความเชื่อที่พยายามดำเนินชีวิตโดยพระคำ"

บอกให้เราทราบว่าความเชื่อของเราอยู่ในระดับที่สองเมื่อเราพยายามเชื่อฟัง พระคำแต่ไม่สามารถเชื่อฟังและในขั้นตอนนี้เราพบความยากลำบากในการ ยึดมั่นในความเชื่อที่เรามีในองค์พระผู้เป็นเจ้า บทนี้ยังสอนเราให้ทราบถึงวิธี ก้าวไปสู่ความเชื่อในระดับที่สามเช่นกัน

### บทที่ 6 "ความเชื่อที่จะดำเนินชีวิตโดยพระคำ"

สำรวจถึงกระบวนการ โดยสรุปซึ่งเป็นจุดเริ่มต้นของความเชื่อในระดับที่ หนึ่ง เติบโตไปสู่ระดับที่สอง และก้าวขึ้นไปถึงรากฐานอันมั่นคงของความ เชื่อซึ่งท่านจะบรรลุมากกว่า 60 เปอร์เซ็นต์ของความเชื่อในระดับที่สาม บทนี้ ยังอธิบายถึงความแตกต่างระหว่างขั้นตอนแรกของความเชื่อระดับที่สามและ ศิลาแห่งความเชื่อว่าเพราะเหตุใดเราจึงรู้สึกเป็นภาระเมื่อเรายืนอยู่บนศิลาแห่ง ความเชื่อและอธิบายถึงความสำคัญของการต่อสู้กับความบาปจนถึงเลือดไหล

*บทที่ 7 "ความเชื่อที่จะรักองค์พระผู้เป็นเจ้ามากที่สุด"*
อธิบายถึงความแตกต่างระหว่างผู้คนที่อยู่ในความเชื่อระดับที่สามกับผู้คน
ที่อยู่ในความเชื่อระดับที่สี่ในแง่ของการรักองค์พระผู้เป็นเจ้าและสำรวจถึง
พระพรชนิดต่าง ๆ ที่มีมาเหนือผู้คนที่รักองค์พระผู้เป็นเจ้ามากที่สุด

*บทที่ 8 "ความเชื่อที่พอพระทัยพระเจ้า"* อธิบายให้ทราบว่าความเชื่อระดับ
ที่ห้ามีลักษณะอย่างไรบทนี้บอกเราว่าการที่เราจะบรรลุถึงความเชื่อระดับที่ห้า
นั้นไม่เพียงแต่เราต้องชำระตนเองให้บริสุทธิ์อย่างสมบูรณ์เหมือนเอโนค  เอ
ลียาห์ อับราฮัม หรือโมเสสเท่านั้น แต่เราต้องสัตย์ซื่อต่อทุกสิ่งในชุมชนของ
พระเจ้าด้วยการทำหน้าที่ทุกอย่างที่พระองค์เราได้รับมอบหมายให้สำเร็จเช่น
กัน นอกจากนั้น เราต้องมีความพร้อมที่จะสละได้แม้กระทั่งชีวิตของเราเพื่อ
องค์พระผู้เป็นเจ้าและมีความเชื่อของพระคริสต์ซึ่งเป็นความเชื่อฝ่ายวิญญาณ
อย่างเต็มขนาด สุดท้าย บทนี้อธิบายถึงพระพรชนิดต่าง ๆ ที่เราจะได้ชื่นชม
เมื่อเราทำให้พระเจ้าพอพระทัยในความเชื่อระดับที่ห้า

*บทที่ 9 "หมายสำคัญที่เกิดขึ้นกับผู้ที่เชื่อ"*
บอกเราว่าเมื่อเราบรรลุถึงความเชื่ออย่างเต็มขนาดความเชื่อของเราจะทำให้
เกิดหมายสำคัญอันอัศจรรย์ยิ่งกว่านั้นบทนี้ยังสำรวจถึงหมายสำคัญแต่ละชนิด
อย่างใกล้ชิดบนพื้นฐานของสิ่งที่พระเยซูทรงสัญญาไว้ในมาระโก  16:17-18
ในบทนี้ผู้เขียนยังเน้นเช่นกันว่านักเทศน์ควรเทศนาด้วยฤทธิ์เดชอำนาจซึ่งมา

พร้อมกับหมายสำคัญอันอัศจรรย์และเป็นพยานถึงพระเจ้าผู้ทรงพระชนม์อยู่ด้วยการอัศจรรย์เหล่านั้นเพื่อปลูกฝังความเชื่ออันแข็งแกร่งให้กับผู้คนที่อยู่โลกซึ่งเต็มไปด้วยความบาปและความชั่วร้าย

***บทที่ 10*** **"ที่อยู่และมงกุฎชนิดต่าง ๆ ในสวรรค์"** (ซึ่งเป็นบทสุดท้าย) บอกให้ทราบว่าในแผ่นดินสวรรค์มีที่อยู่มากมายทุกคนสามารถเข้าไปสู่ที่อยู่ที่ดีกว่าด้วยความเชื่อ สง่าราศีและบำเหน็จรางวัลล้วนแตกต่างกันจากสวรรค์ชั้นหนึ่งไปยังอีกชั้นหนึ่ง เพื่อช่วยผู้อ่านให้สามารถวิ่งไปสู่ที่อยู่ที่ดีกว่าพร้อมกับความหวังแห่งแผ่นดินสวรรค์และความเชื่อบทนี้จึงสรุปลงด้วยการบรรยายถึงความสวยสดงดงามและความอัศจรรย์ของนครเยรูซาเล็มใหม่ซึ่งเป็นที่ประดิษฐานของพระที่นั่งของพระเจ้า ถ้าเราเข้าใจว่าที่อยู่และบำเหน็จรางวัลในแผ่นดินสวรรค์นั้นแตกต่างกันอย่างเห็นได้ชัดตามขนาดแห่งความเชื่อของแต่ละบุคคล ท่าทีในการดำเนินชีวิตในพระคริสต์ของเราแต่ละคนก็จะได้รับการเปลี่ยนแปลงอย่างสิ้นเชิงโดยปราศจากข้อสงสัย

ข้าพเจ้าหวังว่าผู้อ่าน ***"ขนาดแห่งความเชื่อ"*** ทุกท่านจะมีความเชื่อที่พระเจ้าพอพระทัย ได้รับทุกสิ่งที่ตนทูลขอ และถวายพระเกียรติอันยิ่งใหญ่แด่พระเจ้า

**เจียมซุน วิน**

ผู้อำนวยการแผนกบรรณาธิการ

# สารบัญ

# บทนำ

# คำนำ

# บทที่ 1

# ความเชื่อคืออะไร

"ความเชื่อคือความแน่ใจในสิ่งที่เราหวังไว้ เป็นความ
รู้สึกมั่นใจว่าสิ่งที่ยังไม่ได้เห็นนั้นมีจริง โดยความเชื่อ
นี้เองคนในสมัยก่อนก็ได้รับการรับรองจากพระเจ้า
โดยความเชื่อนี้เองเราจึงเข้าใจว่าพระเจ้าได้ทรง
สร้างกัลปจักรวาลด้วยพระดำรัสของพระองค์ ดังนั้น
สิ่งที่มองเห็นจึงเป็นสิ่งที่เกิดจากสิ่งที่ไม่ปรากฏให้
เห็น" (ฮีบรู 11:1-3)

ห ลายครั้งในพระคัมภีร์เราพบว่าเราสิ่งที่เราคาดไม่ถึงกลับเกิดขึ้นและสิ่ง
ที่เป็นไปไม่ได้ด้วยกำลังของมนุษย์กลับปรากฏให้เห็นและสำเร็จเป็น
จริงโดยฤทธิ์อำนาจของพระเจ้า

โมเสสนำคนอิสราเอลผ่านทะเลแดงด้วยการแยกน้ำทะเลออกเป็นกำแพง
สองด้านและคนเหล่านั้นเดินข้ามทะเลแดงเหมือนกับเดินบนดินแห้งโยชูวา
ทำลายเมืองเยรีโคด้วยการเดินแถวรอบเมืองสิบสามรอบ โดยคำอธิษฐานของ
เอลียาห์  ฟ้าสวรรค์จึงส่งฝนลงมาหลังจากสามปีครึ่งของความแห้งแล้ง  เป
โตรทำให้คนง่อยแต่กำเนิดลุกขึ้นยืนและเดินได้ในขณะที่อัครทูตเปาโลทำให้
ชายหนุ่มที่เสียชีวิตจากการตกตึกชั้นสามฟื้นคืนชีพพระเยซูทรงดำเนินบนน้ำ
ทำให้คลื่นลมสงบ ทำให้คนตาบอดมองเห็น และทำให้ชายที่ถูกฝังในอุโมงค์
เป็นเวลาสี่วันฟื้นขึ้นมาใหม่

พลังอำนาจของความเชื่อเป็นสิ่งที่เหลือคณานับและสิ่งสารพัดเป็นไปได้
ด้วยความเชื่อ เหมือนที่พระเยซูตรัสไว้ในมาระโก 9:23 ว่า *"ถ้าช่วยได้น่ะหรือ
ใครเชื่อก็ทำให้ได้ทุกสิ่ง"*  ท่านจะได้รับทุกสิ่งที่ท่านทูลขอถ้าท่านมีความเชื่อ
ที่พระเจ้าทรงยอมรับ

ความเชื่อชนิดใดที่พระเจ้าทรงยอมรับและท่านจะมีความเชื่อนั้นได้
อย่างไร

## 1. คำนิยามของความเชื่อที่พระเจ้ายอมรับ

ผู้คนจำนวนมากในปัจจุบันอ้างว่าตนเองเชื่อในพระเจ้าผู้ยิ่งใหญ่ แต่คน
เหล่านี้กลับไม่ได้รับคำตอบต่อคำอธิษฐานของตนเพราะเขาไม่มีความเชื่อ
ที่แท้จริง ฮีบรู 11:6 กล่าวว่า

*"แต่ถ้าไม่มีความเชื่อแล้วจะเป็นที่พอพระทัยของพระเจ้าก็ไม่ได้เลย
เพราะว่าผู้ที่จะมาเฝ้าพระเจ้าได้นั้นต้องเชื่อว่าพระองค์ทรงดำรงพระชนม์อยู่
และพระองค์ทรงเป็นผู้ประทานบำเหน็จให้แก่ทุกคนที่แสวงหาพระองค์"*

พระเจ้าตรัสกับเราอย่างชัดเจนว่าเราต้องทำให้พระเจ้าพอพระทัยด้วยการ
มีความเชื่อที่แท้จริง

ไม่มีอะไรเป็นไปไม่ได้ถ้าท่านมีความเชื่ออย่างเต็มขนาดเพราะความเชื่อ
คือรากฐานของชีวิตคริสเตียนที่ดีและเป็นกุญแจที่ไขไปสู่คำตอบและพระพร
ของพระเจ้า แต่ยังมีผู้คนอีกมากมายที่ไม่สามารถชื่นชมกับพระพรและรับเอา
ความรอดเนื่องจากคนเหล่านั้นไม่รู้จักหรือไม่มีความเชื่อที่แท้จริง

## "ความเชื่อคือความแน่ใจในสิ่งที่เราหวังไว้ เป็นความรู้สึกมั่นใจ ว่าสิ่งที่ยังไม่ได้เห็นนั้นมีจริง"

ถ้าเช่นนั้นอะไรคือความเชื่อที่พระเจ้าทรงยอมรับพจนานุกรมภาษา
อังกฤษฉบับหนึ่งให้คำนิยามของ "ความเชื่อ" ไว้ว่าเป็น "การเชื่อโดยไม่มี
การตั้งคำถามซึ่งไม่ต้องอาศัยข้อพิสูจน์หรือหลักฐาน" หรือเป็น "การเชื่อใน
พระเจ้าโดยไม่มีคำถาม ข้อบัญญัติทางศาสนา ฯลฯ" "ความเชื่อ" (หรือ "พิ
สติส" ในภาษากรีก) หมายถึง "ความมั่นคงหรือความสัตย์ซื่อ" ฮีบรู 11:1 ให้
คำนิยามของความเชื่อไว้ว่า *"ความเชื่อคือความแน่ใจในสิ่งที่เราหวังไว้ เป็น
ความรู้สึกมั่นใจว่าสิ่งที่ยังไม่ได้เห็นนั้นมีจริง"*

"ความเชื่อคือความแน่ใจในสิ่งที่เราหวังไว้" พูดถึงสิ่งที่เราหวังว่าจะปราก
ฏเป็นความจริงเพราะเราแน่ใจเสมือนหนึ่งว่าสิ่งนั้นกลายเป็นจริงแล้วยก

ตัวอย่างคนป่วยที่ทนทุกข์อยู่กับความเจ็บปวดปรารถนาสิ่งใดมากที่สุด ความ
ปรารถนาของเขาก็คือการหายโรคและการมีพลานามัยสมบูรณ์บุคคลนี้ต้อง
มีความเชื่อเพียงพอที่จะแน่ใจในการหายโรคนั้นกล่าวคือการมีพลานามัย
สมบูรณ์จะกลายเป็นจริงถ้าเขามีความเชื่ออย่างเต็มขนาด

"เป็นความรู้สึกมั่นใจว่าสิ่งที่ยังไม่ได้เห็นนั้นมีจริง" พูดถึงปัจจัยและเรื่อง
ราวต่าง ๆ ที่เราแน่ใจด้วยความเชื่อฝ่ายวิญญาณว่าเป็นความจริงแม้เราจะไม่
สามารถมองเห็นทุกสิ่งทุกอย่างด้วยตาเปล่าของเรา

ด้วยเหตุนี้ความเชื่อจึงช่วยให้เราสามารถเชื่อว่าพระเจ้าทรงสร้างสิ่ง
สารพัดจากความว่างเปล่า บรรพบุรุษแห่งความเชื่อได้รับ "สิ่งที่คนเหล่านั้น
หวังไว้" ในรูปของความจริงและได้รับ "สิ่งที่ยังไม่ได้เห็น" ในรูปของวัตถุ
สิ่งของและเหตุการณ์จริงด้วยความเชื่อ ด้วยแนวทางดังกล่าวคนเหล่านั้นจึงมี
ประสบการณ์กับฤทธิ์อำนาจของพระเจ้าผู้ทรงสร้างสิ่งสารพัดจากความว่าง
เปล่า

ผู้ที่เชื่อ(ในแนวทางเดียวกันกับบรรพบุรุษแห่งความเชื่อเหล่านั้น)ว่า
พระเจ้าทรงสร้างสิ่งสารพัดจากความว่างเปล่าก็จะเชื่อว่าในปฐมกาลพระองค์
ทรงสร้างสิ่งทั้งปวงในฟ้าสวรรค์และบนแผ่นดินโลกด้วยพระดำรัสของ
พระองค์ เป็นความจริงที่ว่าไม่มีใครเคยเห็นการสร้างฟ้าสวรรค์และแผ่นดิน
โลกของพระเจ้าด้วยตาของตนเอง เพราะการทรงสร้างนี้เกิดขึ้นก่อนที่มนุษย์
จะถูกสร้างขึ้นแต่ผู้คนที่มีความเชื่อจะไม่สงสัยเลยว่าพระเจ้าทรงสร้างสิ่ง
สารพัดจากความว่างเปล่าจริงหรือไม่ เพราะคนเหล่านี้เชื่อ

ด้วยเหตุนี้ ฮีบรู 11:3 จึงเตือนให้เราระลึกว่า

"โดยความเชื่อนี้เองเราจึงเข้าใจว่าพระเจ้าได้ทรงสร้างกัลปจักรวาลด้วย
พระดำรัสของพระองค์ ดังนั้นสิ่งที่มองเห็นจึงเป็นสิ่งที่เกิดจากสิ่งที่ไม่ปรากฏ
ให้เห็น" เมื่อพระเจ้าตรัสว่า "จงเกิดความสว่าง" ความสว่างก็เกิดขึ้น (ปฐม
กาล 1:3) เมื่อพระเจ้าตรัสว่า "แผ่นดินจงเกิดพืช คือ ผักหญ้าที่มีเมล็ดและ
ต้นไม้ที่ออกผลมีเมล็ดในผลตามชนิดของมันบนแผ่นดิน" ทุกสิ่งก็เป็นไปตาม

ที่พระเจ้าทรงบัญชา (ปฐมกาล 1:11)

สิ่งสารพัดแห่งจักรวาลที่ปรากฏให้เห็นด้วยตาเปล่าของเราไม่ได้ถูกสร้างขึ้นจากสิ่งที่มีอยู่แล้ว แต่กระนั้น ผู้คนจำนวนมากยังคิดว่าสิ่งสารพัดถูกสร้างขึ้นจากวัตถุสิ่งของที่มีอยู่แล้วและไม่เชื่อว่าพระเจ้าทรงสร้างสิ่งเหล่านั้นจากความว่างเปล่า คนเหล่านั้นไม่เคยเรียนรู้ ไม่เคยเห็น หรือไม่เคยได้ยินว่าจะมีสิ่งใดถูกสร้างขึ้นจากความว่างเปล่าได้เล่า

## การกระทำแห่งความเชื่อฟังคือหลักฐานของความเชื่อ

เพื่อให้ท่านหวังในสิ่งที่เป็นไปไม่ได้และทำให้สิ่งนั้นเป็นจริง ท่านต้องมีหลักฐานของความเชื่อที่พระเจ้าทรงรับรอง กล่าวคือ ท่านต้องแสดงให้เห็นถึงหลักฐานของการเชื่อฟังพระคำของพระเจ้าเพราะความไว้วางใจที่ท่านมีในพระคำของพระเจ้า ฮีบรู 11:4-7 กล่าวถึงบรรพบุรุษแห่งความเชื่อที่ได้รับการประกาศให้เป็นผู้ชอบธรรมโดยความเชื่อของตนเพราะคนเหล่านั้นแสดงให้เห็นถึงหลักฐานของความเชื่อของตนอย่างชัดเจน อาแบลได้รับการยกย่องให้เป็นผู้ชอบธรรมจากการที่ท่านถวายเลือดเป็นเครื่องบูชาอันเป็นที่ยอมรับแด่พระเจ้า เอโนคเป็นที่ยกย่องว่าเป็นบุคคลที่พระเจ้าทรงพอพระทัยจากการที่ท่านได้รับการชำระให้บริสุทธิ์อย่างสมบูรณ์ และโนอาห์กลายเป็นทายาทแห่งความชอบธรรมจากการที่ท่านต่อเรือแห่งความรอดด้วยความเชื่อ

ขอให้เราสำรวจเรื่องราวของคาอินกับอาแบลในปฐมกาล 4:1-15 เพื่อเข้าใจถึงความเชื่อที่แท้จริงซึ่งพระเจ้าทรงยอมรับ คาอินกับอาแบลเป็นลูกชายที่เกิดจากอาดัมและเอวาหลังจากที่ทั้งสองถูกขับไล่ออกจากสวนเอเดนเนื่องจากความไม่เชื่อฟังของเขาต่อคำบัญชาของพระเจ้าที่ว่า *"บรรดาผลไม้ทุกอย่างในสวนนี้เจ้ากินได้ทั้งหมดเว้นแต่ต้นไม้แห่งความสำนึกในความดีและความชั่ว"* (ปฐมกาล 2:17)

อาดัมและเอวาเสียใจในความไม่เชื่อฟังของตนเพราะเขาต้องประสบกับ

ความยากลำบากของการทำมาหากินด้วยเหงื่ออาบหน้าและความเจ็บปวดอย่างแสนสาหัสของการมีบุตรบนแผ่นดินโลกที่ถูกสาป อาดัมและเอวาจึงสั่งสอนลูกของตนอย่างจริงจังในเรื่องความสำคัญของการเชื่อฟัง ทั้งสองคนคงสอนคาอินกับอาแบลว่าลูกทั้งสองต้องดำเนินชีวิตตามพระคำของพระเจ้าและเน้นว่าทั้งสองคนต้องไม่ฝ่าฝืนคำบัญชาของพระองค์

นอกจากนั้นพ่อแม่คู่นั้นคงบอกลูกของตนว่าเขาทั้งสองต้องนำสัตว์ไปถวายเป็นเครื่องบูชาและถวายเลือดแด่พระเจ้าเพื่อการยกโทษความผิดบาปของเขา ดังนั้น คาอินกับอาแบลจึงรู้ว่าเขาต้องถวายเลือดเป็นเครื่องบูชาแด่พระเจ้าเพื่อการยกโทษความผิดบาปของตน

หลังจากช่วงเวลาอันยาวนานผ่านพ้นไปคาอินทรยศต่อพระเจ้าเหมือนกับเอวาแม่ของตนที่เคยไม่เชื่อฟังพระคำของพระเจ้าคาอินเป็นชาวนาและนำพืชผลที่ได้จากไร่นามาถวายตามที่เขาเห็นว่าเหมาะสมแต่อาแบลเป็นคนเลี้ยงแกะและนำแกะหัวปีจากฝูงและไขมันของแกะมาถวายตามที่พระเจ้าทรงบัญชาไว้ผ่านทางพ่อแม่ของเขา พระเจ้าทรงยอมรับเครื่องบูชาของอาแบลแต่ไม่ยอมรับเครื่องบูชาของคาอินที่ไม่เชื่อฟังคำบัญชาของพระองค์ ผลลัพธ์ก็คืออาแบลได้รับการยกย่องให้เป็นคนชอบธรรม (ฮีบรู 11:4) เรื่องราวของคาอินกับอาแบลสอนเราว่าพระเจ้าทรงไว้วางใจและทรงรับรองท่านตามขนาดแห่งความเชื่อและความไว้วางใจของท่านที่มีต่อพระคำของพระองค์ตัวอย่างของโมเสสและเอโนคยังยืนยันถึงข้อเท็จนี้ด้วยเช่นกัน

หลักฐานของความเชื่อคือการกระทำแห่งการเชื่อฟัง ฉะนั้น ท่านต้องจำไว้ว่าพระเจ้าจะทรงรับรองและให้ความมั่นใจแก่ท่านเมื่อท่านแสดงให้พระองค์เห็นถึงหลักฐานของความเชื่อของท่านด้วยการเชื่อฟังพระคำของพระองค์โดยการประพฤติตลอดเวลาและพยายามเชื่อฟังพระองค์ในทุกสถานการณ์

## ความเชื่อนำมาซึ่งคำตอบและพระพร

ดังนั้น

ท่านต้องทำตามแนวทางแห่งพระคำของพระเจ้าเพื่อท่านจะสามารถเริ่มต้นจาก "สิ่งที่ท่านหวังไว้" ด้วยความเชื่อและบรรลุถึง "สิ่งที่ยังไม่ได้เห็น" ถ้าท่านไม่ยอมทำตามแนวทางของพระเจ้าเหมือนคาอินที่หลงเจิ่นไปโดยคิดว่าแนวทางของพระองค์เป็นภาระหนักหรือเป็นสิ่งที่ยากสำหรับท่าน ท่านก็จะไม่สามารถรับเอาคำตอบและพระพรของพระเจ้าตามกฎฝ่ายวิญญาณ

ฮีบรู 11:18-19

บอกเราโดยละเอียดเกี่ยวกับอับราฮัมผู้ที่แสดงออกถึงการกระทำแห่งความเชื่อฟังต่อพระคำของพระเจ้าซึ่งเป็นหลักฐานแห่งความเชื่อของท่าน ท่านเดินทางออกจากบ้านเมืองของตนด้วยความเชื่อตามที่พระเจ้าทรงบัญชา แม้ในยามที่พระเจ้าทรงบอกให้ท่านถวายอิสอัคบุตรชายที่รักคนเดียวของท่าน (ซึ่งพระเจ้าทรงประทานให้แก่ท่านเมื่อท่านมีอายุ 100 ปี) เป็นเครื่องบูชา อับราฮัมก็เชื่อฟังทันทีเพราะท่านคิดว่าพระเจ้าทรงสามารถทำให้ลูกชายของท่านฟื้นจากความตายได้ ท่านได้รับคำตอบและพระพรของพระเจ้าอย่างมากเพราะความเชื่อของท่านได้รับการพิสูจน์ด้วยการกระทำแห่งความเชื่อฟังของท่าน

> *ทูตของพระเจ้าเรียกอับราฮัมครั้งที่สองมาจากฟ้าสวรรค์ว่า "พระเจ้าตรัสว่าเราปฏิญาณในนามของเราว่าเพราะเจ้ากระทำอย่างนี้และมิได้หวงบุตรชายของเจ้าคือบุตรคนเดียวของเจ้าเราจะอวยพรเจ้าแน่เราจะทวีเชื้อสายของเจ้าให้มากขึ้นดังดวงดาวในท้องฟ้าและดังเม็ดทรายบนฝั่งทะเลเชื้อสายของเจ้าจะได้ประตูเมืองศัตรูของเจ้าเป็นกรรมสิทธิ์ประชาชาติทั้งหลายทั่วโลกจะได้พรเพราะเชื้อสายของเจ้า เหตุว่าเจ้าฟังเสียงของเรา" (ปฐมกาล 22:15-18)*

นอกจากนั้น เรายังพบในปฐมกาล 24:1 เช่นกันว่า *"ฝ่ายอับราฮัมก็ชราแล้วมีอายุมากทีเดียวและพระเจ้าทรงอำนวยพระพรอับราฮัมทุกประการ"* ยากอบ

2:23 เตือนให้เราทราบว่า *"และพระคัมภีร์ก็สำเร็จที่ว่า 'อับราฮัมเชื่อพระเจ้าและพระองค์ทรงถือว่าความเชื่อนั้นเป็นความชอบธรรมแก่ท่าน' และท่านได้ชื่อว่าเป็น 'สหายของพระเจ้า'"*

เหนือสิ่งอื่นใดอับราฮัมได้รับพระพรทุกประการเพราะท่านไว้วางใจพระเจ้าผู้ทรงควบคุมทุกสิ่งที่เกี่ยวกับชีวิตและความตาย พระพรและคำแช่งสาป และท่านได้มอบทุกสิ่งไว้กับพระองค์ ในทำนองเดียวกัน ท่านก็สามารถชื่นชมกับพระพรของพระเจ้าทุกประการและได้รับคำตอบในทุกสิ่งที่ท่านทูลขอเช่นกันเมื่อท่านเข้าใจคำนิยามของความเชื่อที่ถูกต้องและแสดงถึงหลักฐานของความเชื่อของท่านด้วยการกระทำแห่งความเชื่อฟังอย่างสมบูรณ์แบบตามแนวทางที่อับราฮัมได้กระทำไว้หลายครั้งหลายหน

## 2. พลังอำนาจของความเชื่อไม่มีที่จำกัด

ท่านสามารถมีสามัคคีธรรมกับพระเจ้าได้โดยความเชื่อเพราะความเชื่อเป็นเหมือนประตูด่านแรกของมิติฝ่ายวิญญาณในโลกสี่มิติเมื่อท่านยอมเดินผ่านประตูด่านแรกนี้เท่านั้นที่หูฝ่ายวิญญาณของท่านจะเปิดออกเพื่อให้ท่านได้ยินพระคำของพระเจ้าและตาฝ่ายวิญญาณของท่านจะเปิดกว้างเพื่อทำให้ท่านมองเห็นมิติฝ่ายวิญญาณได้

ผลลัพธ์ก็คือท่านจะดำเนินชีวิตโดยพระคำของพระเจ้า ได้รับสิ่งที่ท่านทูลขอด้วยความเชื่อและดำเนินชีวิตด้วยความชื่นชมยินดีด้วยความหวังใจสำหรับแผ่นดินสวรรค์ ยิ่งกว่านั้น เมื่อจิตใจของท่านเต็มไปด้วยความชื่นชมยินดีและการขอบพระคุณและเมื่อความหวังของท่านสำหรับแผ่นสวรรค์หลั่งไหลออกมาจากชีวิตของท่าน ท่านก็จะรักพระเจ้าเหนือสิ่งอื่นใดและเป็นที่พอพระทัยพระองค์

แล้วโลกนี้ก็จะไม่คู่ควรกับท่านและความเชื่อของท่านอีกต่อไปเพราะ

ท่านไม่เพียงแต่จะเป็นพยานขององค์พระผู้เป็นเจ้าด้วยฤทธิ์อำนาจที่พระ
วิญญาณบริสุทธิ์ประทานให้เท่านั้นแต่ท่านจะคงความสัตย์ซื่อตราบจนวัน
ตายและรักพระเจ้าด้วยทุกสิ่งในชีวิตของท่านเหมือนที่อัครทูตเปาโลได้
กระทำด้วยเช่นกัน

## โลกไม่คู่ควรกับพลังอำนาจของความเชื่อ

ในการบรรยายถึงพลังอำนาจของความเชื่อ ฮีบรู 11:33-38 อธิบายถึงความ
เชื่อของเหล่าบรรพบุรุษไว้ว่า

> เพราะความเชื่อ ท่านเหล่านั้นจึงได้มีชัยเหนือดินแดนต่าง ๆ ได้
> ตั้งระบบความยุติธรรม ได้รับผลของพระสัญญา ได้ปิดปากสิงห์ ได้
> ดับไฟที่ไหม้อย่างรุนแรง ได้พ้นจากคมดาบ ความอ่อนแอของท่านก็
> กลับเป็นความเข้มแข็ง มีกำลังความสามารถในการทำสงคราม ได้ตี
> กองทัพประเทศอื่น ๆ แตกพ่ายไป พวกผู้หญิงก็ได้รับคนพวกของนาง
> ที่กลับฟื้นคืนชีวิตขึ้นมาอีก บางคนก็ถูกทรมาน แต่ก็ไม่ยอมรับการ
> ปลดปล่อยเพื่อเขาจะได้กลับมีชีวิตที่ดีกว่านั้นอีก บางคนต้องทนต่อ
> คำเยาะเย้ยและการถูกโบยตีและยังถูกล่ามโซ่และถูกขังคุกด้วย บาง
> คนก็ถูกขว้างด้วยก้อนหิน บางคนก็ถูกเลื่อยเป็นท่อน ๆ บางคนก็ถูก
> ฆ่าด้วยคมดาบ บางคนก็นุ่งห่มหนังแกะหนังแพะพเนจรไป สิ้นเนื้อ
> ประดาตัว ตกระกำลำบากและถูกเคี่ยวเข็ญ แผ่นดินโลกไม่สมกับคน
> เช่นนั้นเลย เขาพเนจรไปในถิ่นทุรกันดารและตามภูเขาและอยู่ตามถ้ำ
> และตามโพรง

ผู้คนที่มีความเชื่อซึ่งไม่คู่ควรกับโลกนี้ไม่เพียงแต่จะสามารถสละ
เกียรติยศและทรัพย์สมบัติของตนในโลกนี้เท่านั้นแต่คนเหล่านี้ยังสามารถ

สละชีวิตของตนได้ด้วยเช่นกัน เหมือนที่ 1 ยอห์น 4:18 กล่าวว่า *"ในความรัก
นั้นไม่มีความกลัวแต่ความรักที่สมบูรณ์นั้นก็ได้ขจัดความกลัวเสียเพราะความ
กลัวเข้ากับการลงโทษและผู้ที่มีความกลัวก็ยังไม่มีความรักที่สมบูรณ์"* ความ
กลัวจะหมดไปจากท่านตามขนาดแห่งความรักของท่าน

สิ่งที่เป็นไม่ได้ด้วยกำลังของมนุษย์จะเป็นไปได้ด้วยฤทธิ์อำนาจของ
พระเจ้าเอลียาห์ผู้พยากรณ์คนหนึ่งของพระเจ้าเป็นพยานยืนยันถึงพระเจ้า
ผู้ทรงพระชนม์อยู่ด้วยการเรียกไฟลงมาจากสวรรค์เอลีชาช่วยประเทศของ
ท่านให้รอดด้วยการค้นหาว่าค่ายของศัตรูตั้งอยู่ที่ใดโดยการดลใจของพระ
วิญญาณบริสุทธิ์ ดาเนียลรอดชีวิตจากถ้ำสิงห์ที่หิวโหย

ในพระคัมภีร์ใหม่มีผู้คนจำนวนมากที่ได้สละชีวิตของตนเพื่อพระกิตติคุณ
ขององค์พระผู้เป็นเจ้า ยากอบ (หนึ่งในสาวกสิบสองคนของพระเยซู) เป็นผู้
สละชีพเพื่อความเชื่อคนแรกในหมู่สาวกเมื่อท่านถูกฆ่าด้วยคมดาบ เปโตรซึ่ง
เป็นผู้นำกลุ่มสาวกของพระเยซูคริสต์ถูกตรึงบนกางเขนโดยเอาศีรษะลง ใน
ความรักอันยิ่งใหญ่ที่ท่านมีต่อองค์พระผู้เป็นเจ้าอัครทูตเปาโลชื่นชมยินดีและ
ขอบพระคุณพระเจ้าเมื่อท่านถูกจองจำอยู่ในคุกซึ่งท่านเกือบถูกฆ่าและถูก
เฆี่ยนตีหลายครั้ง สุดท้ายท่านถูกตัดศีรษะและกลายเป็นผู้สละชีพเพื่อองค์พระ
ผู้เป็นเจ้าที่มีความสำคัญอย่างยิ่ง

นอกจากนั้น

มีคริสเตียนอีกนับไม่ถ้วนที่ถูกสิงโตกัดกินภายในสนามโคลีเซี่ยมในกรุง
โรมหรือต้องอาศัยอยู่ในอุโมงค์ใต้ดินจนเสียชีวิตโดยไม่มีโอกาสมองเห็นแสง
ตะวันเนื่องจากการข่มเหงอย่างรุนแรงของจักรภพโรม อัครทูตเปาโลยึดความ
เชื่อของท่านไว้อย่างมั่นคงในทุกสถานการณ์และมีชัยเหนือโลกด้วยความเชื่อ
อันยิ่งใหญ่ ดังนั้นท่านจึงกล่าวว่า *"แล้วใครจะให้เราทั้งหลายขาดจากความรัก
ของพระคริสต์ได้เล่า จะเป็นความทุกข์หรือความยากลำบากหรือการเคี่ยวเข็ญ
หรือการกันดารอาหาร หรือการเปลือยกาย หรือการถูกโพยภัย หรือการถูกคม
ดาบ"* (โรม 8:35)

## ความเชื่อคือคำตอบของปัญหาทุกข้อ

มีเหตุการณ์หนึ่งที่พระเยซูทรงเห็นถึงความเชื่อของคนง่อยและเพื่อนของ
เขา พระองค์จึงตรัสกับคนง่อยนั้นว่า "ลูกเอ๋ย บาปของเจ้าได้รับอภัยแล้ว"
ชายง่อยคนนั้นได้รับการรักษาให้หายทันที เมื่อผู้คนได้ยินว่าพระเยซูประทับ
ที่บ้านในเมืองคาเปอรนาอุมคนจำนวนมากจึงมาชุมนุมกันอย่างหนาแน่นจน
ไม่มีที่ว่างแม้กระทั่งภายนอกประตูคนง่อยและเพื่อนทั้งสี่ที่หามเขาไม่สามารถ
พบพระเยซูได้เนื่องจากฝูงชนดังนั้นเพื่อนทั้งสี่คนจึงรื้อดาดฟ้าหลังคาตรงที่
พระเยซูประทับและเมื่อเจาะเป็นช่องแล้วจึงหย่อนแคร่ที่คนง่อยนอนอยู่นั้น
ลงมา พระเยซูทรงเห็นว่าการกระทำของคนเหล่านั้นเป็นหลักฐานของความ
เชื่อและทรงยกโทษความบาปให้กับชายง่อยคนนั้นโดยตรัสว่า "ลูกเอ๋ย บาป
ของเจ้าได้รับอภัยแล้ว"(ข้อ 5)

แต่มีพวกธรรมาจารย์บางคนนั่งอยู่ที่นั่นด้วยความสงสัยและคิดในใจของ
ตนว่า "ทำไมชายคนนี้พูดเช่นนี้ หมิ่นประมาทพระเจ้านี่ ใครจะยกความผิด
บาปได้เว้นแต่พระเจ้าเท่านั้น" (ข้อ 7)

*เหตุไฉนท่านจึงคิดในใจอย่างนี้เล่า ที่จะว่ากับคนง่อยว่า "บาป*
*ทั้งปวงของเจ้าได้รับอภัยแล้ว" และจะว่า "จงยกแคร่เดินไปเถิด"*
*นั้นข้างไหนจะง่ายกว่ากันแต่เพื่อท่านทั้งหลายจะได้รู้ว่าบุตรมนุษย์มี*
*สิทธิอำนาจในโลกที่จะโปรดยกความผิดบาปได้ (มาระโก 2:8-10)*

จากนั้นพระเยซูจึงตรัสกับคนง่อยว่า "เราสั่งเจ้าว่าจงลุกขึ้นยกแคร่ไป
บ้านของเจ้าเถิด" (ข้อ 11) ชายง่อยคนนั้นก็ยืนขึ้น ยกแคร่ของตน และเดิน
ออกจากบ้านไปต่อหน้าคนทั้งปวงที่อยู่ภายในและภายนอกบ้าน คนเหล่านั้น
ประหลาดใจและสรรเสริญพระเจ้าว่า "เราไม่เคยเห็นเช่นนี้เลย" (ข้อ 12)

เรื่องนี้บอกให้เราทราบว่าปัญหาทุกอย่างในชีวิตของเรามีคำตอบเมื่อเราได้รับการอภัยโทษความผิดบาปของเราด้วยความเชื่อทั้งนี้ก็เพราะว่าเมื่อประมาณสองพันปีที่แล้วพระเยซูพระผู้ช่วยให้รอดของเราทรงเปิดหนทางแห่งความรอดด้วยการไถ่เราให้พ้นจากปัญหาทุกชนิดในชีวิตของเราเช่น ความบาป ความตาย ความยากจน โรคภัยไข้เจ็บ และปัญหาทั้งหมดที่มีอยู่ (ท่านสามารถอ่านเกี่ยวกับเรื่องนี้จากหนังสือเรื่อง ***"สาส์นจากกางเขน"***)

ท่านจะได้รับคำตอบสำหรับทุกสิ่งที่ท่านทูลขอถ้าท่านได้รับการอภัยโทษความผิดบาปของท่านจากการที่ท่านไม่ดำเนินชีวิตด้วยพระคำของพระเจ้า พระองค์ทรงสัญญากับท่านใน 1 ยอห์น 3:21-22 ว่า *"ท่านที่รักทั้งหลาย ถ้าใจของเราไม่ได้กล่าวโทษเรา เราก็มีความมั่นใจที่จะเข้าเฝ้าพระเจ้า และเราขอสิ่งใด ๆ เราก็ได้สิ่งนั้น ๆ จากพระองค์เพราะเราประพฤติตามพระบัญญัติของพระองค์และปฏิบัติตามชอบพระทัยพระองค์"* เพราะฉะนั้น คนที่ไม่มีกำแพงบาปขวางกั้นเขาจากพระเจ้าก็สามารถทูลขอพระองค์ด้วยความกล้าหาญและได้รับทุกสิ่งที่ตนทูลขอนั้น

ด้วยเหตุนี้ ในมัทธิวบทที่ 6 พระเยซูจึงทรงเน้นว่าท่านไม่ควรวิตกกังวลในเรื่องเครื่องนุ่งห่ม อาหารการกิน และการดำรงชีวิต แต่ท่านจงแสวงหาแผ่นดินของพระเจ้าและความชอบธรรมของพระองค์ก่อน

*เหตุฉะนั้นเราบอกท่านทั้งหลายว่าอย่ากระวนกระวายถึงชีวิตของตนว่าจะเอาอะไรกินหรือจะเอาอะไรดื่มและอย่ากระวนกระวายถึงร่างกายของตนว่าจะเอาอะไรนุ่งห่ม ชีวิตสำคัญยิ่งกว่าอาหารมิใช่หรือ และร่างกายสำคัญยิ่งกว่าเครื่องนุ่งห่มมิใช่หรือ จงดูนกในอากาศ มันมิได้หว่าน มิได้เกี่ยว มิได้สะสมไว้ในยุ้งฉาง แต่พระบิดาของท่านทั้งหลายผู้ทรงสถิตในสวรรค์ทรงเลี้ยงนกไว้ท่านทั้งหลายมิประเสริฐกว่านกหรือมีใครในพวกท่าน โดยความกระวนกระวายอาจต่อชีวิตให้ยาวออกไปอีกสักศอกหนึ่งได้หรือท่านกระวนกระวายถึงเครื่องนุ่ง*

*ห่มทำไม จงพิจารณาดอกไม้ที่ทุ่งนาว่ามันงอกงามเจริญขึ้นได้อย่างไร*
*มันไม่ทำงาน มันไม่ปั่นด้าย แต่เราบอกท่านทั้งหลายว่ากษัตริย์ซาโลม*
*อน เมื่อบริบูรณ์ด้วยสง่าราศี ก็มิได้ทรงเครื่องงามเท่าดอกไม้ดอกหนึ่ง*
*แม้ว่าพระเจ้าทรงตกแต่งหญ้าที่ทุ่งนาอย่างนั้นซึ่งเป็นอยู่วันนี้และรุ่ง*
*ขึ้นต้องทิ้งในเตาไฟโอผู้มีความเชื่อน้อยพระองค์จะไม่ทรงตกแต่ง*
*ท่านมากยิ่งกว่านั้นหรือเหตุฉะนั้นอย่ากระวนกระวายว่าจะเอาอะไร*
*กินหรือจะเอาอะไรดื่มหรือจะเอาอะไรนุ่งห่มเพราะว่าพวกต่างชาติ*
*แสวงหาสิ่งของทั้งปวงนี้ แต่ว่าพระบิดาของท่านผู้ทรงสถิตในสวรรค์*
*ทรงทราบแล้วว่าท่านต้องการสิ่งทั้งปวงเหล่านี้ แต่ท่านทั้งหลายจง*
*แสวงหาแผ่นดินของพระเจ้าและความชอบธรรมของพระองค์ก่อน*
*แล้วพระองค์จะทรงเพิ่มเติมสิ่งทั้งปวงเหล่านี้ให้ (ข้อ 25-33)*

ถ้าท่านเชื่อในพระคำของพระเจ้าอย่างแท้จริงท่านก็จะแสวงหาแผ่นดิน
ของพระเจ้าและความชอบธรรมของพระองค์ก่อนพระสัญญาของพระเจ้ามี
คุณค่าเหมือนเช็คเงินสดที่อนุมัติแล้วและพระองค์จะทรงเพิ่มเติมทุกสิ่งที่ท่าน
ต้องการตามพระสัญญาของพระองค์เพื่อท่านจะได้รับความรอดและมีชีวิตนิ
รันดร์รวมทั้งมีความเจริญรุ่งเรืองในทุกสิ่งที่ท่านทำในชีวิตนี้

## ความเชื่อควบคุมแม้กระทั่งปรากฏการณ์ตามธรรมชาติ

จากมัทธิว 8:23-27 เราเรียนรู้ถึงพลังอำนาจของความเชื่อที่ปกป้องท่าน
จากอันตรายของดินฟ้าอากาศและช่วยท่านให้สามารถควบคุมดินฟ้าอากาศได้
ทุกสิ่งเป็นไปได้ด้วยความเชื่อ

*เมื่อพระองค์เสด็จลงเรือ พวกสาวกของพระองค์ก็ตามพระองค์*
*ไป ดูเถิด เกิดพายุใหญ่ในทะเลสาบจนคลื่นซัดท่วมเรือ แต่พระองค์*

*ทรงบรรทมหลับอยู่และพวกสาวกได้มาปลุกพระองค์และทูลว่า "พระองค์เจ้าข้า ขอพระองค์ทรงโปรดช่วยเถิด พวกเรากำลังจะจมอยู่แล้ว" พระองค์จึงตรัสกับเขาว่า "เหตุไฉนจึงขลาดนัก ช่างมีศรัทธาน้อยเสียจริง ๆ" แล้วพระองค์ทรงลุกขึ้นห้ามลมและทะเล คลื่นลมก็สงบเงียบทั่วไป*

เรื่องนี้บอกให้เราทราบว่าเราไม่จำเป็นต้องกลัวพายุหรือคลื่นลมที่รุนแรง แต่เราสามารถควบคุมแม้กระทั่งปรากฏการณ์ตามธรรมชาติเหล่านั้นถ้าเรามีความเชื่อ ถ้าเราอยากมีประสบการณ์กับพลังอำนาจของความเชื่อที่สามารถควบคุมดินฟ้าอากาศ เราต้องมีความมั่นใจในความเชื่ออย่างเต็มขนาดเหมือนพระเยซู ซึ่งโดยความเชื่อนั้นทุกสิ่งสามารถเป็นไปได้ เพราะเหตุนี้ ฮีบรู 10:22 จึงเตือนเราว่า *"ก็ให้เราเข้าไปใกล้ด้วยความบริสุทธิ์ใจด้วย ไว้ใจเต็มที่ มีใจที่ได้รับการทรงชำระให้สะอาดแล้วและมีกายที่ล้างชำระด้วยน้ำบริสุทธิ์"*

พระคัมภีร์บอกเราว่าเราจะได้รับสิ่งที่เราทูลขอและสามารถทำสิ่งที่ยิ่งใหญ่กว่าที่พระเยซูเคยกระทำถ้าเรามีความมั่นใจในความเชื่ออย่างเต็มขนาด พระองค์ตรัสไว้ในยอห์น 14:12-13 ว่า *"เราบอกความจริงแก่ท่านทั้งหลายว่า ผู้ที่วางใจในเราจะกระทำกิจการซึ่งเราได้กระทำนั้นด้วยและเขาจะกระทำกิจที่ยิ่งใหญ่กว่านั้นอีก เพราะว่าเราจะไปถึงพระบิดาของเรา สิ่งใดที่ท่านทั้งหลายจะขอในนามของเราเราจะกระทำสิ่งนั้นเพื่อว่าพระบิดาจะทรงได้รับเกียรติอันยิ่งใหญ่ทางพระบุตร"*

ดังนั้น ท่านต้องเข้าใจว่าพลังอำนาจของความเชื่อนั้นยิ่งใหญ่มากและท่านต้องบรรลุถึงความเชื่อที่พระเจ้าต้องการซึ่งได้แก่ความเชื่อที่พระองค์ทรงพอพระทัย แล้วท่านไม่เพียงแต่จะได้รับคำตอบในทุกสิ่งที่ท่านทูลขอเท่านั้น แต่ท่านยังสามารถกระทำกิจที่ยิ่งใหญ่กว่าที่พระเยซูทรงกระทำด้วยเช่นกัน

## 3. ความเชื่อฝ่ายเนื้อหนังและความเชื่อฝ่ายวิญญาณ

เมื่อพระเยซูตรัสกับนายร้อยคนนั้นที่มาหาพระองค์ด้วยความเชื่อว่า "จง
กลับบ้านเถิด ท่านมีศรัทธาแล้ว จงได้ผลตามศรัทธานั้น" คนรับใช้ของนาย
ร้อยก็หายเป็นปกติทันที (มัทธิว 8:13) ความเชื่อที่แท้จริงส่งผลให้ได้รับคำ
ตอบจากพระเจ้าเสมอแล้วทำไมผู้คนจำนวนมากจึงไม่ได้รับคำตอบต่อคำ
อธิษฐานของตนแม้คนเหล่านั้นอ้างว่าตนเชื่อในองค์พระผู้เป็นเจ้า

ที่เป็นเช่นนั้นก็เพราะว่ามีความเชื่ออยู่สองชนิด นั่นคือ ความเชื่อฝ่าย
วิญญาณซึ่งจะทำให้ท่านมีสามัคคีธรรมกับพระเจ้าและรับคำตอบจากพระองค์
และความเชื่อฝ่ายเนื้อหนังที่จะทำให้ท่านไม่สามารถรับคำตอบใด ๆ จาก
พระเจ้าเพราะความเชื่อชนิดนี้ไม่มีส่วนเกี่ยวข้องกับพระองค์ ขอให้เราสำรวจ
ถึงความแตกต่างระหว่างความเชื่อสองชนิดนี้

### ความเชื่อฝ่ายเนื้อหนังคือความเชื่อที่เป็นความรู้

"ความเชื่อฝ่ายเนื้อหนัง"หมายถึงความเชื่อชนิดหนึ่งที่ท่านใช้เพื่อเชื่อใน
บางสิ่งบางอย่างเพราะท่านสามารถมองเห็นสิ่งนั้นด้วยตาและเป็นความเชื่อที่
สอดคล้องกับความรู้หรือสามัญสำนึกของท่าน ความเชื่อชนิดนี้เรียกว่า "ความ
เชื่อที่เป็นความรู้" หรือ "ความเชื่อที่เห็นพ้องกับเหตุผล"

ยกตัวอย่าง ผู้คนที่เห็นและได้ยินถึงขั้นตอนของการทำโต๊ะไม้จะเชื่ออย่าง
สนิทใจเมื่อมีคนพูดว่า "โต๊ะตัวนี้ทำมาจากไม้" ใครก็สามารถมีความเชื่อชนิด
นี้ได้เพราะเขาเชื่อว่าของสิ่งนั้นถูกสร้างขึ้นจากวัตถุบางอย่าง กล่าวคือ ผู้คนคิด
เสมอว่าการที่จะทำให้มีวัตถุสิ่งของบางอย่างเกิดขึ้นมาได้เราต้องอาศัยสิ่งของ
ที่มีอยู่แล้ว

มนุษย์ป้อนความรู้และสะสมความรู้นั้นไว้ในระบบความทรงจำในสมอง

ตนนับจากวินาทีแรกที่เขาเกิดมา  คนเหล่านี้ท่องจำสิ่งที่ตนมองเห็น  สิ่งที่ตน
ได้ยิน และสิ่งที่ตนเรียนรู้จากพ่อแม่ ญาติพี่น้อง เพื่อนบ้าน หรือจากโรงเรียน
และนำความรู้ที่ตนท่องจำไว้ในสมองมาใช้เมื่อต้องการ

      ในบรรดาความรู้ที่สะสมไว้นั้นมีความรู้หลายอย่างที่เป็นความเท็จซึ่งขัด
แย้งกับพระคำของพระเจ้า พระคำของพระองค์เป็นความจริงที่ไม่เปลี่ยนแปลง
แต่ความรู้ส่วนใหญ่ของท่านเป็นความเท็จที่เปลี่ยนแปลงไปตามกาลเวลา  แต่
ผู้คนก็ยังเห็นว่าความเท็จเป็นความจริงเพราะคนเหล่านั้นไม่รู้ว่าความจริงคือ
อะไร  ยกตัวอย่าง  คนจำนวนมากเห็นว่าทฤษฎีการวิวัฒนาการเป็นความจริง
เพราะนั่นคือสิ่งที่ตนได้รับการสั่งสอนมาจากโรงเรียน  ดังนั้น  ผู้คนจึงไม่เชื่อ
ว่าจะมีสิ่งใดถูกสร้างขึ้นจากความว่างเปล่าได้

## ความเชื่อฝ่ายเนื้อหนังคือความเชื่อที่ตายแล้วซึ่งปราศจากการประพฤติ

### อันดับแรก

ผู้คนที่มีความเชื่อฝ่ายเนื้อหนังไม่อาจยอมรับได้ว่าพระเจ้าทรงสร้างสิ่ง
สารพัดจากความว่างเปล่าแม้คนเหล่านี้จะร่วมนมัสการในคริสตจักรและฟัง
พระคำของพระเจ้าเพราะความรู้ที่เขาได้รับมาตั้งแต่เกิดตรงกันข้ามกับพระ
คำของพระเจ้า คนเหล่านี้ไม่เชื่อในการอัศจรรย์ที่พระคัมภีร์บันทึกไว้ เขาจะ
เชื่อในพระคำของพระเจ้าได้ก็ต่อเมื่อเขาเต็มล้นไปด้วยพระวิญญาณบริสุทธิ์
และพระคุณ  แต่คนเหล่านี้เริ่มเกิดความสงสัยเมื่อเขาสูญเสียพระคุณนั้นไปคน
เหล่านี้คิดแม้กระทั่งว่าคำตอบที่เขาได้รับจากพระเจ้าเป็นเรื่องบังเอิญ

      ด้วยเหตุนี้ผู้คนที่มีความเชื่อฝ่ายเนื้อหนังจึงมีความขัดแย้งภายในจิตใจ
และไม่มีการยอมรับในส่วนลึกแห่งจิตใจของตนแม้เขาจะกล่าวอ้างด้วยริม
ฝีปากของตนว่าเขาเชื่อก็ตามคนที่มีความเชื่อฝ่ายเนื้อหนังไม่มีสามัคคีธรรม
กับพระเจ้าและไม่ได้เป็นที่รักของพระองค์เพราะเขาไม่ดำเนินชีวิตด้วยพระคำ

ของพระเจ้า

ยกตัวอย่าง โดยทั่วไปการแก้แค้นศัตรูถือเป็นสิ่งที่ถูกต้อง แต่พระคัมภีร์สอนเราว่าเราต้องรักศัตรูและเราต้องหันแก้มซ้ายให้เมื่อเขาตบแก้มขวาของเราคนที่มีความเชื่อฝ่ายเนื้อหนังจะตอบโต้กลับไปเพื่อความพอใจเมื่อมีคนต่อสู้กับเขาเมื่อคนเหล่านี้ดำเนินชีวิตเช่นนี้จึงเป็นการง่ายที่เขาจะเกลียดชัง อิจฉา หรือริษยาคนอื่น นอกจากนั้น การมีชีวิตตามพระคำของพระเจ้าเป็นภาระหนักสำหรับเขาและเขาไม่อาจดำเนินชีวิตด้วยการขอบพระคุณและความชื่นชมยินดีได้เพราะสิ่งนี้ไม่สอดคล้องกับความคิดของตน

เหมือนที่เราอ่านพบในยากอบ2:26ที่ว่า

*"เพราะกายที่ปราศจากจิตวิญญาณนั้นไร้ชีพแล้วฉันใดความเชื่อที่ปราศจากการประพฤติตามก็ไร้ผลฉันนั้น"*

ความเชื่อฝ่ายเนื้อหนังที่ปราศจากการประพฤติถือเป็นความเชื่อที่ตายแล้ว ผู้คนที่มีความเชื่อฝ่ายเนื้อหนังไม่ได้รับทั้งความรอดและคำตอบจากพระเจ้า ด้วยเหตุนี้ พระเยซูจึงตรัสกับเราว่า *"มิใช่ทุกคนที่เรียกเราว่า 'พระองค์เจ้าข้า พระองค์เจ้าข้า' จะได้เข้าในแผ่นดินสวรรค์ แต่ผู้ที่ปฏิบัติตามพระทัยพระบิดาของเราผู้ทรงสถิตในสวรรค์จึงจะเข้าได้"* (มัทธิว 7:21)

## พระเจ้าทรงยอมรับความเชื่อฝ่ายวิญญาณ

พระเจ้าทรงมอบความเชื่อฝ่ายวิญญาณแก่ท่านเมื่อท่านเชื่อแม้ท่านไม่สามารถมองเห็นสิ่งนั้นด้วยตาเปล่าหรือแม้สิ่งนั้นจะไม่สอดคล้องกับความรู้หรือความคิดของท่าน ความเชื่อฝ่ายวิญญาณคือการเชื่อว่าพระเจ้าทรงสร้างสิ่งสารพัดจากความว่างเปล่า

ผู้คนที่มีความเชื่อฝ่ายวิญญาณจะเชื่อโดยไม่สงสัยว่าพระเจ้าทรงสร้างฟ้าสวรรค์และแผ่นดินโลกด้วยพระคำของพระองค์และพระองค์ทรงสร้างมนุษย์จากผงคลีดินความเชื่อฝ่ายวิญญาณไม่ใช่สิ่งที่ท่านจะมีได้เมื่อท่าน

ต้องการ ความเชื่อฝ่ายวิญญาณเป็นสิ่งที่พระเจ้าทรงมอบให้ผู้คนที่มีความเชื่อฝ่ายวิญญาณจะเชื่อในการอัศจรรย์ที่พระคัมภีร์บันทึกไว้โดยไม่มีข้อสงสัย ดังนั้นจึงไม่ใช่เรื่องยากสำหรับคนเหล่านี้ที่จะดำเนินชีวิตตามพระคำของพระเจ้าและเขาก็จะได้รับทุกสิ่งที่ตนทูลขอด้วยความเชื่อ

พระเจ้าทรงยอมรับความเชื่อฝ่ายวิญญาณที่มาพร้อมกับการประพฤติ ความเชื่อชนิดนี้จะช่วยให้ท่านรอด ทำให้ท่านเข้าสู่แผ่นดินสวรรค์ และได้รับคำตอบต่อคำอธิษฐานของท่าน

## ความเชื่อฝ่ายวิญญาณคือ "ความเชื่อที่มีชีวิต" ซึ่งมาพร้อมกับการประพฤติ

เมื่อท่านมีความเชื่อฝ่ายวิญญาณพระเจ้าจะทรงยอมรับท่านและทรงรับรองชีวิตของท่านด้วยคำตอบและพระพรของพระองค์ ยกตัวอย่าง สมมุติว่ามีชาวนาสองคนทำนาอยู่ในผืนดินของเจ้าของนาซึ่งเป็นนายของตนในสภาวะเดียวกันนั้นชาวนาคนหนึ่งเก็บเกี่ยวข้าวได้ห้ากระสอบและอีกคนหนึ่งเก็บเกี่ยวได้สามกระสอบ ท่านคิดว่าเจ้านายจะพอใจชาวนาคนใดมากกว่า ชาวนาที่เก็บเกี่ยวข้าวได้ห้ากระสอบจะเป็นที่พอใจและโปรดปราณของเจ้านายมากกว่าแน่นอน

ชาวนาสองเก็บเกี่ยวผลที่แตกต่างกันในผืนนาเดียวกันตามความอุตส่าห์ของตน ชาวนาที่เก็บเกี่ยวข้าวได้ห้ากระสอบคงต้องกำจัดวัชพืชและรดน้ำต้นข้าวของตนอย่างขยันหมั่นเพียร ตรงกันข้าม ชาวนาอีกคนหนึ่งคงเก็บเกี่ยวข้าวได้ไม่เกินสามกระสอบเพราะเขาเกียจคร้านและละเลยต่อการงานของตน

พระเจ้าทรงตัดสินแต่ละคนตามผลงานของเขา พระเจ้าจะทรงถือว่าความเชื่อของท่านเป็นความเชื่อฝ่ายวิญญาณและอวยพรท่านก็ต่อเมื่อท่านแสดงถึงความเชื่อของท่านด้วยการประพฤติเท่านั้น

ในคืนที่พระเยซูทรงถูกจับกุม

ในคืนที่พระเยซูทรงถูกจับกุม  เปโตรซึ่งเป็นสาวกคนหนึ่งทูลพระองค์ว่า
*"แม้คนทั้งปวงจะทิ้งพระองค์ ข้าพระองค์จะทิ้งก็หามิได้เลย"* (มัทธิว 26:33)
แต่พระเยซูตรัสกับเขาว่า *"เราบอกความจริงแก่ท่านว่าในคืนวันนี้ก่อนไก่ขัน
ท่านจะปฏิเสธเราสามครั้ง"* (มัทธิว 26:34)

เปโตรพูดออกมาจากหัวใจของตนแต่พระเยซูทรงทราบว่าเปโตรจะทรยศ
หักหลังพระองค์เมื่อชีวิตของเขาตกอยู่ในอันตราย

เปโตรยังไม่ได้รับพระวิญญาณบริสุทธิ์และปฏิเสธพระเยซูถึงสามครั้ง
เมื่อชีวิตของเขาอยู่ในอันตรายหลังจากพระเยซูถูกจับกุมแต่เปโตรได้รับการ
เปลี่ยนแปลงอย่างสิ้นเชิงหลังจากที่เขาได้รับพระวิญญาณบริสุทธิ์  ความเชื่อ
ที่เป็นความรู้ของเปโตรถูกเปลี่ยนเป็นความเชื่อฝ่ายวิญญาณและเปโตรก
ลายเป็นอัครทูตที่ประกอบด้วยฤทธิ์อำนาจในการเทศนาพระกิตติคุณอย่าง
กล้าหาญ   เปโตรดำเนินตามวิถีทางแห่งความชอบธรรมจนกระทั่งถูกตรึงบน
กางเขนแบบหัวกลับ

ดังนั้น

ท่านจะสามารถไว้วางใจและเชื่อฟังพระเจ้าในทุกสถานการณ์ได้เมื่อท่าน
มีความเชื่อฝ่ายวิญญาณ เพื่อให้มีความเชื่อฝ่ายวิญญาณ ท่านต้องพยายามอย่าง
เต็มที่ในการเชื่อฟังพระคำของพระเจ้าและมีจิตใจที่หนักแน่น เมื่อท่านมีความ
เชื่อฝ่ายวิญญาณที่มีชีวิตอยู่ซึ่งมาพร้อมกับการประพฤติท่านก็สามารถรับ
เอาความรอดและชีวิตนิรันดร์รับการเปลี่ยนแปลงเป็นบุคคลแห่งความจริงที่
สมบูรณ์ และชื่นชมกับพระพรอันมหัศจรรย์ในฝ่ายวิญญาณและฝ่ายร่างกาย

แต่ถ้าท่านมีความเชื่อฝ่ายเนื้อหนังที่ปราศจากการประพฤติ  ท่านจะไม่ได้
รับทั้งความรอดและคำตอบจากพระเจ้าไม่ว่าท่านจะพยายามสักเท่าใดและไม่
ว่าท่านจะเข้าร่วมกับคริสตจักรมาเป็นเวลานานเพียงใดก็ตาม

## 4. เพื่อให้มีความเชื่อฝ่ายวิญญาณ

ท่านจะเปลี่ยนความเชื่อฝ่ายเนื้อหนังเป็นความเชื่อฝ่ายวิญญาณและทำให้ *"ความแน่ใจในสิ่งที่เราหวังไว้"* กลายเป็น *"สิ่งที่ยังไม่ได้เห็นนั้นมีจริง"* ปรากฏเป็นหลักฐานที่ชัดเจนได้อย่างไร ท่านต้องทำอะไรบ้างเพื่อจะให้มีความเชื่อฝ่ายวิญญาณ

## ละทิ้งความคิดและทฤษฎีฝ่ายเนื้อหนัง

ความรู้ส่วนมากที่ท่านได้รับมาตั้งแต่เกิดมักขัดขวางท่านไม่ให้มีความเชื่อฝ่ายวิญญาณเพราะความรู้เหล่านั้นต่อสู้กับพระคำของพระเจ้า ยกตัวอย่างทฤษฎีการวิวัฒนาการปฏิเสธเรื่องการทรงสร้างจักรวาลของพระเจ้า ผลลัพธ์ก็คือผู้สนับสนุนทฤษฎีการวิวัฒนาการ ไม่เชื่อว่าพระเจ้าทรงสร้างสิ่งสารพัดจากความว่างเปล่า คนเหล่านี้จะเชื่อได้อย่างไรว่า *"ในปฐมกาลพระเจ้าทรงเนรมิตสร้างฟ้าและแผ่นดิน"* (ปฐมกาล 1:1)

ดังนั้น เพื่อให้มีความเชื่อฝ่ายวิญญาณ

ท่านต้องทำลายความคิดทุกชนิดที่ต่อสู้กับพระคำของพระเจ้าและทฤษฎีต่าง ๆ (เช่น ทฤษฎีการวิวัฒนาการ) ที่ทำให้ท่านไม่เชื่อในพระคัมภีร์ซึ่งเป็นพระคำของพระเจ้า ท่านไม่สามารถเชื่อว่าพระคำของพระเจ้าได้รับการบันทึกไว้ในพระคัมภีร์ไม่ว่าท่านจะพยายามเชื่อเรื่องนี้มากสักเพียงใดก็ตาม เว้นแต่ท่านจะทำลายความคิดและทฤษฎีที่ต่อสู้กับพระคำของพระเจ้าออกไป

ยิ่งกว่านั้นไม่ว่าท่านจะไปโบสถ์และเข้าร่วมนมัสการอย่างขยันขันแข็งสักเพียงใดก็ตาม สิ่งนี้ไม่สามารถช่วยให้ท่านมีความเชื่อฝ่ายวิญญาณได้ นั่นคือสาเหตุที่ทำให้ผู้คนจำนวนมากอยู่ห่างไกลจากหนทางแห่งความรอดและไม่ได้รับคำตอบจากพระเจ้าต่อคำอธิษฐานของตนแม้คนเหล่านั้นจะเข้าร่วมในคริสตจักรอย่างสม่ำเสมอ

อัครทูตเปาโลมีเพียงความเชื่อฝ่ายเนื้อหนังก่อนที่ท่านพบกับพระเยซูองค์พระผู้เป็นเจ้าในนิมิตบนเส้นทางไปสู่เมืองดามัสกัส ท่านไม่ยอมรับว่าพระเยซู

ทรงเป็นพระผู้ช่วยให้รอดของมนุษย์ทุกคน เปาโลจึงได้จำคุกและกดขี่ข่มเหง
คริสเตียนจำนวนมาก

ด้วยเหตุนี้ ท่านต้องกำจัดความคิดและทฤษฎีทุกชนิดที่ต่อสู้กับพระคำของ
พระเจ้าออกไปเพื่อท่านจะเปลี่ยนแปลงความเชื่อฝ่ายเนื้อหนังให้เป็นความเชื่อ
ฝ่ายวิญญาณ พระเจ้าทรงเตือนสติเราผ่านทางอัครทูตเปาโลไว้ดังนี้

> *เพราะว่าศาสตราวุธของเราไม่เป็นฝ่ายโลกียวิสัยแต่มีฤทธิ์เดช*
> *จากพระเจ้าอาจทำลายป้อมได้คือทำลายความคิดที่มีเหตุผลจอม*
> *ปลอมและทิฐิมานะทุกประการที่ตั้งตัวขึ้นขัดขวางความรู้ของพระเจ้า*
> *และน้อมนำความคิดทุกประการให้เข้าอยู่ใต้บังคับจนถึงรับฟังพระ*
> *คริสต์และพร้อมที่จะลงโทษทุกคนที่ไม่เชื่อฟังในเมื่อท่านรับว่าจะ*
> *เชื่อฟังอย่างสมบูรณ์แล้ว (2 โครินธ์ 10:4-6)*

เปาโลจะเป็นผู้ประกาศพระกิตติคุณที่ยิ่งใหญ่ได้ก็ต่อเมื่อท่านมีความเชื่อ
ฝ่ายวิญญาณด้วยการที่ท่านทำลายความคิด  ทฤษฎี  และข้อโต้แย้งทุกอย่างที่
ต่อสู้กับพระคำของพระเจ้าเท่านั้น  ท่านเป็นผู้นำในการประกาศพระกิตติคุณ
กับคนต่างชาติและกลายเป็นเสาหลักของการทำพันธกิจโลก ในบั้นปลายชีวิต
ของท่าน เปาโลจึงสามารถพูดอย่างกล้าหาญว่า

> *แต่ว่าสิ่งใดที่เคยเป็นคุณประโยชน์แก่ข้าพเจ้าข้าพเจ้าถือว่าสิ่งนั้น*
> *ไร้ประโยชน์แล้วเพื่อเห็นแก่พระคริสต์ที่จริงข้าพเจ้าถือว่าสิ่งสารพัด*
> *ไร้ประโยชน์เพราะเห็นแก่ความประเสริฐแห่งความรู้ถึงพระเยซู*
> *คริสต์องค์พระผู้เป็นเจ้าของข้าพเจ้า เพราะเหตุพระองค์ ข้าพเจ้าจึงได้*
> *ยอมสละสิ่งสารพัดและถือว่าสิ่งเหล่านั้นเป็นหยากเยื่อเพื่อข้าพเจ้าจะ*
> *ได้พระคริสต์และจะได้ปรากฏอยู่ในพระองค์ไม่มีความชอบธรรม*
> *ของข้าพเจ้าเองซึ่งได้มาโดยธรรมบัญญัติแต่มีมาโดยความเชื่อในพระ*

*คริสต์เป็นความชอบธรรมซึ่งมาจากพระเจ้าซึ่งขึ้นอยู่กับความเชื่อ (ฟีลิปปี 3:7-9)*

## เรียนรู้พระคำของพระเจ้าอย่างกระตือรือร้น

โรม 10:17 สอนเราว่า *"ฉะนั้นความเชื่อเกิดขึ้นได้ก็เพราะการได้ยินและการได้ยินเกิดขึ้นได้ก็เพราะการประกาศพระคริสต์"* ท่านต้องฟังพระคำของพระเจ้าและเรียนรู้จากพระคำนั้น ถ้าท่านไม่รู้จักพระคำของพระเจ้าท่านก็ไม่สามารถดำเนินชีวิตตามพระคำนั้นได้ ถ้าท่านไม่ประพฤติตามพระคำแต่เก็บสะสมพระคำไว้เป็นเพียงความรู้พระเจ้าก็จะไม่ประทานความเชื่อฝ่ายวิญญาณแก่ท่านเพราะท่านจะหยิ่งผยองในความรู้ของตน

สมมุติว่ามีเด็กผู้หญิงคนหนึ่งที่หวังจะเป็นนักเปียโนผู้มีชื่อเสียงไม่ว่าเธอจะอ่านหนังสือตำราและเรียนรู้ทฤษฎีต่าง ๆ มากสักเพียงใดก็ตาม เธอก็ไม่สามารถเป็นนักเปียโนผู้มีชื่อเสียงได้ถ้าปราศจากการฝึกฝนในทำนองเดียวกันไม่ว่าท่านจะอ่าน ฟัง และเรียนรู้พระคำมากสักเพียงใดก็ตามสิ่งนั้นก็จะไร้ประโยชน์ เว้นแต่ท่านจะเชื่อฟังพระคำของพระเจ้า ท่านจะมีความเชื่อฝ่ายวิญญาณได้ก็ต่อเมื่อท่านประพฤติตามพระคำของพระเจ้า

## ต้องเชื่อฟังพระคำของพระเจ้า

ด้วยเหตุนี้ท่านต้องเชื่อในพระเจ้าผู้ทรงพระชนม์อยู่และถือรักษาพระคำของพระองค์ในทุกสถานการณ์ถ้าท่านเชื่อในพระคำของพระเจ้าโดยไม่สงสัยหลังจากรับฟังพระคำนั้น ท่านก็จะเชื่อฟังพระคำดังกล่าว ผลลัพธ์ก็คือ ท่านจะมีความมั่นใจเพราะว่าพระคำของพระเจ้าสำเร็จเป็นจริงจากนั้นท่านจะพยายามดำเนินชีวิตด้วยพระคำของพระเจ้ามากยิ่งขึ้น

จากการที่ท่านกระทำตามขั้นตอนนี้ซ้ำแล้วซ้ำอีกท่านจะได้รับความเชื่อที่

ช่วยท่านให้สามารถเชื่อฟังพระคำได้อย่างครบถ้วนพระคุณและพระกำลังของ
พระเจ้าจะมาเหนือท่าน    ท่านจะเต็มล้นด้วยพระวิญญาณบริสุทธิ์และท่านจะ
จำเริญขึ้นในทุกสิ่ง

ในช่วงของการอพยพ มีชนชาติอิสราเอลที่เป็นผู้ชายอย่างน้อย 6 แสนคน
ที่มีอายุ 20 ปีขึ้นไป แต่สุดท้ายมีเพียงสองคน—โยชูวาและคาเลบ—ที่สามารถ
เข้าสู่คานาอันแผ่นดินแห่งพันธสัญญา นอกจากสองคนนี้แล้วไม่มีใครที่ไว้ใจ
ในพระสัญญาของพระเจ้าและเชื่อฟังพระองค์
ในกันดารวิถี 14:11 พระเจ้าตรัสกับโมเสสว่า
*"ชนชาตินี้จะสบประมาทเรานานสักเท่าใดแม้ว่าเราได้กระทำการอัศจรรย์
สำคัญท่ามกลางเขามาแล้ว เขาทั้งหลายจะไม่เชื่อเรานานสักเท่าใด"*
คนเหล่านี้รู้เรื่องพระเจ้าเป็นอย่างดีและเขาคิดว่าเขาเชื่อในพระองค์
เนื่องจากเขาเคยเห็นฤทธิ์อำนาจของพระองค์ที่นำเขาผ่านพ้นภัยพิบัติในอียิปต์
และแยกทะเลแดงออกเป็นสองส่วน คนเหล่านี้เคยมีประสบการณ์กับการทรง
นำของพระเจ้าและการสถิตอยู่ด้วยของพระองค์ผ่านเสาเมฆในเวลากลางวัน
และเสาเพลิงในเวลากลางคืนและกินมานาที่มาจากเบื้องบนทุกวัน
ถึงกระนั้น  เมื่อพระเจ้าทรงสั่งให้คนอิสราเอลเข้าสู่แผ่นดินคานาอัน คน
เหล่านี้กลับไม่เชื่อฟังเพราะเขากลัวคนคานาอัน ตรงกันข้าม คนเหล่านี้กลับ
บ่นและต่อสู้กับโมเสสและอาโรน ที่เป็นเช่นนั้นก็เพราะเขาไม่มีความเชื่อฝ่าย
วิญญาณที่จะเชื่อฟังพระเจ้าคนอิสราเอลยังมีความเชื่อฝ่ายเนื้อหนังแม้หลังจาก
ที่เขาเห็นและได้ยินถึงการทำงานอย่างอัศจรรย์แห่งฤทธิ์เดชของพระเจ้าหลาย
ต่อหลายครั้งก็ตาม
เพื่อให้มีความเชื่อฝ่ายวิญญาณท่านต้องเชื่อในพระเจ้าและเชื่อฟังพระ
คำของพระองค์ตลอดเวลาถ้าท่านรักพระเจ้าอย่างแท้จริงท่านก็จะเชื่อฟัง
พระองค์และพระองค์จะทรงตอบคำอธิษฐานของท่านในวาระสุดท้าย
พระองค์จะทรงนำท่านไปสู่ชีวิตนิรันดร์

โรม 10:9-10 เตือนเราว่า *"คือถ้าท่านจะรับด้วยปากของท่านว่าพระเยซู ทรงเป็นองค์พระผู้เป็นเจ้าและเชื่อในจิตใจว่าพระเจ้าได้ทรงชุบพระองค์ให้ เป็นขึ้นมาจากความตาย ท่านจะรอด ด้วยว่าความเชื่อด้วยใจก็นำไปสู่ความ ชอบธรรมและการยอมรับสัจจะของพระเจ้าด้วยปากก็นำไปสู่ความรอด"*

การ "เชื่อในจิตใจ" ไม่ได้หมายถึงความเชื่อที่เป็นความรู้ แต่หมายถึงความ เชื่อฝ่ายวิญญาณซึ่งเป็นการเชื่อในบางสิ่งบางอย่างโดยปราศจากความสงสัย ในจิตใจ ผู้ที่เชื่อพระคำของพระเจ้าในจิตใจของตนจะเชื่อฟังพระคำนั้น เขา จะกลายเป็นคนชอบธรรมและจะเป็นเหมือนองค์พระผู้เป็นเจ้ามากขึ้น เมื่อคน เหล่านี้พูดว่า "ข้าพเจ้าเชื่อในองค์พระผู้เป็นเจ้า" คำพูดของเขาจึงเป็นความจริง และเขาก็ได้รับความรอด

ขอให้ท่านมีความเชื่อฝ่ายวิญญาณที่มาพร้อมกับการประพฤติเพื่อท่าน จะเชื่อฟังพระคำของพระเจ้า ข้าพเจ้าอธิษฐานในพระนามขององค์พระผู้เป็น เจ้า แล้วท่านจะเป็นที่พอพระทัยพระองค์และชื่นชมกับชีวิตที่เต็มล้นด้วยฤทธิ์ อำนาจของพระองค์ซึ่งสามารถกระทำให้สิ่งสารพัดเป็นไปได้

## บทที่ 2

# การเจริญเติบโตขอ
# งความเชื่อฝ่ายวิญญาณ

1
ความเชื่อของเด็กทารก

2
ความเชื่อของลูก

ความเชื่อของคนหนุ่ม

ความเชื่อของบิดา

ลูกทั้งหลายเอ๋ย ข้าพเจ้าเขียนจดหมายถึงท่านเพราะ
ว่าได้ทรงยกบาปของท่านแล้วด้วยเห็นแก่พระนามของ
พระองค์ ท่านทั้งหลายที่เป็นบิดา ข้าพเจ้าเขียนจดหมาย
ถึงท่านเพราะท่านทั้งหลายได้คุ้นกับพระองค์ผู้ทรงดำรง
อยู่ตั้งแต่ปฐมกาล ท่านทั้งหลายที่เป็นคน
หนุ่ม ๆ ข้าพเจ้าเขียนจดหมายถึงเพราะท่านทั้งหลาย
ได้ชนะมารร้ายนั้น ท่านทั้งหลายผู้เป็นลูก ข้าพเจ้าเขียน
จดหมายถึงท่านเพราะท่านทั้งหลายได้คุ้นกับพระบิดา
ท่านทั้งหลายที่เป็นบิดา ข้าพเจ้าเขียนจดหมายถึงท่าน
เพราะท่านทั้งหลายได้คุ้นกับพระองค์ผู้ทรงดำรงอยู่ตั้งแต่
ปฐมกาล ท่านทั้งหลายที่เป็นคนหนุ่ม ๆ ข้าพเจ้าเขียน
จดหมายถึงท่านเพราะท่านทั้งหลายมีกำลังมากและพระ
วจนะของพระเจ้าดำรงอยู่ในท่านทั้งหลายและท่านชนะ
มารร้ายนั้นแล้ว (1 ยอห์น 2:12-14)

ท่านสามารถชื่นชมกับสิทธิและพระพรของการเป็นบุตรของพระเจ้า ถ้าท่านมีความเชื่อฝ่ายวิญญาณท่าน ไม่เพียงแต่จะ ได้รับความรอด และไปสู่สวรรค์เท่านั้น แต่ท่านยังจะ ได้รับคำตอบของทุกสิ่งที่ท่านทูลขอด้วย เช่นกัน นอกจากนั้นถ้าท่านมีความเชื่อที่พระเจ้าพอพระทัยด้วยการเชื่อฟังพระ คำของพระองค์ สิ่งสารพัดก็เป็นไปได้ด้วยความเชื่อของท่าน

เพราะเหตุนี้ พระเยซูจึงตรัสกับเราในมาระโก 16:17-18 ว่า *"มีคนเชื่อ ที่ไหน หมายสำคัญเหล่านี้จะบังเกิดขึ้นที่นั่น คือเขาจะขับผีออกในนามของ เรา เขาจะพูดภาษาแปลก ๆ เขาจะจับงูได้ ถ้าเขากินยาพิษอย่างใด จะไม่เป็น อันตรายแก่เขา และเขาจะวางมือบนคนไข้ คนป่วย แล้วคนเหล่านั้นจะหาย โรค"*

## เมล็ดผักกาดจะเจริญเติบโตเป็นต้นไม้ใหญ่

เมล็ดผักกาดมีขนาดเล็กเท่ากับจุดของปลายปากกาที่ท่านจิ้มลงบนแผ่น กระดาษ ด้วยความเชื่อที่มีขนาดเล็กนี้ท่านก็สามารถเลื่อนภูเขาจากที่หนึ่งไป ยังอีกที่หนึ่งได้และสิ่งสารพัดจะเป็นไปได้สำหรับท่าน

ท่านมีความเชื่อที่เล็กเท่ากับเมล็ดผักกาดหรือไม่ ภูเขายอมเลื่อนจากที่หนึ่งไป ยังอีกที่หนึ่งด้วยคำสั่งของท่านหรือไม่สิ่งสารพัดเป็นไปได้สำหรับท่านหรือไม่ เพราะเป็นไปไม่ได้ที่ท่านจะเข้าใจความหมายของพระคัมภีร์ตอนนี้โดยที่ท่านไม่

เข้าใจความหมายฝ่ายวิญญาณของพระคัมภีร์ตอนนี้อย่างครบถ้วน   ดังนั้นขอให้
เราเจาะลึกลงไปในคำอุปมาเรื่องเมล็ดผักกาดที่พระเยซูตรัสไว้

*แผ่นดินสวรรค์เปรียบเหมือนเมล็ดผักกาดเมล็ดหนึ่งซึ่งคนหนึ่ง*
*เอาไปเพาะลงในไร่ของตน เมล็ดนั้นเล็กกว่าเมล็ดทั้งปวง แต่เมื่องอก*
*ขึ้นแล้วก็ใหญ่กว่าผักอื่นและจำเริญเป็นต้นไม้จนนกในอากาศมาทำ*
*รังอาศัยอยู่ตามกิ่งก้านของต้นนั้นได้ (มัทธิว 13:31-32)*

      เมล็ดผักกาดมีขนาดเล็กกว่าเมล็ดพืชชนิดอื่น    แต่เมื่อเมล็ดนี้เจริญเติบโต
ขึ้นเป็นต้นไม้ขนาดใหญ่  นกนานาชนิดจะเข้ามาเกาะและทำรังอาศัยอยู่ตามกิ่ง
ก้านของต้นไม้นี้    พระเยซูทรงใช้คำอุปมาเรื่องเมล็ดผักกาดเพื่อสอนเราว่าเรา
สามารถเลื่อนภูเขาจากที่นี่ไปสู่ที่นั่นได้และสิ่งสารพัดจะเป็นไปได้สำหรับเรา
ถ้าความเชื่อขนาดเล็กของเราเจริญเติบโตขึ้น    สาวกของพระเยซูน่าจะมีความ
เชื่อมากซึ่งทำให้ทุกสิ่งเป็นไปได้เพราะสาวกเหล่านั้นอยู่กับพระเยซูมาเป็น
เวลานานและเห็นการทำงานอันอัศจรรย์ของพระเจ้าก่อนคนอื่น ๆ  แต่เพราะ
คนเหล่านั้นมีความเชื่อน้อย พระเยซูจึงทรงกล่าวตำหนิสาวกเหล่านั้น

### ขนาดของความเชื่อที่สมบูรณ์

      หลังจากที่ท่านได้รับพระวิญญาณบริสุทธิ์และบรรลุถึงความเชื่อฝ่าย
วิญญาณ ความเชื่อของท่านควรเจริญเติบโตขึ้นไปสู่ขนาดที่สมบูรณ์ของความ
เชื่อซึ่งจะทำให้ทุกสิ่งทุกอย่างเป็นไปได้สำหรับท่าน   พระเจ้าทรงต้องการให้
ท่านได้รับคำตอบสำหรับทุกอย่างที่ท่านทูลขอด้วยการเพิ่มพูนความเชื่อของ
ท่านให้มากขึ้น

      เอเฟซัส 4:13-15 เตือนเราว่า *"จนกว่าเราทุกคนจะบรรลุถึงความเป็นน้ำ*
*หนึ่งใจเดียวกันในความเชื่อและในความรู้ถึงพระบุตรของพระเจ้าจนกว่า*
*เราจะโตเป็นผู้ใหญ่เต็มที่คือเต็มถึงขนาดความไพบูลย์ของพระคริสต์เพื่อเรา*

จะไม่เป็นเด็กอีกต่อไปถูกซัดไปซัดมาและหันไปเหมาด้วยลมปากแห่งคำ
สั่งสอนทุกอย่างและด้วยเล่ห์กลของมนุษย์และตามอุบายฉลาดอันเป็นการ
ล่อลวง แต่ให้เรายึดความจริงด้วยใจรักเพื่อจะจำเริญขึ้นทุกอย่างสู่พระองค์ผู้
เป็นศีรษะ คือพระคริสต์"

การที่มีเด็กทารกเกิดมาถือเป็นเรื่องธรรมชาติ เมื่อเด็กเกิดมาพ่อแม่จะนำ
ชื่อของเด็กนั้นไปแจ้งเกิดกับทางราชการ ทารกที่เกิดมาจะเจริญวัยขึ้นเป็นเด็ก
โต จากนั้นเขาจะเติบโตเป็นคนหนุ่ม เมื่อถึงเวลาอันควรคนหนุ่มคนนั้นจะ
แต่งงาน ให้กำเนิดลูก และกลายเป็นพ่อต่อไป

ในทำนองเดียวกัน ถ้าท่านเป็นบุตรของพระเจ้าโดยทางพระเยซูคริสต์และ
ชื่อของท่านถูกบันทึกไว้ในหนังสือแห่งชีวิตในแผ่นดินสวรรค์ ความเชื่อของ
ท่านก็ควรเจริญเติบโตขึ้นทุกวันไปสู่ความเชื่อของลูก ของคนหนุ่ม และของ
บิดา

เพราะเหตุนี้ 1 โครินธ์ 3:2-3 จึงสอนเราว่า "ข้าพเจ้าเลี้ยงท่านด้วยน้ำนม
มิใช่ด้วยอาหารแข็งเพราะว่าเมื่อก่อนนั้นท่านยังไม่สามารถรับและถึงแม้เดี๋ยว
นี้ท่านก็ยังไม่สามารถ ด้วยว่าท่านยังอยู่ฝ่ายเนื้อหนังเพราะว่าเมื่อยังอิจฉากัน
และขัดเคืองใจกันท่านไม่ได้อยู่ฝ่ายเนื้อหนังหรือและไม่ได้ประพฤติตาม
มนุษย์สามัญดอกหรือ"

เด็กทารกจำเป็นต้องดื่มน้ำนมเพื่อให้มีชีวิตอยู่ฉันใดทารกฝ่ายวิญญาณก็
จำเป็นต้องดื่มน้ำนมฝ่ายวิญญาณเพื่อให้เติบโตขึ้นฉันนั้นทารกฝ่ายวิญญาณจะ
เติบโตขึ้นเป็นบิดาได้อย่างไร

## 1. ความเชื่อของเด็กทารก

1 ยอห์น 2:12 ระบุว่า "ลูกทั้งหลายเอ๋ย ข้าพเจ้าเขียนจดหมายถึงท่านเพราะ
ว่าได้ทรงยกบาปของท่านแล้วด้วยเห็นแก่พระนามของพระองค์" พระคัมภีร์

ข้อนี้บอกเราว่าคนที่ไม่รู้จักพระเจ้าจะได้รับการยกโทษบาปของตนเมื่อเขายอมรับเอาพระเยซูคริสต์และเขาได้รับสิทธิของการเป็นบุตรของพระเจ้าผ่านทางพระวิญญาณบริสุทธิ์ที่เสด็จมาอยู่ในจิตใจของเขา (ยอห์น 1:12)

ไม่มีนามอื่นใดนอกจากพระนามของพระเยซูคริสต์ที่ทำให้เรารับการยกโทษบาปและได้รับความรอด แต่คนชาวโลกเห็นว่าคริสต์ศาสนาเป็นสิ่งที่มีประโยชน์ต่อสภาพทางความคิดเท่านั้นและตั้งคำถามที่น่าตำหนิว่า "ทำไมคุณจึงพูดว่าเรารอดโดยทางพระเยซูคริสต์แต่ผู้เดียว"

ทำไมพระเยซูคริสต์จึงเป็นพระผู้ช่วยให้รอดของเราแต่เพียงผู้เดียว มนุษย์ไม่สามารถรอดโดยนามอื่นใดนอกเหนือจากพระนามของพระเยซูคริสต์และสามารถรับการยกโทษบาปของตนได้โดยทางพระโลหิตของพระเยซูผู้ทรงสิ้นพระชนม์บนกางเขนเท่านั้น

กิจการ 4:12 กล่าวว่า *"ในผู้อื่นความรอดไม่มีเลย ด้วยว่านามอื่นซึ่งให้เราทั้งหลายรอดได้ไม่ทรงโปรดให้มีในท่ามกลางมนุษย์ทั่วใต้ฟ้า"* และกิจการ 10:43 ระบุว่า *"ผู้เผยพระวจนะทั้งหลายย่อมเป็นพยานถึงพระองค์ว่าทุก ๆ คนที่เชื่อถือในพระองค์นั้นพระเจ้าจะทรงยกความผิดบาปของเขาเพราะพระนามของพระองค์"* ดังนั้น จึงเป็นการจัดเตรียมและน้ำพระทัยของพระเจ้าที่จะให้มนุษย์รอดโดยทางพระเยซูคริสต์

ตลอดประวัติศาสตร์ของมนุษย์ มีหลายคนที่ได้ชื่อว่าเป็นบุคคล "ยิ่งใหญ่" หรือ "สูงส่ง" เช่น โสเครติส ขงจื้อ พระพุทธเจ้า และคนอื่น ๆ แต่ในทัศนะของพระเจ้า มนุษย์ทุกคนเป็นเพียงสิ่งทรงสร้างและเป็นคนบาปเพราะมนุษย์ถือกำเนิดมาพร้อมกับความบาปดั้งเดิมที่สืบทอดมาจากอาดัมที่ทำบาปด้วยการไม่เชื่อฟังและจากบรรพบุรุษของตน

แต่พระเยซูทรงมีฤทธิ์อำนาจฝ่ายวิญญาณและมีคุณสมบัติเหมาะสมที่จะเป็นพระผู้ช่วยให้รอดของมนุษย์ กล่าวคือ พระองค์ไม่มีความบาปดั้งเดิมเพราะพระองค์ทรงปฏิสนธิโดยเดชของพระวิญญาณบริสุทธิ์นอกจากนั้น

พระองค์ไม่เคยทำบาปในช่วงชีวิตของพระองค์เช่นกันดังนั้นพระเยซูจึงมี
กำลังที่จะช่วยมนุษย์ให้รอดได้เพราะพระองค์ปราศจากตำหนิและทรงมีความ
รักอันยิ่งใหญ่ที่พร้อมจะสละชีวิตของพระองค์เพื่อคนผิดบาป

ด้วยเหตุนี้ ถ้าท่านเชื่อว่าพระเยซูคริสต์เท่านั้นที่เป็นหนทางแห่งความรอด
เพียงทางเดียวและยอมรับเอาพระองค์เป็นพระผู้ช่วยให้รอดของท่าน ท่านจะ
ได้รับการอภัยความผิดบาปทั้งสิ้นของท่านได้รับพระวิญญาณบริสุทธิ์เป็น
ของขวัญ และรับการประทับตราให้เป็นบุตรของพระเจ้า

## ความเชื่อของนักโทษที่ถูกตรึงอยู่ข้างพระเยซู

เมื่อพระเยซูถูกตรึงบนกางเขนเพื่อไถ่ความผิดบาปของมนุษย์หนึ่งใน
นักโทษสองคนที่ถูกตรึงอยู่ข้างพระองค์กลับใจจากบาปของตนและต้อนรับ
เอาพระองค์เป็นพระผู้ช่วยให้รอดก่อนเสียชีวิตผลลัพธ์ก็คือนักโทษคนนั้น
ได้รับการประทับตราให้เป็นบุตรของพระเจ้าและเข้าสู่เมืองบรมสุขเกษม
พระเจ้าทรงเรียกทุกคนที่บังเกิดใหม่ด้วยการต้อนรับเอาพระเยซูคริสต์ว่า "ลูก
เล็ก ๆ ของเราเอ๋ย"

บางคนอาจพูดว่า "นักโทษคนนั้นต้อนรับพระเยซูเป็นพระผู้ช่วยให้รอด
ของตนไม่นานก่อนเสียชีวิต ดังนั้นผมขอสนุกสนานกับโลกนี้ให้มากที่สุดเท่า
ที่ผมต้องการและผมจะต้อนรับเอาพระเยซูคริสต์เป็นพระผู้ช่วยให้รอดของ
ผมก่อนผมตาย ผมก็ยังจะได้ไปสวรรค์อยู่ดีนั่นแหละ" แต่นี่เป็นแนวคิดที่จอม
ปลอมอย่างสิ้นเชิง

นักโทษคนนั้นต้อนรับพระเยซู(ผู้ถูกเยาะเย้ยโดยคนชั่วและกำลัง
สิ้นพระชนม์บนกางเขน) ได้อย่างไร นักโทษคนนั้นคิดมาก่อนแล้วว่าพระ
เยซูคงเป็นพระเมสสิยาห์เมื่อเขาได้ฟังคำสั่งสอนของพระองค์ นักโทษคนนั้น
ยอมรับถึงความเชื่อของตนในพระเยซูและต้อนรับเอาพระองค์เป็นพระผู้ช่วย

ให้รอดเมื่อเขาถูกตรึงบนกางเขนเคียงข้างพระองค์ ด้วยวิธีนี้ นักโทษคนนั้นจึง
ได้รับความรอดและมีสิทธิ์เข้าสู่เมืองบรมสุขเกษม

ในทำนองเดียวกันทุกคนจะได้รับสิทธิการเป็นบุตรของพระเจ้าเมื่อเขา
ต้อนรับพระเยซูเป็นพระผู้ช่วยให้รอดและรับเอาพระวิญญาณบริสุทธิ์ เพราะ
เหตุนี้พระเจ้าจึงทรงเรียกเขาว่า "บุตรของเราเอ๋ย" ยกตัวอย่าง เมื่อมีเด็กทารก
เกิดมา การบังเกิดของเขาจะถูกนำไปลงทะเบียนไว้กับทางราชการและเขาจะ
เป็นพลเมืองของประเทศที่เขาถือกำเนิดมานั้น ในทำนองเดียวกัน ท่านจะได้
รับความเป็นพลเมืองของแผ่นดินสวรรค์และได้รับการยอมรับว่าเป็นบุตรของ
พระเจ้าถ้าชื่อของท่านถูกบันทึกไว้ในหนังสือแห่งชีวิต

ดังนั้น ความเชื่อของเด็กทารกจึงหมายถึงความเชื่อของผู้คนที่เพิ่งต้อนรับ
พระเยซูคริสต์ ได้รับการยกโทษบาปของตน และกลายเป็นบุตรของพระเจ้า
เมื่อชื่อของเขาถูกบันทึกไว้ในหนังสือแห่งชีวิตในสวรรค์

## 2. ความเชื่อของลูก

ผู้ที่บังเกิดใหม่เป็นบุตรของพระเจ้าจากการต้อนรับพระเยซูคริสต์และมี
ชีวิตฝ่ายวิญญาณจะเติบโตขึ้นในความเชื่อและเขาจะมีความเชื่อของลูก เมื่อ
เด็กทารกหย่านมมารดาของตนเด็กคนนั้นรู้จักพ่อแม่ของตนและอาจแยะ
ความแตกต่างของปัจจัย สิ่งแวดล้อม และผู้คนได้
ถึงกระนั้นลูกที่ยังเด็กก็มีความรู้เพียงเล็กน้อยและต้องอยู่ภายใต้การ
ปกป้องของพ่อแม่ เมื่อมีคนถามเขาว่าเขารู้หรือไม่ว่าใครคือพ่อแม่ของตน ลูก
คนนั้นอาจตอบว่า "รู้" แต่เมื่อมีคนถามเกี่ยวกับบ้านเกิดเมืองนอนของพ่อแม่
หรือวงศ์ตระกูลของตน เขาไม่สามารถตอบคำถามนี้ได้ ดังนั้น ลูกที่ยังเด็กจึง

ไม่รู้ถึงรายละเอียดทุกอย่างเกี่ยวกับพ่อแม่ของตนแม้เขาจะพูดว่า "ผมรู้จักพ่อ
แม่ของผม"

ถ้าพ่อแม่ซื้อของเล่นให้กับลูกของตนลูกอาจแยกแยะ ได้ว่าสิ่งใดเป็นรถ
ของเล่นหรือสิ่งใดเป็นตุ๊กตาแต่ลูกอาจไม่รู้ว่ารถของเล่นนั้นถูกสร้างขึ้นมา
อย่างไรหรือตุ๊กตาตัวนั้นถูกซื้อมาด้วยวิธีใด ดังนั้น ลูกที่ยังเป็นเด็กจึงพอรู้จัก
บางสิ่งบางอย่างที่ตนมองเห็นด้วยตา แต่ไม่เข้าใจรายละเอียดของสิ่งที่ตนมอง
ไม่เห็น

ในฝ่ายวิญญาณลูกที่ยังเป็นเด็กมีความเชื่อของผู้เชื่อใหม่ที่เพิ่งรู้จักกับ
พระเจ้าพระบิดา ผู้ที่มีความเชื่อของลูกจะชื่นชมกับพระคุณในความเชื่อหลัง
จากที่เขาต้อนรับพระเยซูคริสต์และได้รับพระวิญญาณบริสุทธิ์ 1 ยอห์น 2:13
กล่าวว่า *"ท่านทั้งหลายผู้เป็นลูก ข้าพเขียนจดหมายถึงท่านเพราะท่านทั้งหลาย
ได้คุ้นเคยกับพระบิดา"* ประโยคที่ว่า *"ท่านทั้งหลายได้คุ้นเคยกับพระบิดา"* ใน
ที่นี้ชี้ให้เห็นว่าผู้คนที่มีความเชื่อของลูกได้ต้อนรับพระเยซูคริสต์และเรียนรู้
พระคำของพระเจ้าด้วยการเข้าร่วมนมัสการในคริสตจักร

เหมือนที่เด็กทารกมีความรู้เพียงเล็กน้อยในช่วงแรกแต่เมื่อเขาเติบโตขึ้น
เด็กคนนั้นจะรู้จักพ่อแม่ของตนมากขึ้น ผู้เชื่อใหม่ก็เช่นเดียวกัน เขาจะค่อย ๆ
เข้าใจน้ำพระทัยของพระเจ้าพระบิดามากขึ้นเมื่อเขาเข้าร่วมนมัสการในคริสต
จักรและรับฟังพระคำของพระองค์ ถึงกระนั้น ผู้เชื่อใหม่ก็ยังไม่สามารถเชื่อ
ฟังพระคำของพระเจ้าได้ทั้งหมดเนื่องจากเขามีความเชื่อไม่เพียงพอ

ด้วยเหตุนี้ ความเชื่อของลูกจึงเป็นความเชื่อของผู้ที่รู้จักความจริงด้วยการ
รับฟังความจริง แต่บางครั้งเขาอาจเชื่อฟังความจริงและบางครั้งเขาไม่สามารถ
เชื่อฟังความจริงนั้น ความเชื่อระดับนี้ยังไม่สมบูรณ์แบบ

## ใครจะเรียกพระเจ้าว่า "พระบิดา"

ถ้ามีคนที่ยังไม่ได้ต้อนรับพระเยซูคริสต์แต่คนนั้นกลับพูดว่า "ผมรู้จัก
พระเจ้า" คนนั้นกำลังพูดโกหก แต่มีหลายคนที่พูดว่า "ผมไม่ได้เข้าร่วมกับค
ริสตจักรแต่ผมรู้จักพระเจ้า" คนเหล่านี้คือผู้ที่อ่านพระคัมภีร์ครั้งหรือสองครั้ง
เคยเข้าร่วมในคริสตจักรมาก่อน หรือเคยได้ยินเรื่องพระเจ้าจากที่นี่หรือที่นั่น
แต่คนเหล่านี้รู้จักพระเจ้าพระผู้สร้างจริงหรือ

ถ้าคนเหล่านี้รู้จักพระเจ้าจริงเขาควรเข้าใจว่าทำไมพระเยซูจึงเป็นพระบุตร
องค์เดียวของพระเจ้า ทำไมพระเจ้าจึงทรงส่งพระองค์มายังโลกนี้ และทำไม
พระเจ้าจึงทรงปลูกต้นไม้แห่งการสำนึกถึงความดีและความชั่วไว้ในสวน
เอเดน คนเหล่านี้ต้องรู้เช่นกันว่ามีสวรรค์และมีนรกและรู้ว่าเขาจะรอดและเข้า
สู่สวรรค์ได้อย่างไร

ยิ่งกว่านั้นถ้าคนเหล่านี้เข้าใจข้อเท็จจริงนี้อย่างแท้จริงแล้วเขาก็คงไม่
ปฏิเสธที่จะเข้าร่วมกับคริสตจักรและดำเนินชีวิตโดยพระคำของพระเจ้า แต่
คนเหล่านี้ก็ไม่ได้เข้าร่วมในคริสตจักรหรือไม่ได้เรียกพระเจ้าว่า "พระบิดา"
เพราะคนเหล่านี้ไม่เชื่อในพระเจ้าหรือรู้จักพระองค์

ในทำนองเดียวกันคนชาวโลกที่ไม่เชื่อในพระเจ้าอาจพูดว่าตนรู้จัก
พระองค์ แต่นั่นไม่ใช่ความจริง คนเหล่านี้ไม่รู้จักพระเจ้าหรือไม่เรียกพระองค์
ว่า "พระบิดา" เพราะเขาไม่รู้จักพระเยซูคริสต์และไม่ได้ดำเนินชีวิตในพระคำ
ของพระองค์ (ยอห์น 8:19)

## ผู้คนเรียกพระเจ้าแตกต่างกัน

ผู้เชื่อเรียกพระเจ้าแตกต่างกันออกไปตามขนาดแห่งความเชื่อของตน ไม่มี
ใครกล้าเรียกพระเจ้าว่า "พระเจ้าพระบิดา" ก่อนที่เขาจะต้อนรับพระเยซูคริสต์
เป็นพระผู้ช่วยให้รอดของตน การที่เขาไม่เรียกพระเจ้าว่า "พระบิดา" ถือเป็น
เรื่องปกติเพราะเขายังไม่ได้บังเกิดใหม่

ผู้เชื่อใหม่เรียกพระเจ้าว่าอย่างไรคนเหล่านี้ค่อนข้างเขินอายและเรียก
พระองค์เพียงว่า "พระเจ้า" ผู้เชื่อใหม่ไม่สามารถเรียกพระองค์ว่า "พระบิดา
ของข้าพระองค์" อย่างสนิทใจได้ เขาจะรู้สึกเคอะเขินหรือไม่คุ้นเคยเพราะคน
เหล่านี้ยังไม่ได้รับใช้พระองค์ในฐานะพระบิดาของตน

แต่เมื่อคนเหล่านี้จำเริญขึ้นไปสู่การมีความเชื่อของลูกพระนามที่เขาใช้
เรียกพระเจ้าจะเปลี่ยนไป คนเหล่านี้เรียกพระองค์ว่า "พระบิดา" เมื่อเขามี
ความเชื่อของลูกเหมือนที่ลูกเรียกพ่อของตนอย่างสนิทสนมว่า "พ่อ" ไม่ใช่
สิ่งที่ผิดที่คนเหล่านี้จะเรียกพระองค์ว่า "พระเจ้า" หรือ "พระเจ้าพระบิดา" ถ้า
ความเชื่อของคนเหล่านี้จำเริญเติบโตมากขึ้นผู้เชื่อใหม่จะเรียกพระองค์ว่า
"พระบิดาเจ้า" แทนที่จะเรียกว่า "พระเจ้าพระบิดา" ยิ่งกว่านั้น คนเหล่านี้จะ
เรียกพระองค์ว่า "พระบิดา" เมื่อเขาอธิษฐานต่อพระเจ้า

การเรียกพระนามแบบใดที่ท่านคิดว่าน่ารักและสนิทสนมกับพระเจ้า
มากกว่ากันระหว่างคนที่เรียกพระองค์ว่า "พระเจ้า" กับคนที่เรียกพระองค์ว่า
"พระบิดา" พระเจ้าจะพอพระทัยมากเพียงใดเมื่อท่านเรียกพระองค์ว่า "พระ
บิดาของข้าพระองค์" จากส่วนลึกแห่งจิตใจของท่าน

สุภาษิต 8:17 บอกเราว่า "เรารักบรรดาผู้ที่รักเรา และบรรดาผู้ที่แสวงเราก็
พบเรา" ยิ่งท่านรักพระเจ้ามากขึ้นเท่าใดพระเจ้าก็จะทรงรักท่านมากขึ้นเท่านั้น
ยิ่งท่านแสวงหาพระเจ้ามากเท่าใด ท่านก็จะได้รับคำตอบของพระองค์ง่ายขึ้น
และมากขึ้นเท่านั้น

ที่จริง ท่านจะอยู่ในสวรรค์พร้อมกับเรียกพระเจ้าว่า "พระบิดา" ในฐานะ
บุตรของพระองค์ตลอดไป ดังนั้นจึงเป็นการสมควรที่ท่านจะมีความสัมพันธ์
กับพระเจ้าอย่างถูกต้องและสนิทสนมในชีวิตนี้ เพราะฉะนั้น ท่านต้องทำ
หน้าที่ของตนในฐานะบุตรของพระเจ้าและแสดงถึงหลักฐานของความรักที่มี
ต่อพระองค์ด้วยการเชื่อฟังคำบัญชาทั้งสิ้นของพระองค์

## 3. ความเชื่อของคนหนุ่ม

เด็กเจริญเติบโตเป็นคนหนุ่มที่เข้มแข็งและมีความเข้าใจมากขึ้นฉันใด ความเชื่อของลูกก็เจริญเติบโตขึ้นไปสู่ความเชื่อของคนหนุ่มด้วยฉันนั้น กล่าวคือ หลังจากขั้นตอนของความเป็นเด็กฝ่ายวิญญาณในความเชื่อ โดยการอธิษฐานและการอ่านพระคำของพระเจ้า ระดับความเชื่อของผู้เชื่อจะจำเริญเติบโตขึ้นไปสู่ระดับความเชื่อของคนหนุ่มที่สามารถบอกได้ว่าอะไรคือน้ำพระทัยของพระเจ้าพระบิดาและอะไรคือความบาปของตน

### คนหนุ่มมีความเข้มแข็งและกล้าหาญ

มีเด็กอยู่เพียงไม่กี่คนที่รู้จักกฎหมายของบ้านเมืองเป็นอย่างดี เด็กต้องอยู่ภายใต้การคุ้มครองของพ่อแม่ ถ้าเด็กเหล่านี้ก่ออาชญากรรม พ่อแม่ของเด็กต้องรับผิดชอบต่อสิ่งที่เกิดขึ้นเพราะเขาไม่ได้ให้การศึกษาอบรมอย่างถูกต้องกับลูกของตน เด็กไม่รู้ว่าบาปคืออะไร ความชอบธรรมคืออะไร และจิตใจของพ่อแม่เป็นอย่างไรเพราะเขายังอยู่ในขั้นตอนของการเรียนรู้

แล้วคนหนุ่มล่ะ คนหนุ่มมีความเข้มแข็ง อารมณ์ร้อน และมีโอกาสที่จะทำบาปได้มากขึ้น คนเหล่านี้กระตือรือร้นที่จะดู เรียนรู้ และมีประสบการณ์กับทุกสิ่งพร้อมกับมีแนวโน้มที่จะเลียนแบบคนอื่น คนหนุ่มมักมีความอยากรู้อยากเห็นในทุกเรื่องมีความทะนงตน และมีความเชื่อมั่นว่าไม่มีสิ่งใดที่ตนเองทำไม่ได้ ในทำนองเดียวกัน คนหนุ่มฝ่ายวิญญาณไม่แสวงหาสิ่งของฝ่ายโลก คนเหล่านี้มีความหวังใจในเรื่องสวรรค์และการเต็มล้นด้วยพระวิญญาณบริสุทธิ์รวมทั้งเอาชนะความบาปด้วยพระคำของพระเจ้าเนื่องจากเขามีความเชื่อที่เข้มแข็ง คนหนุ่มดำเนินชีวิตอย่างมีชัยชนะในทุกสถานการณ์โดยการเอาชนะโลกและพิชิตมารร้ายด้วยความกล้าหาญเด็ดเดี่ยวเพราะพระคำของพระเจ้าดำรงอยู่ในเขา

## การมีชัยชนะและการพิชิตมารร้าย

คนหนุ่มที่มีความเชื่ออย่างเข้มแข็งและกล้าหาญจะมีชัยชนะเหนือโลกที่
เต็มด้วยบาปและมารร้ายอย่างไร ผู้คนที่ต้อนรับพระเยซูคริสต์มีสิทธิเป็นบุตร
ของพระเจ้าและมีชัยชนะเหนือมารร้ายด้วยความจริง แม้มารร้ายจะแข็งแกร่ง
แต่มารก็ไม่กล้าทำสิ่งหนึ่งสิ่งใดต่อหน้าบุตรของพระเจ้า ดังนั้นเราจึงพบใน 1
ยอห์น 2:13 ว่า *"ท่านทั้งหลายที่เป็นคนหนุ่ม ๆ ข้าพเจ้าเขียนจดหมายถึงท่าน*
*เพราะท่านทั้งหลายได้ชนะมารร้ายนั้น"*
ท่านสามารถเอาชนะมารร้ายเมื่อท่านติดสนิทอยู่กับความจริงเพราะพระ
คำของพระเจ้าอยู่ในท่าน ผู้คนที่ไม่รู้จักกฎหมายก็ไม่สามารถทำตามกฎหมาย
นั้นได้ฉันใด ท่านก็ไม่สามารถดำเนินชีวิตโดยพระคำของพระเจ้าได้ถ้าท่าน
ไม่รู้จักพระคำของพระองค์

ด้วยเหตุนี้ ท่านจึงจำเป็นต้องเก็บรักษาพระคำของพระเจ้าไว้ในจิตใจของ
ท่านและดำเนินชีวิตโดยพระคำนั้นด้วยการกำจัดความบาปทุกชนิดออกไป
ด้วยแนวทางนี้ คนที่มีความเชื่อของคนหนุ่มจะสามารถเอาชนะโลกได้ด้วย
พระคำของพระเจ้า เพราะเหตุนี้ 1 ยอห์น 2:14 จึงกล่าวว่า *"ท่านทั้งหลายที่เป็น*
*คนหนุ่ม ๆ ข้าพเจ้าเขียนจดหมายถึงท่านเพราะท่านทั้งหลายมีกำลังมากและ*
*พระวจนะของพระเจ้าดำรงอยู่ในท่านทั้งหลายและท่านชนะมารร้ายนั้นแล้ว"*

## 4. ความเชื่อของบิดา

เมื่อคนหนุ่มที่มีวิญญาณอันเข้มแข็งและเด็ดเดี่ยวเติบโตเป็นผู้ใหญ่คน
เหล่านี้จะสามารถวินิจฉัย หยั่งรู้ และเข้าใจสถานการณ์แต่ละอย่างได้ เมื่อมี
ประสบการณ์มากขึ้นคนเหล่านี้ก็ประกอบด้วยสติปัญญาอันสุขุมรอบคอบ

มากพอที่จะถ่อมตัวเองลงเมื่อจำเป็น คนที่มีความเชื่อของบิดาจะรู้โดยละเอียด
ว่าพระเจ้ามาจากไหนและเข้าใจถึงการจัดเตรียมของพระองค์เพราะคนเหล่านี้
มีความเชื่อฝ่ายวิญญาณอย่างลึกซึ้ง

## ใครรู้จักแหล่งกำเนิดของพระเจ้า

บิดาแตกต่างจากคนหนุ่มในหลายด้าน คนหนุ่มยังไม่มีวุฒิภาวะเพราะคน
เหล่านี้ขาดประสบการณ์แม้เขาจะเรียนรู้หลายสิ่งหลายอย่างก็ตาม ดังนั้น คน
หนุ่มจึงไม่สามารถเข้าใจเหตุการณ์และสถานการณ์หลายอย่าง ในขณะที่บิดา
จะเข้าใจปัจจัยต่าง ๆ ได้ดีกว่าเพราะเขามีประสบการณ์ชีวิตหลายด้าน

นอกจากนั้น บิดายังเข้าใจด้วยว่าเพราะอะไรพ่อแม่จึงอยากมีบุตร การตั้ง
ครรภ์เจ็บปวดเพียงใด และการเลี้ยงดูบุตรยากลำบากมากแค่ไหน บิดารู้เรื่อง
ราวเกี่ยวกับครอบครัวของตนว่าพ่อแม่มาจากไหน พ่อแม่พบและแต่งงานกัน
ได้อย่างไร และเรื่องราวอื่น ๆ ในทำนองนี้

มีภาษิตเกาหลีบทหนึ่งกล่าวว่า"คุณจะเข้าใจจิตใจของพ่อแม่ได้อย่าง
แท้จริงก็ต่อเมื่อคุณให้กำเนิดลูกของคุณเอง" เช่นเดียวกัน ผู้คนที่มีความเชื่อ
ของบิดาเท่านั้นจึงจะสามารถเข้าใจพระทัยของพระเจ้าพระบิดาได้อย่าง
สมบูรณ์ 1 ยอห์น 2:13 กล่าวถึงคริสเตียนที่เติบโตเป็นผู้ใหญ่ไว้ว่า *"ท่านทั้ง
หลายที่เป็นบิดาข้าพเจ้าเขียนจดหมายถึงท่านเพราะท่านทั้งหลายได้คุ้นกับ
พระองค์ผู้ทรงดำรงอยู่ตั้งแต่ปฐมกาล"*

ยิ่งกว่านั้น ผู้คนที่มีความเชื่อของบิดาจะกลายเป็นแบบอย่างให้กับคนผู้คน
มากมายและจะโอบอุ้มผู้คนทุกประเภทเอาไว้เพราะคนเหล่านี้ถ่อมใจและ
สามารถยืนหยัดอย่างมั่นคงบนความจริงโดยไม่หันเหไปจากความจริงนั้น

ถ้าเราจะเปรียบเทียบความเชื่อของบิดากับฤดูเก็บเกี่ยวความเชื่อของคน
หนุ่มจะเปรียบได้กับผลที่ไม่ยังไม่สุกงอมผู้คนที่มีความเชื่อของคนหนุ่มจะ
เปรียบได้กับเมล็ดพืชที่ยังไม่สุกงอมเพราะคนเหล่านี้มีแนวโน้มที่จะยืนกราน

ตามความคิดและทฤษฎีของตน

แต่แนวทางของพระเยซูแสดงให้เห็นถึงแบบอย่างของการปรนนิบัติรับใช้ด้วยการล้างเท้าของพวกสาวก บิดาฝ่ายวิญญาณสำแดงผลของการกระทำออกมาและถวายพระสิริแด่พระเจ้าด้วยผลที่เป็นการกระทำเหล่านั้น ซึ่งไม่เหมือนกับคนหนุ่ม

## การมีพระทัยของพระคริสต์

พระเจ้าทรงต้องการให้ลูกของพระองค์มีพระทัยของพระเจ้าผู้ทรงดำรงอยู่ตั้งแต่ปฐมกาลและพระทัยของพระเยซูคริสต์ผู้ทรงถ่อมพระองค์ลงและยอมเชื่อฟังจนถึงความมรณา (ฟีลิปปี 2:5-8) ด้วยเหตุนี้ พระเจ้าจึงทรงอนุญาตให้การทดลองเกิดขึ้นกับลูกของพระองค์และผ่านทางการทดลองแห่งความเชื่อเหล่านี้ลูกของพระองค์จะเติบโตเป็นผู้ใหญ่ที่มีความอดกลั้นและความหวังด้วยแนวทางดังกล่าว ความเชื่อของผู้คนเหล่านี้จะเพิ่มพูนขึ้นไปสู่ระดับความเชื่อของบิดา

ในลูกา 17 พระเยซูทรงสอนสาวกของพระองค์ด้วยคำอุปมาเรื่องคนใช้คนใช้คนนี้ทำงานอยู่ในทุ่งนาทั้งวันและกลับมาบ้านตอนเย็นแต่ไม่มีใครพูดกับคนใช้คนนี้ว่า “ดีมาก เชิญนั่งลง และรับประทานเถิด” ตรงกันข้ามคนใช้ต้องจัดเตรียมอาหารให้กับเจ้านายของตนและรอจนกว่าเจ้านายจะรับประทานอาหารเสร็จคนใช้จะกินอาหารได้หลังจากที่เจ้านายรับประทานเสร็จแล้วเท่านั้น นอกจากนั้น ไม่มีใครพูดกับคนใช้คนนี้ว่า “ขอบคุณสำหรับการทำงานหนัก” ถึงแม้เขาได้ทำทุกสิ่งทุกอย่างตามที่เจ้านายสั่งก็ตาม คนใช้กล่าวเพียงว่า“ข้าพเจ้าเป็นบ่าวที่ไม่มีบุญคุณต่อนายข้าพเจ้ากระทำตามหน้าที่ที่ข้าพเจ้าควรกระทำเท่านั้น”

ในทำนองเดียวกัน ท่านควรเป็นคนถ่อมใจและเชื่อฟังซึ่งพร้อมที่จะพูดว่า

"ข้าพเจ้าเป็นบ่าวที่ไม่มีบุญคุณต่อนาย  ข้าพเจ้ากระทำตามหน้าที่ที่ข้าพเจ้าควร
กระทำเท่านั้น" ถึงแม้หลังจากที่ท่านได้ทำทุกสิ่งที่องค์พระผู้เป็นเจ้าทรงสั่งให้
ท่านทำแล้วก็ตาม  ผู้คนที่มีความเชื่อของบิดาจะรู้จักความลึกและความสูงของ
พระทัยของพระเจ้าผู้ทรงดำรงอยู่ตั้งแต่ปฐมกาลและมีพระทัยของพระเยซู
คริสต์ผู้ทรงถ่อมพระทัยและยอมสละพระองค์ด้วยการเชื่อฟังจนถึงความมรณ
า ดังนั้น พระเจ้าจึงทรงรู้จักและชมเชยคนเช่นนี้และเขาจะส่องแสงอย่างเจิดจ้า
เหมือนดวงอาทิตย์ในสวรรค์

เหมือนอย่างที่เมล็ดผักกาดขนาดเล็กเจริญเติบโตขึ้นและกลายเป็นต้นไม้
ขนาดใหญ่จนมีนกหลายชนิดจะเข้ามาเกาะและทำรังอาศัยอยู่ตามกิ่งก้านของ
ต้นไม้นั้นเช่นเดียวกัน ความเชื่อฝ่ายวิญญาณก็เจริญเติบโตจากขนาดแห่งความ
เชื่อของเด็กทารกไปสู่ความเชื่อของลูก  ความเชื่อของคนหนุ่ม  และความเชื่อ
ของบิดา   ท่านจะได้รับพระพรอย่างอัศจรรย์เมื่อท่านรู้จักพระองค์ผู้ทรงดำรง
อยู่ตั้งแต่ปฐมกาล  มีความเชื่อเพียงพอที่จะเข้าใจถึงความสูงและความลึกของ
พระองค์   และสามารถเอาใจใส่ดูแลดวงวิญญาณที่หลงเจิ่นไปเหมือนอย่างที่
พระองค์ได้ทรงกระทำ

ขอให้ท่านมีพระทัยขององค์พระผู้เป็นเจ้าซึ่งบริบูรณ์ไปด้วยความโอบ
อ้อมอารีและความรักมีความเชื่อของบิดาเกิดผลอย่างอุดมสมบูรณ์และส่อง
แสงอันเจิดจ้าเหมือนดวงอาทิตย์ในสวรรค์ตลอดไปข้าพเจ้าอธิษฐานใน
พระนามขององค์พระผู้เป็นเจ้า

บทที่ 3

# ขนาดแห่งความเชื่อของแต่ละบุคคล

ขนาดแห่งความเชื่อที่พระเจ้าประทานให้

ความเชื่อขนาดต่าง ๆ ของแต่ละบุคคล

3
ขนาดแห่งความเชื่อที่ถูกทดสอบด้วยไฟ

ข้าพเจ้าขอกล่าวแก่ท่านทั้งหลายทุกคนโดยพระคุณซึ่ง
ทรงประทานแก่ข้าพเจ้าแล้วว่า อย่าคิดถือตัวเกินที่ตน
ควรจะคิดนั้น แต่จงคิดให้ถ่อมสุขุมสมกับขนาดแห่งความ
เชื่อที่พระเจ้าทรงโปรดประทานแก่ท่าน (โรม 12:3)

พระเจ้าทรงอนุญาตให้ท่านเก็บเกี่ยวในสิ่งที่ท่านหว่านและประทานบำเหน็จรางวัลแก่ท่านตามสิ่งที่ท่านได้กระทำเพราะพระองค์ทรงยุติธรรม ในมัทธิว 7:7-8 พระเยซูตรัสว่า *"จงขอแล้วจะได้ จงหาแล้วจะพบ จงเคาะแล้วจะเปิดให้แก่ท่าน เพราะว่าทุกคนที่ขอก็ได้ ทุกคนที่แสวงหาก็พบ ทุกคนที่เคาะก็จะเปิดให้เขา"*

ท่านได้รับพระพรและคำตอบต่อคำอธิษฐานไม่ใช่ด้วยความเชื่อฝ่ายเนื้อหนังแต่ด้วยความเชื่อฝ่ายวิญญาณ เมื่อท่านฟังพระคำของพระเจ้าและเรียนรู้พระคำนั้นเพียงอย่างเดียวท่านก็มีความเชื่อฝ่ายเนื้อหนัง แต่ความเชื่อฝ่ายวิญญาณไม่ได้เกิดขึ้นตามธรรมชาติ ท่านจะได้รับความเชื่อประเภทนี้ก็ต่อเมื่อพระเจ้าทรงประทานแก่ท่านเท่านั้น

ดังนั้น โรม 12:3 จึงกำชับเราว่า *"ข้าพเจ้าขอกล่าวแก่ท่านทั้งหลายทุกคนโดยพระคุณซึ่งทรงประทานแก่ข้าพเจ้าแล้วว่าอย่าคิดถือตัวเกินที่ตนควรจะคิดนั้นแต่จงคิดให้ถ่อมสุขุมสมกับขนาดแห่งความเชื่อที่พระเจ้าทรงโปรดประทานแก่ท่าน"* ความเชื่อฝ่ายวิญญาณของบุคคลแต่ละคนที่พระเจ้าประทานให้แตกต่างกันออกไป เหมือนที่เราพบใน 1 โครินธ์ 15:41 เช่นกันว่า *"ศักดิ์ศรีของดวงอาทิตย์ก็อย่างหนึ่ง ศักดิ์ศรีของดวงจันทร์ก็อย่างหนึ่ง แท้ที่จริงศักดิ์ศรีของดาวดวงหนึ่งก็ต่างกันกับศักดิ์ศรีของดาวดวงอื่น ๆ"* ที่อยู่และสง่าราศีในสวรรค์ซึ่งพระเจ้าทรงประทานเป็นบำเหน็จรางวัลแก่แต่ละคนแตกต่างกันออกไปตามขนาดแห่งความเชื่อของบุคคล

## 1. ขนาดแห่งความเชื่อที่พระเจ้าประทานให้

"ขนาด" ได้แก่น้ำหนักปริมาตรปริมาณหรือความเล็กใหญ่ของวัตถุสิ่งของ
พระเจ้าทรงวัดขนาดแห่งความเชื่อของแต่ละบุคคลและทรงประทานคำตอบ
แก่แต่ละบุคคลตามขนาดแห่งความเชื่อของบุคคลนั้น

โดยทั่วไป ผู้คนที่มีความเชื่อมากจะได้รับคำตอบถ้าใจของเขาต้องการคำ
ตอบในขณะที่คนอื่นได้รับคำตอบของตนก็ต่อเมื่อเขาอธิษฐานอย่างร้อนรน
ด้วยการอดอาหารเป็นเวลาหนึ่งวันเท่านั้นและคนที่มีความเชื่อน้อยได้รับคำ
ตอบของตนเมื่อเขาอธิษฐานเป็นเวลาหลายเดือนหรือหลายปี ถ้าท่านสามารถ
"รับเอา" ความเชื่อฝ่ายวิญญาณตามที่ท่านต้องการได้ ทุกคนก็คงได้รับคำตอบ
และพระพรตามที่ตนต้องการ โลกคงเต็มไปด้วยความสับสนวุ่นวายและไร้
ระเบียบวินัยอย่างมากทีเดียว

สมมุติว่ามีชายคนหนึ่งที่ไม่ได้ดำเนินชีวิตตามพระคำของพระเจ้าถ้า
ชายคนนั้นทูลพระเจ้าว่า "ข้าแต่พระเจ้า ขอโปรดอนุญาตให้ข้าพระองค์เป็น
หัวหน้าของกลุ่มธุรกิจที่โดดเด่นที่สุดในประเทศนี้ด้วยเถิด" หรือ "ข้าพระองค์
เกลียดชายคนนั้น ขอโปรดลงโทษเขาด้วยเถิด" และถ้าคำอธิษฐานและความ
ต้องการของชายคนนี้ได้รับคำตอบ โลกจะมีสภาพอย่างไร

### ความเชื่อฝ่ายวิญญาณและการเชื่อฟัง

ท่านจะมีความเชื่อฝ่ายวิญญาณได้อย่างไร พระเจ้าไม่ได้ประทานความเชื่อ
ฝ่ายวิญญาณให้กับทุกคน แต่พระองค์ทรงมอบให้กับผู้คนที่มีคุณสมบัติด้วย
การเชื่อฟังพระคำของพระองค์เท่านั้น ท่านจะได้รับความเชื่อฝ่ายวิญญาณเมื่อ
ท่านจัดการกับความไม่ถูกต้องต่าง ๆ เช่น การเกลียดชัง การโต้เถียง การอิจฉา
การล่วงประเวณีและความบาปอย่างอื่นภายในตัวท่านให้หมดไปและเมื่อท่าน
รักศัตรูของท่าน

ในพระคัมภีร์พระเยซูทรงชมเชยบางคน โดยตรัสว่า "ท่านมีความเชื่อมาก" แต่ทรงตำหนิบางคน โดยตรัสว่า "ท่านช่างมีความเชื่อน้อยเหลือเกิน"

ยกตัวอย่าง ในมัทธิว 15:21-28 หญิงชาวคานาอันคนหนึ่งมาหาพระเยซูเพื่อ ขอให้พระองค์รักษาลูกสาวของเธอที่ถูกผีเข้าสิง เธอทูลพระองค์ว่า *"พระองค์ ผู้ทรงเป็นบุตรดาวิดเจ้าข้า ขอทรงโปรดเมตตาข้าพระองค์เถิด ลูกสาวของข้า พระองค์มีผีสิงอยู่เป็นทุกข์ลำบากยิ่งนัก"* (ข้อ 22)

แต่พระเยซูต้องการที่จะทดสอบความเชื่อของเธอจึงตรัสตอบเธอว่า *"เรา มิได้รับใช้มาหาผู้ใดเว้นแต่แกะหลงของวงศ์วานอิสราเอล"* (ข้อ 24) ผู้หญิงคน นั้นจึงคุกเข่าลงต่อพระพักตร์พระเยซูทูลว่า *"พระองค์เจ้าข้า ขอทรงโปรดช่วย ข้าพระองค์เถิด"* (ข้อ 25) พระเยซูทรงปฏิเสธอีกครั้งหนึ่งตรัสว่า *"ซึ่งจะเอา อาหารของลูกโยนให้แก่สุนัขก็ไม่ควร"* (ข้อ 26) พระองค์ตรัสเช่นนั้นก็เพราะ ชาวยิวในสมัยของพระเยซูถือว่าคนต่างชาติเป็นเหมือนสุนัขและผู้หญิงคนนี้ เป็นชาวต่างชาติซึ่งมาจากเขตเมืองไทระ

ในสถานการณ์เช่นนี้ ผู้คนส่วนมากคงรู้สึกอับอาย ท้อใจ หรือไม่พอใจ และคงไม่พยายามรอรับคำตอบแต่ผู้หญิงคนนี้กลับไม่รู้สึกผิดหวังและเธอ น้อมรับเอาถ้อยคำของพระเยซูด้วยความถ่อมใจ เธอถ่อมตัวลงเป็นผู้เล็กน้อย ซึ่งต่ำต้อยเหมือนสุนัขและทูลขอพระคุณของพระองค์อย่างไม่ย่อท้อว่า *"จริง เจ้าข้า แต่สุนัขนั้นย่อมกินเดนที่ตกจากโต๊ะนายของมัน"* (ข้อ 27) จากคำตอบ นี้พระเยซูทรงพอพระทัยกับความเชื่อของเธอตรัสว่า *"หญิงเอ๋ย ความเชื่อของ เจ้าก็มาก ให้เป็นไปตามความปรารถนาของท่านเถิด"* (ข้อ 28)

นอกจากนั้น ในมัทธิว 17:14-20 เราเห็นพระเยซูทรงตำหนิสาวกของ พระองค์ที่พวกเขามีความเชื่อน้อย มีชายคนหนึ่งพาลูกชายของตนที่ป่วยเป็น โรคลมบ้าหมูมาหาสาวกของพระเยซู แต่สาวกเหล่านั้นไม่สามารถรักษาเด็ก คนนั้นให้หายได้ หลังจากนั้น ชายคนนี้จึงนำลูกชายของตนไปหาพระเยซูและ

พระองค์ทรงขับผีออกจากเด็กชายคนนั้นทันทีและเด็กก็หายเป็นปกติ หลังจาก
พระเยซูทรงรักษาเด็กชายคนนั้นแล้ว  สาวกของพระองค์มาหาพระองค์ทูลว่า
*"เหตุไฉนพวกข้าพระองค์ขับผีนั้นออกไม่ได้"* (ข้อ 19) พระองค์ตรัสตอบว่า
*"เพราะเหตุพวกท่านมีความเชื่อน้อย"* (ข้อ 20)

พระเยซูทรงตำหนิเปโตรในมัทธิว 14:22-33 เช่นกัน คืนวันหนึ่ง สาวก
ของพระองค์อยู่ในเรือที่อยู่กลางทะเลซึ่งถูกคลื่นซัดจนโคลงเคลงและพระ
เยซูทรงดำเนินบนน้ำทะเลไปยังเหล่าสาวกเมื่อเหล่าสาวกเห็นก็ตกใจกลัวและ
*"ร้องอึงไปเพราะกลัวคิดว่าเป็นผี"* (ข้อ 26) ในทันใดนั้นพระเยซูตรัสกับเขาว่า
*"ทำใจให้ดีไว้เถิด เรานเอง อย่ากลัวเลย"* (ข้อ 27)

เปโตรเกิดความกล้าขึ้นมาและทูลพระองค์ว่า  *"พระองค์เจ้าข้า  ถ้าเป็น
พระองค์แน่แล้ว  ขอทรงโปรดบอกให้ข้าพระองค์เดินบนน้ำไปหาพระองค์"*
(ข้อ 28) พระเยซูตรัสว่า "มาเถิด" ซึ่งเป็นคำตอบที่เปโตรอยากได้ยิน เปโตรก้า
วออกจากเรือ เดินบนน้ำเพื่อไปหาพระเยซู แต่เมื่อเขาเห็นลมพัดแรงเปโตรก็
เกิดความกลัวและเมื่อกำลังจะจมลงเปโตรจึงร้องว่า  *"พระองค์เจ้าข้า  ช่วยข้า
พระองค์ด้วย"* (ข้อ 30) ทันใดนั้นพระเยซูจึงเอื้อมพระหัตถ์จับเขาไว้แล้วตรัส
ว่า *"ท่านสงสัยทำไม ท่านช่างมีความเชื่อน้อยเสียจริง"* (ข้อ 31)

เปโตรถูกตำหนิเพราะท่านมีความเชื่อน้อยในเวลานั้นแต่หลังจากท่านได้
รับพระวิญญาณบริสุทธิ์และฤทธิ์อำนาจของพระเจ้าเปโตรสามารถทำการ
อัศจรรย์ในพระนามขององค์พระผู้เป็นเจ้าและด้วยความเชื่ออันยิ่งใหญ่ของ
ท่านเปโตรจึงถูกตรึงหัวกลับเพื่อองค์พระผู้เป็นเจ้า

## 2. ความเชื่อขนาดต่าง ๆ ของแต่ละบุคคล

ในพระคัมภีร์มีคำอุปมาหลายเรื่องที่อธิบายถึงขนาดของความเชื่อ 1 ยอห์น
2 อธิบายถึงขนาดของความเชื่อโดยเปรียบเทียบกับการเจริญเติบโตของมนุษย์

เอเสเคียล 47:3-5 อธิบายถึงขนาดของความเชื่อโดยเปรียบเทียบกับความลึกของน้ำ

*ชายผู้นั้นได้เดินไปทางตะวันออกมีเชือกวัดอยู่ในมือท่านได้หนึ่งพันศอก แล้วนำข้าพเจ้าลุยน้ำไปและน้ำลึกเพียงตาตุ่ม แล้วท่านก็วัดได้อีกหนึ่งพัน แล้วนำข้าพเจ้าลุยน้ำไปและน้ำลึกถึงเข่า แล้วท่านก็วัดได้อีกหนึ่งพัน แล้วนำข้าพเจ้าลุยน้ำไป น้ำนั้นลึกเพียงเอว แล้วท่านก็วัดได้อีกหนึ่งพันและกลายเป็นแม่น้ำที่ข้าพเจ้าลุยข้ามไม่ได้เพราะน้ำนั้นขึ้นแล้วลึกพอที่จะว่ายได้ เป็นแม่น้ำที่ลุยข้ามไม่ได้*

หนังสือเอเสเคียลเป็นหนึ่งในหนังสือผู้พยากรณ์ห้าเล่มหลักของพระคัมภีร์เดิมพระเจ้าทรงให้เอเสเคียลบันทึกคำพยากรณ์ไว้เมื่อยูดาห์ซึ่งเป็นอาณาจักรใต้ถูกทำลายโดยบาบิโลนและชาวยิวจำนวนมากถูกจับไปเป็นเชลยสงคราม เอเสเคียล 40 เป็นต้นไปบรรยายถึงพระวิหารซึ่งเอเสเคียลมองเห็นในนิมิต

ในเอเสเคียล 47 ผู้พยากรณ์บันทึกถึงนิมิตที่ท่านมองเห็นเกี่ยวกับน้ำที่ไหลออกมาจากใต้ธรณีประตูพระวิหารทางทิศตะวันออกน้ำไหลลงมาจากด้านล่างทางด้านทิศใต้ของพระวิหารซึ่งอยู่ด้านทิศใต้ของแท่นบูชา จากนั้น น้ำนั้นไหลออกไปผ่านประตูทางด้านทิศเหนือ และน้ำไหลออกมาจากพระวิหารอ้อมไปภายนอกถึงประตูชั้นนอกซึ่งหันหน้าไปทางตะวันออก

“น้ำ” ในที่นี้เป็นสัญลักษณ์ของพระคำของพระเจ้า (ยอห์น 4:14) การที่น้ำไหลผ่านและไหลอ้อมพระวิหารและไหลออกไปภายนอกพระวิหารดังกล่าวบ่งชี้ว่าพระคำของพระเจ้าไม่เพียงแต่จะถูกประกาศอยู่ในพระวิหารเท่านั้นแต่ยังต้องถูกประกาศออกไปทั่วโลกด้วยเช่นกัน

การที่เอเสเคียลระบุว่า “ชายผู้นั้นได้เดินไปทางตะวันออกมีเชือกวัดอยู่ในมือท่านวัดได้หนึ่งพันศอก” นั้นท่านหมายถึงอะไร ข้อความนี้หมายถึงการที่องค์พระผู้เป็นเจ้าทรงวัดความเชื่อของแต่ละบุคคลและการพิพากษาแต่ละ

บุคคลตามขนาดแห่งความเชื่อของเขาในวันพิพากษา

"ชายผู้นั้น...มีเชือกวัดอยู่ในมือ"      หมายถึงผู้รับใช้ขององค์พระผู้เป็นเจ้า
และการ "วัด" ด้วยเชือกหมายถึงการที่องค์พระผู้เป็นเจ้าทรงวัดความเชื่อของ
แต่ละบุคคลอย่างแม่นยำและไม่มีข้อผิดพลาด  ดังนั้น  การเปลี่ยนแปลงของ
ความลึกของน้ำจึงเป็นสัญลักษณ์ของขนาดแห่งความเชื่อของแต่ละบุคคลใน
ระดับต่าง ๆ

## ตามขนาดความลึกของน้ำ

"น้ำลึกเพียงตาตุ่ม"      แสดงถึงความเชื่อของเด็กทารกฝ่ายวิญญาณซึ่งเป็น
ขนาดแห่งความเชื่อที่ช่วยให้ท่านได้รับความรอดอย่างหวุดหวิดเมื่อนำเอา
ขนาดแห่งความเชื่อนี้มาเปรียบเทียบกับความสูงของมนุษย์ความเชื่อระดับ
นี้สูงเท่ากับความสูงของตาตุ่ม "น้ำลึกถึงเข่า" หมายถึงความเชื่อของลูก และ
"น้ำลึกเพียงเอว" หมายถึงความเชื่อของคนหนุ่ม สุดท้าย "น้ำลึกพอที่จะว่าย
ได้" หมายถึงความเชื่อของบิดา

พระเจ้าจะทรงวัดความเชื่อของแต่ละคนในวันพิพากษาด้วยวิธีการนี้และ
ที่อยู่ในแผ่นดินสวรรค์ของแต่ละคนจะถูกกำหนดโดยองค์พระผู้เป็นเจ้าตาม
ขนาดแห่งการดำเนินชีวิตด้วยพระคำของพระเจ้าในชีวิตนี้ของบุคคลนั้น

"วัดได้หนึ่งพันศอก" บ่งชี้ถึงพระทัยอันยิ่งใหญ่ของพระเจ้า ความถูกต้อง
แม่นยำโดยไม่มีข้อผิดพลาดของพระองค์และความลึกแห่งพระทัยของพระเจ้า
ที่ให้ความสำคัญกับทุกสิ่งทุกอย่างพระเจ้าไม่ได้วัดความเชื่อของแต่ละคนจาก
มุมมองเดียว แต่ทรงวัดจากทุกแง่มุม พระเจ้าทรงสำรวจการกระทำทุกอย่าง
และศูนย์กลางแห่งจิตใจของเราอย่างถูกต้องแม่นยำเพื่อไม่ให้มีใครรู้สึกว่า
ตนเองลงโทษอย่างไม่เป็นธรรม

ดังนั้นพระเจ้าทรงสำรวจสิ่งสารพัดด้วยด้วยพระเนตรอันลุกโพลงของ

พระองค์และทำให้แต่ละคนเก็บเกี่ยวสิ่งที่ตนหว่านและให้บำเหน็จรางวัลแก่เขาตามสิ่งที่เขาได้กระทำ เพราะเหตุนี้ โรม 12:3 จึงกล่าวว่า *"ข้าพเจ้าขอกล่าวแก่ท่านทั้งหลายทุกคนโดยพระคุณซึ่งทรงประทานแก่ข้าพเจ้าว่าอย่าคิดถือตัวเกินที่ตนควรจะคิดนั้น แต่จงคิดให้ถ่อมสุขุมสมกับขนาดแห่งความเชื่อที่พระเจ้าได้ทรงโปรดประทานแก่ท่าน"*

## คิดอย่างฉลาดตามขนาดแห่งความเชื่อของท่าน

การเดินอยู่ในน้ำที่ลึกเพียงตาตุ่มให้ความรู้สึกที่ค่อนข้างแตกต่างจากการเดินอยู่ในน้ำที่ลึกเพียงเอวเมื่อท่านอยู่ในน้ำที่ลึกเพียงตาตุ่มท่านอาจคิดจะเดินหรือวิ่งเพราะท่านว่ายไม่ได้ แต่เมื่อท่านอยู่ในน้ำที่ลึกเพียงเอวท่านจะว่ายมากกว่าที่จะเดิน

ในทำนองเดียวกันผู้คนที่มีความเชื่อของบุตรจะคิดแตกต่างไปจากผู้คนที่มีความเชื่อของบิดา ความคิดของมนุษย์แตกต่างกันเหมือนที่น้ำมีความลึกที่แตกต่างกัน ดังนั้น จึงเป็นสิ่งสมควรที่ท่านจะคิดอย่างฉลาดตามขนาดแห่งความเชื่อของตน

อับราฮัมได้อิสอัคมาในฐานะบุตรแห่งพันธสัญญาหลังจากที่พระเจ้าทรงเห็นถึงความเชื่อของท่าน วันหนึ่ง พระเจ้าทรงบัญชาให้อับราฮัมถวายอิสอัคบุตรชายคนเดียวของท่านเป็นเครื่องเผาบูชา อับราฮัมคิดอย่างไรกับคำบัญชาของพระเจ้า ท่านไม่ได้คิดอย่างปวดร้าวว่า "ทำไมพระเจ้าจึงบัญชาให้เราถวายอิสอัคเป็นเครื่องเผาบูชาในเมื่อพระองค์เป็นผู้ประทานอิสอัคให้เป็นบุตรแห่งพันธสัญญาแก่เรา พระเจ้าจะผิดสัญญาของพระองค์กระนั้นหรือ"

ฮีบรู 11 บอกให้เราทราบว่าอับราฮัมคิดอย่างฉลาดเกี่ยวกับคำบัญชาของพระเจ้า ท่านคิดว่า "พระเจ้าไม่เคยโกหก พระองค์จะทำให้ลูกชายของเราเป็นขึ้นมาจากความตาย" อับราฮัมไม่ได้คิดถึงตัวท่านเองสูงกว่าที่ท่านเป็น ตรงกันข้าม ท่านคิดถึงตัวท่านตามขนาดแห่งความเชื่อที่พระเจ้าทรงประทานแก่ท่าน

อับราฮัมไม่ได้บ่นหรือคร่ำครวญ แต่ท่านเชื่อฟังพระเจ้าด้วยใจถ่อม ผลก็
คือท่านได้รับการรับรองและเป็นที่โปรดปรานจากพระเจ้ามากยิ่งขึ้น อับราฮัม
กลายเป็นบิดาแห่งความเชื่อ

ท่านต้องเข้าใจว่าอับราฮัมได้รับการประกาศให้เป็นผู้มีความเชื่อฝ่าย
วิญญาณและถูกนำเข้าสู่เส้นทางแห่งพระพรก็โดยผ่านการทดลองที่รุนแรง
และหนักหน่วง  ท่านสามารถรับเอาความรักและพระพรของพระเจ้าเมื่อท่าน
ผ่านพ้นการทดลองที่รุนแรงโดยการคิดถึงตนเองอย่างฉลาดตามขนาดแห่ง
ความเชื่อของท่าน

## 3. ขนาดแห่งความเชื่อที่ถูกทดสอบด้วยไฟ

1  โครินธ์  3:12-15  บอกเราว่าพระเจ้าทรงทดสอบความเชื่อของแต่ละ
บุคคลด้วยไฟและวัดการงานที่คงอยู่หลังจากนั้น

> บนรากฐานนั้นถ้าผู้ใดจะก่อขึ้นด้วยทองคำ เงิน เพชรพลอย ไม้
> หญ้าแห้งหรือฟาง การงานของแต่ละคนก็จะได้ปรากฏให้เห็นเพราะ
> วันเวลาจะให้เห็นได้ชัดเจน เพราะว่าจะเห็นชัดได้ด้วยไฟ ไฟนั้นจะ
> พิสูจน์ให้เห็นการงานของแต่ละคนว่าเป็นอย่างไร ถ้าการงานของผู้ใด
> ที่ก่อขึ้นทนอยู่ได้ ผู้นั้นก็จะได้ค่าตอบแทน ถ้าการงานของผู้ใดถูกเผา
> ไหม้ไป ผู้นั้นก็จะขาดค่าตอบแทนแต่ตัวเขาจะรอดแต่เหมือนดังรอด
> จากไฟ

คำว่า "รากฐาน" ในที่นี้หมายถึงพระเยซูคริสต์ และคำว่า "การงาน" แสดง
ถึงสิ่งที่กระทำขึ้นด้วยความพยายามอย่างสุดหัวใจถ้าผู้ใดเชื่อในพระเยซูคริสต์
การงานของเขาก็จะถูกเปิดเผยให้เห็น "เพราะวันเวลาจะให้เห็นได้ชัดเจน"

## การงานจะปรากฏให้เห็นเมื่อใด

ประการแรก การงานของแต่ละบุคคลจะปรากฏให้เห็นเมื่อหน้าที่ของเขา
สิ้นสุดลง ถ้าบุคคลนั้นได้รับมอบหมายหน้าที่เป็นรายปี การงานของเขาก็จะ
ปรากฏให้เห็นในช่วงสิ้นปี

ประการที่สองพระเจ้าทรงทดสอบการงานของแต่ละบุคคลเมื่อการ
ทดลองด้วยไฟเกิดขึ้นกับเขาบางคนมีความสงบนิ่งโดยไม่แปรเปลี่ยนเมื่อ
เผชิญหน้ากับการทดลองอันหนักหน่วงและความยากลำบากที่รุนแรง ในขณะ
ที่บางคนไม่สามารถทนอยู่ได้

ประการสุดท้าย พระเจ้าทรงทดสอบการงานของแต่ละคนในวันพิพากษา
ซึ่งจะเกิดขึ้นหลังจากการเสด็จมาครั้งที่สองของพระเยซูคริสต์    พระองค์จะ
ทรงวัดความบริสุทธิ์และความซื่อสัตย์ของแต่ละคนและทรงมอบที่อยู่และ
รางวัลให้กับเขาตามขนาดของความบริสุทธิ์และความสัตย์ซื่อของเขา

## การงานที่คงอยู่หลังจากการทดสอบด้วยไฟ

1 โครินธ์ 3:12-13 เตือนเราอีกครั้งหนึ่งว่า *"บนรากฐานนั้นถ้าผู้ใดจะก่อ
ขึ้นด้วยทองคำ เงิน เพชรพลอย ไม้ หญ้าแห้งหรือฟาง การงานของแต่ละคน
ก็จะได้ปรากฏให้เห็นเพราะวันเวลาจะให้เห็นได้ชัดเจน เพราะว่าจะเห็นชัดได้
ด้วยไฟ ไฟนั้นจะพิสูจน์ให้เห็นการงานของแต่ละคนว่าเป็นอย่างไร"*

ถ้าพระเจ้าทดสอบการงานของแต่ละคนด้วยไฟ คุณภาพของการงานของ
แต่ละคนก็จะอยู่ในสภาพของความเชื่อแบบทองคำ เงิน เพชรพลอย ไม้ หญ้า
หรือฟาง หลังจากการทดสอบของพระเจ้า ผู้คนที่มีความเชื่อแบบทองคำ เงิน
เพชรพลอย ไม้ หรือหญ้าจะเข้าสู่ความรอด แต่ผู้คนที่มีความเชื่อแบบฟางจะ
ไม่รอดเพราะคนเหล่านี้ตายแล้วในฝ่ายวิญญาณ

ยิ่งกว่านั้น ผู้คนที่มีความเชื่อแบบทองคำ เงิน หรือเพชรพลอยจะมีชัยชนะ

เหนือการทดลองที่รุนแรงเพราะไฟไม่อาจเผาผลาญทองคำ เงิน หรือเพชร
พลอยได้แต่ผู้คนที่มีความเชื่อแบบไม้หรือหญ้าจะไม่สามารถเอาชนะการ
ทดลองที่รุนแรงเหล่านั้นได้ง่าย ๆ

## คุณสมบัติของทองคำ เงิน และเพชรพลอย

ทองคำเป็นธาตุเหล็กสีเหลืองที่สามารถดัดแปลงและหลอมได้และใช้กับ
การทำเหรียญตรา เครื่องเพชร เครื่องประดับ หรืองานฝีมือพิเศษ ทองคำถือ
เป็นสิ่งประดับที่มีคุณค่ามากที่สุดมาโดยตลอด ความสดใสเจิดจ้าอันงดงาม
ของทองคำไม่เปลี่ยนแปลงแม้หลังจากเวลาอันยาวนานเพราะสสารชนิดอื่น
ไม่สามารถทำปฏิกิริยาทางเคมีกับทองคำได้
ดังนั้น ผู้คนจึงเห็นว่าทองคำเป็นเครื่องประดับที่มีคุณค่ามากที่สุดเพราะ
ทองคำไม่เปลี่ยน แปลง ทองคำมีประโยชน์ในทุกด้าน และทองคำมีความ
ยืดหยุ่นมากพอที่จะแปรสภาพเป็นรูปพรรณอื่นใดก็ได้
เพชรพลอย อย่างเช่น เพชร นิล หรือมรกตมีสีที่งดงามและเจิดจ้า แต่ไม่
สามารถนำไปใช้เพื่อวัตถุประสงค์ที่หลากหลายได้ นอกจากนั้น เพชรพลอย
เหล่านี้จะสูญเสียคุณค่าของตนไปเมื่อวัตถุเหล่านี้แตกหรือมีรอยขีดข่วน
ด้วยเหตุนี้ พระเจ้าจึงทรงวัดความเชื่อของแต่ละคนในรูปแบบของทองคำ
เงิน เพชรพลอย ไม้ หญ้าแห้ง หรือฟางตามสภาพของการงานที่คงอยู่หลังจาก
ถูกทดลองด้วยไฟและพระองค์ทรงเห็นว่าความเชื่ออย่างทองคำเป็นสิ่งที่มี
คุณค่ามากที่สุด

## การมีความเชื่ออย่างทองคำ

ในด้านหนึ่ง ผู้คนที่มีความเชื่อเหมือนทองคำไม่หวั่นไหวแม้จะเผชิญกับ
การทดลองอย่างหนักความเชื่อแบบเงินไม่แข็งแกร่งเท่ากับความเชื่อแบบ

ทองคำ แต่เป็นสิ่งที่มีคุณค่ามากกว่าเพชรพลอยซึ่งจะแตกสลายเมื่อถูกเผาด้วย
ไฟ ในอีกด้านหนึ่ง ผู้คนที่มีความเชื่อแบบไม้หรือหญ้าแห้ง (ซึ่งการงานของ
คนเหล่านี้ถูกเผาไหม้ไปด้วยไฟแห่งการทดสอบของพระเจ้า) จะได้รับความ
รอดอย่างหวุดหวิดโดยไม่มีบำเหน็จรางวัล พระเจ้าทรงตอบแทนทุกคนตาม
สิ่งที่เขาได้กระทำเพราะพระองค์ทรงยุติธรรมและชอบธรรม ดังนั้น พระองค์
จึงทรงยอมรับผู้คนที่มีความเชื่อโดยไม่เปลี่ยนแปลง(เหมือนทองคำที่ไม่
เปลี่ยนแปลง) และทรงให้บำเหน็จรางวัลแก่คนเหล่านั้นทั้งในสวรรค์และใน
แผ่นดินโลก

อัครทูตเปาโลที่อุทิศตนเองให้กับการเป็นอัครทูตเพื่อคนต่างชาติได้
ประกาศพระกิตติคุณด้วยจิตใจที่ไม่เปลี่ยนแปลงและวิ่งแข่งในเรื่องความเชื่อ
ไปจนถึงวาระสุดท้ายแม้ท่านต้องเผชิญกับการทดลองและความยากลำบาก
แทบนับไม่ถ้วนนับจากครั้งแรกที่ท่านพบกับองค์พระผู้เป็นเจ้า

กิจการ 16:25 บอกเราว่า *"ประมาณเที่ยงคืน เปาโลกับสิลาสก็อธิษฐาน
และร้องเพลงสรรเสริญพระเจ้า นักโทษทั้งหลายในคุกก็ฟังอยู่"* เพราะเห็น
แก่การประกาศพระกิตติคุณ เปาโลและสิลาสถูกเฆี่ยนตีอย่างทารุณและถูกใส่
โซ่ตรวนจองจำไว้ในคุก แต่คนเหล่านี้กลับร้องเพลงสรรเสริญพระเจ้าในคำ
อธิษฐานโดยไม่ปริปากบ่น

เปาโลไม่เคยปฏิเสธองค์พระผู้เป็นเจ้าจนวาระสุดท้ายของชีวิตและท่าน
ไม่เคยมีคำบ่นต่อว่าออกมาจากปากของท่าน เปาโลชื่นชมยินดีและขอบคุณ
พระเจ้าด้วยจิตใจที่เต็มล้นด้วยความหวังสำหรับแผ่นดินสวรรค์อยู่เสมอ
และท่านมีความสัตย์ซื่อในพระราชกิจขององค์พระผู้เป็นเจ้าจนท่านพร้อมที่
จะสละชีวิตของตน

ถ้าท่านมีความเชื่ออย่างทองคำเหมือนความเชื่อของอัครทูตเปาโล ท่านจะ
ได้อยู่ในสถานที่อันรุ่งเรืองสุกใสเหมือนดวงอาทิตย์ในสรวงสวรรค์เช่นกัน
และได้รับความรักอันยิ่งใหญ่ของพระเจ้าเพราะไฟไม่อาจเผาผลาญการงาน
ของท่านให้มอดไหม้ไปได้

## ความเชื่ออย่างไม้และหญ้าแห้ง

ผู้คนที่มีความเชื่ออย่างเงินบรรลุหน้าที่ของตนตามที่เขาควรกระทำแม้ว่า
ความเชื่อของคนเหล่านี้จะด้อยกว่าความเชื่ออย่างทองคำ  ความเชื่ออย่างเพชร
พลอยมีลักษณะอย่างไร
　　ผู้คนที่มีความเชื่ออย่างเพชรพลอยจะกล่าวว่า  "ข้าพเจ้าจะสัตย์ซื่อต่อองค์
พระผู้เป็นเจ้า  ข้าพเจ้าจะประกาศพระกิตติคุณอย่างสุดหัวใจ"  ภายหลังที่คน
เหล่านี้ได้รับการรักษาให้หายจากโรคภัยไข้เจ็บของตนหรือเต็มล้นด้วยพระ
วิญญาณบริสุทธิ์ เมื่อคำอธิษฐานของคนเหล่านี้ได้รับคำตอบ เขาจะประกาศว่า
"นับจากนี้เป็นต้นไป  ข้าพเจ้าดำเนินชีวิตเพื่อพระเจ้า" ถ้าดูจากภายนอกผู้คน
ที่มีความเชื่ออย่างเพชรพลอยดูเหมือนจะมีความเชื่ออย่างทองคำ  แต่คนเหล่า
นี้สะดุดล้มลงหรือหลงหายไปในการทดลองที่รุนแรงเพราะเขาไม่มีความ
เชื่ออย่างทองคำ  คนเหล่านี้ดูเหมือนจะมีความเชื่อมากเมื่อเขาเต็มล้นด้วยพระ
วิญญาณบริสุทธิ์  แต่คนเหล่านี้หันไปจากความเชื่อและในบั้นปลายจิตใจของ
เขาแตกออกเป็นเสี่ยง ๆ เสมือนหนึ่งว่าเขาไม่มีความเชื่ออยู่เลย

　　กล่าวคือ  ความเชื่ออย่างเพชรพลอยมีลักษณะที่งดงามในชั่วขณะหนึ่ง  แต่
การงานของความเชื่ออย่างเพชรพลอยยังคงอยู่หลังจากการทดลองที่รุนแรง
เหมือนดังเพชรพลอยที่ยังคงรักษารูปลักษณ์เอาไว้เมื่ออยู่ในไฟ
　　แต่การงานของความเชื่ออย่างไม้และหญ้าแห้งจะถูกเผาเป็นจุนหลังจาก
การทดลองที่รุนแรง 1 โครินธ์ 3:14-15 บอกเราอีกครั้งหนึ่งว่า "ถ้าการงานของ
ผู้ใดที่ก่อขึ้นทนอยู่ได้ ผู้นั้นก็จะได้ค่าตอบแทน ถ้าการงานของผู้ใดถูกเผาไหม้
ไป ผู้นั้นก็จะขาดค่าตอบแทนแต่ตัวเขาจะรอดแต่เหมือนดังรอดจากไฟ"
　　เป็นความจริงที่ว่าผู้คนที่มีความเชื่ออย่างทองคำ  เงิน  หรือเพชรพลอยได้
รับความรอดและได้รับบำเหน็จรางวัลในสวรรค์เพราะการงานแห่งความเชื่อ
ของคนเหล่านี้ทนอยู่ได้หลังจากการทดสอบด้วยไฟของพระเจ้า  แต่การงาน

ของผู้คนที่มีความเชื่ออย่างไม้หรือหญ้าแห้งจะถูกเผาเป็นจุนโดยการทดลองที่
รุนแรงและคนเหล่านี้จะรอดอย่างหวุดหวิด  แต่เขาจะไม่ได้รับบำเหน็จรางวัล
ในสวรรค์

        พระเจ้าทรงยอมรับความเชื่อของท่านด้วยความยินดีและประทานบำเหน็จ
รางวัลแก่ท่านอย่างบริบูรณ์เมื่อท่านแสวงหาพระองค์อย่างกระตือรือร้น
ฮีบรู 11:6บอกเราว่า*"แต่ถ้าไม่มีความเชื่อแล้วจะเป็นที่พอพระทัยของพระเจ้า
ก็ไม่ได้เลย   เพราะว่าผู้ที่จะมาเฝ้าพระเจ้าได้นั้นต้องเชื่อว่าพระองค์ทรงดำรง
พระชนม์อยู่และพระองค์ทรงเป็นผู้ประทานบำเหน็จให้แก่ทุกคนที่แสวงหา
พระองค์"*

        พระองค์ทรงวัดความเชื่อของแต่ละบุคคลโดยการทดสอบด้วยไฟ
นอกจากนั้นพระเจ้ายังประทานพระพรบนโลกนี้และบำเหน็จรางวัลใน
สวรรค์แก่ทุกคนที่มีความเชื่ออย่างหนักแน่นมั่นคงเหมือนทองคำด้วยเช่นกัน
        ด้วยเหตุนี้   ท่านต้องเข้าใจว่ามีพระพรและคำตอบหลายอย่างของพระเจ้า
และพระองค์ทรงมีที่อยู่และมงกุฎที่แตกต่างกันในสวรรค์ตามขนาดแห่งความ
เชื่อของแต่ละบุคคล
        ขอให้ท่านมุ่งมั่นที่จะมีความเชื่ออย่างทองคำซึ่งเป็นที่พอพระทัยพระเจ้า
เพื่อท่านจะได้ชื่นชมกับพระพรในทุกด้านบนโลกนี้และอยู่ในสถานที่อัน
สุกใสรุ่งเรืองเหมือนดวงอาทิตย์ในสวรรค์   ข้าพเจ้าอธิษฐานในพระนามของ
พระองค์พระผู้เป็นเจ้าของเรา

บทที่ 4

# ความเชื่อที่ได้รับความรอด

1
ความเชื่อระดับที่หนึ่ง

4

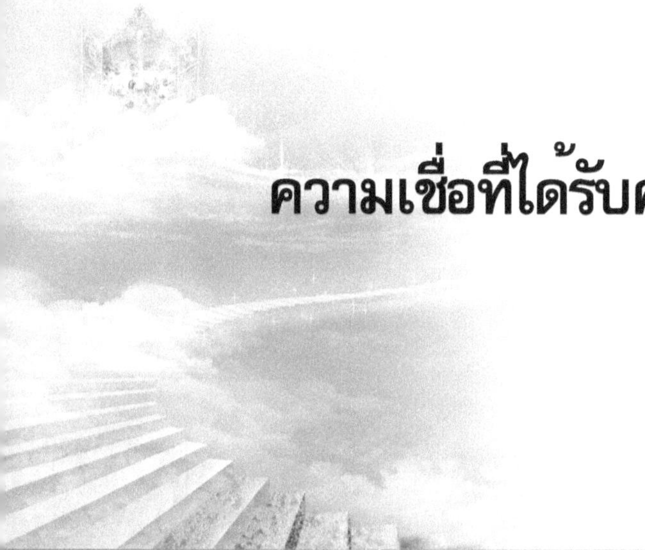

เปโตรจึงกล่าวแก่เขาว่า "จงกลับใจใหม่และรับบัพติศ
มาในพระนามแห่งพระเยซูคริสต์สิ้นทุกคน เพื่อพระเจ้า
จะทรงยกความผิดบาปของท่านเสีย แล้วท่านจะได้รับ
พระราชทานพระวิญญาณบริสุทธิ์ ด้วยว่าพระสัญญานั้น
ตกแก่ท่านทั้งหลายกับลูกหลานของท่านด้วยและแก่คน
ทั้งหลายที่อยู่ไกล คือทุกคนที่องค์พระผู้เป็นเจ้าของเรา
ทรงเรียกมาเฝ้าพระองค์" (กิจการ 2:38-39)

ในบทที่แล้ว ข้าพเจ้าค้นพบว่าพระเจ้าทรงยอมรับความเชื่อฝ่ายวิญญาณที่มาพร้อมกับการประพฤติแต่ละคนมีขนาดแห่งความเชื่อฝ่ายวิญญาณที่แตกต่างกัน และความเชื่อเจริญเติบโตขึ้นตามการเชื่อฟังพระคำของพระเจ้าของแต่ละบุคคล

ขนาดแห่งความเชื่อจะถูกจำแนกออกเป็น 5 ระดับ ได้แก่ ความเชื่ออย่างทองคำ ความเชื่ออย่างเงิน ความเชื่ออย่างเพชรพลอย ความเชื่ออย่างไม้ และความเชื่ออย่างหญ้าแห้ง ความเชื่อของท่านจะเติบโตขึ้นเหมือนกับการเดินขึ้นบันไดที่ละขั้นเมื่อท่านรับฟังพระคำของพระเจ้าและเชื่อฟังพระคำนั้นโดยเริ่มจากความเชื่ออย่างหญ้าแห้งไปจนถึงความเชื่ออย่างทองคำ

เพราะท่านจะไปสวรรค์ได้โดยความเชื่อเท่านั้นดังนั้นการที่ท่านจะยึดครองเอาแผ่นดินสวรรค์ไว้ได้นั้นท่านต้องเพิ่มพูนความเชื่อของท่านขึ้นทีละขั้นยิ่งกว่านั้นเมื่อท่านมีความเชื่ออย่างทองคำท่านจะรื้อฟื้นพระฉายาของพระเจ้าที่สูญหายไปขึ้นมาใหม่เป็นที่โปรดปราณและได้รับการรับรองจากพระเจ้าและในบั้นปลายท่านจะเข้าไปสู่นครเยรูซาเล็มใหม่ซึ่งเป็นที่ประดิษฐานของพระที่นั่งของพระเจ้านอกจากนี้ถ้าท่านมีความเชื่ออย่างทองคำ พระเจ้าจะพอพระทัยในตัวท่าน ดำเนินไปกับท่าน ตอบสนองตามความปรารถนาแห่งจิตใจของท่าน และอวยพระพรท่านให้ทำหมายสำคัญอันอัศจรรย์อย่างมากมาย

ด้วยเหตุนี้ ข้าพเจ้าจึงหวังว่าท่านจะวัดขนาดแห่งความเชื่อของท่านและมุ่ง
มั่นที่จะมีความเชื่ออย่างเต็มขนาดให้มากยิ่งขึ้น

## 1. ความเชื่อระดับที่หนึ่ง

ก่อนที่เราต้อนรับพระเยซูคริสต์เราเป็นลูกของมารและต้องตกนรกเพราะ
ชีวิตของเราอยู่ในความบาป ในเรื่องนี้ 1 ยอห์น 3:8 ระบุว่า *"ผู้ที่ทำบาปก็มา
จากมารเพราะว่ามารได้กระทำบาปตั้งแต่เริ่มแรกพระบุตรของพระเจ้าได้เสด็จ
มาปรากฏก็เพราะเหตุนี้ คือเพื่อทรงทำลายกิจการของมาร"*
ไม่ว่าท่านจะดูดีและดูไร้ตำหนิสักเพียงใดก็ตาม ท่านจะพบว่าตนเองอยู่ใน
ความมืดเพราะความชั่วร้ายที่ซ่อนเร้นอยู่ภายในท่านจะถูกเปิดเผยออกมาเมื่อ
แสงแห่งความจริงที่สมบูรณ์แบบของพระเจ้าสาดส่องมาเหนือท่าน

ครั้งหนึ่งข้าพเจ้าเคยคิดว่าตนเองเป็นคนดีและสูงส่งมากจนข้าพเจ้า
สามารถดำเนินชีวิตได้โดยไม่ต้องอาศัยกฎเกณฑ์   แต่เมื่อข้าพเจ้าต้อนรับองค์
พระผู้เป็นเจ้าและมองดูตนเองในกระจกแห่งพระคำของความจริง ข้าพเจ้าพบ
ว่าตนเองเป็นคนที่ชั่วร้าย การแสดงออกของข้าพเจ้า สิ่งที่ข้าพเจ้าพูดและฟัง
รวมทั้งสิ่งที่ข้าพเจ้าคิดล้วนต่อสู้กับพระคำของพระเจ้าทั้งสิ้น
พระเจ้าทรงบัญชาโยบในโยบ 1:8 ตรัสว่า *"เจ้าได้ไตร่ตรองดูโยบผู้รับใช้
ของเราหรือไม่ว่าในแผ่นดินโลกไม่มีใครเหมือนเขา   เป็นคนดีรอบคอบและ
เที่ยงธรรม เกรงกลัวพระเจ้าและหันเสียจากความชั่วร้าย"* ถึงกระนั้น โยบคน
เดียวกันซึ่งถือเป็นบุคคลที่ปราศจากตำหนิและชอบธรรมก็ยังกล่าวถ้อยคำ
แห่งความโศกเศร้าการบ่น หรือการคร่ำครวญเมื่อท่านทนทุกข์จากการทดลอง
ที่รุนแรง

ท่านกล่าวว่า "คำร้องทุกข์ของข้าก็ขมขื่นในวันนี้ด้วย มือของข้าก็หนัก
เพราะการร้องครางของข้า" (23:2) และ "พระเจ้าทรงพระชนม์อยู่แน่ฉันใดคือ
พระองค์ผู้ทรงนำความยุติธรรมอันควรตกแก่ข้าไปเสียและองค์ผู้ทรงมหิทธิ
ฤทธิ์ทรงพระชนม์อยู่แน่ฉันใดคือผู้ทรงทำใจข้าให้ขมขื่น" (27:2)
โยบเผชิญหน้ากับความชั่วร้ายและความน่ารังเกียจของตนในการทดลอง
ที่คุกคามชีวิตของท่านแม้ท่านได้รับการชมเชยว่าเป็นบุคคลที่ "ไร้ตำหนิและ
ชอบธรรม" แล้วใครจะกล่าวอ้างว่าตนไม่มีบาปในสายพระเนตรพระเจ้าผู้ทรง
เป็นความสว่างที่ไม่มีความมืดอยู่ในพระองค์

ในสายพระเนตรพระเจ้าความบาปทุกอย่างที่หลงเหลืออยู่ในจิตใจของท่าน
อย่างเช่น ความเกลียดชังหรือการอิจฉาริษยา รวมทั้งการกระทำบาปอื่น ๆ เช่น
การตบตีกัน การทะเลาะวิวาทกัน หรือการลักขโมย สิ่งเหล่านี้ถือเป็นความบาป
ทั้งสิ้น พระเจ้าตรัสกับเราอย่างชัดเจนเกี่ยวกับเรื่องนี้ใน 1 ยอห์น 1:8 ว่า "ถ้าเราจะ
ว่าเราทั้งหลายไม่มีบาป เราก็ลวงตนเองและสัจจะไม่ได้อยู่ในเราเลย"

## การยอมรับพระเยซูคริสต์

พระเจ้าแห่งความรักทรงส่งพระเยซูพระบุตรองค์เดียวของพระองค์มายัง
โลกนี้เพื่อไถ่เราจากความผิดบาปของเราพระเยซูทรงถูกตรึงและทรงหลั่งพระ
โลหิตประเสริฐซึ่งไร้มลทินและปราศจากตำหนิของพระองค์เพื่อเรา พระองค์
ทรงถูกปรับโทษเพื่อบาปของเรา แต่ในวันที่สามหลังจากได้ทรงทำลายพลัง
อำนาจของความตายพระองค์ทรงเป็นขึ้นมาจากความตาย สี่สิบวันหลังจาก
การคืนพระชนม์ของพระองค์พระเยซูทรงเสด็จขึ้นสู่สวรรค์ต่อหน้าต่อตา
เหล่าสาวกของพระองค์พร้อมทั้งทรงสัญญาว่าพระองค์จะเสด็จกลับมาอีกครั้ง
หนึ่งเพื่อรับเราไปอยู่สวรรค์ (กิจการ 1)
เวลานี้ท่านจะได้รับพระวิญญาณบริสุทธิ์เป็นของประทานและรับการ

ประทับตราให้เป็นบุตรของพระเจ้าเมื่อท่านเชื่อในหนทางแห่งความรอดและ
ยอมรับเอาพระเยซูคริสต์เป็นพระผู้ช่วยให้รอดในจิตใจของท่าน จากนั้น ท่าน
จะได้รับสิทธิในการเป็นบุตรของพระเจ้าตามที่สัญญาไว้ในยอห์น 1:12 ว่า
*"แต่ส่วนบรรดาผู้ที่ต้อนรับพระองค์ ผู้ที่เชื่อในพระนามของพระองค์ พระองค์
ก็ทรงประทานสิทธิให้เป็นบุตรของพระเจ้า"*

## สิทธิในการบุตรของพระเจ้า

สมมุติว่าเด็กทารกคนหนึ่งเกิดมา พ่อแม่ของเด็กจะแจ้งการเกิดของเด็กคน
นั้นกับที่ว่าการอำเภอหรือที่ทำการเขตและจดทะเบียนให้เด็กคนนั้นเป็นบุตร
ของตน ในทำนองเดียวกัน ถ้าท่านบังเกิดใหม่เป็นบุตรของพระเจ้า ชื่อของ
ท่านก็จะถูกจดบันทึกไว้ในหนังสือแห่งชีวิตในสวรรค์และท่านจะได้รับความ
เป็นพลเมืองสวรรค์

เมื่อท่านอยู่ในความเชื่อระดับที่หนึ่ง ท่านจึงเป็นบุตรของพระเจ้าด้วยการ
ยอมรับพระเยซูคริสต์และได้รับการยกโทษความบาปของท่าน (1 ยอห์น 2:12)
และเรียกพระเจ้าว่า "พระบิดา" (กาลาเทีย 4:6) นอกจากนั้น ท่านยังชื่นชมยินดี
กับความจริงที่ว่าท่านได้รับพระวิญญาณบริสุทธิ์ถึงแม้ท่านไม่รู้จักพระคำแห่ง
ความจริงของพระเจ้า และเมื่อท่านมองไปรอบข้างท่านจะสามารถสัมผัสถึง
การดำรงอยู่ของพระเจ้า

ดังนั้น เราจึงเรียกความเชื่อระดับที่หนึ่งว่า "ความเชื่อที่ได้รับความรอด"
หรือ "ความเชื่อที่ได้รับพระวิญญาณบริสุทธิ์" ความเชื่อนี้เทียบเท่ากับความ
เชื่อของเด็กทารกหรือหญ้าแห้งตามที่อธิบายไว้ก่อนหน้านี้

## 2. ท่านได้รับพระวิญญาณบริสุทธิ์หรือเปล่า

ในกิจการ 19:1-2 เปาโลอัครทูตเพื่อคนต่างชาติผู้ซึ่งอุทิศตนให้กับการ
ประกาศพระกิตติคุณได้พบกับสาวกบางคนที่เอเฟซัสและถามคนเหล่านั้นว่า
*"เมื่อท่านทั้งหลายเชื่อนั้น ท่านได้รับพระวิญญาณบริสุทธิ์หรือเปล่า"* สาวก
เหล่านั้นตอบว่า *"เปล่า เรื่องพระวิญญาณบริสุทธิ์นั้นเราก็ยังไม่เคยได้ยินเลย"*
คนเหล่านั้นได้รับบัพติศมาด้วยน้ำจากยอห์นผู้ให้รับบัพติศมา แต่ไม่ใช่บัพติศ
มาด้วยพระวิญญาณบริสุทธิ์ซึ่งเป็นของประทานจากพระเจ้า

เหมือนที่พระเจ้าทรงสัญญาไว้ในโยเอล 2:28 และกิจการ 2:17 ว่าในวาระ
สุดท้ายพระองค์จะเทพระวิญญาณของพระองค์มาเหนือมนุษย์ทั้งปวง พระ
สัญญานี้สำเร็จเป็นจริงและผู้คนได้รับพระวิญญาณของพระเจ้าซึ่งเป็นพระ
วิญญาณบริสุทธิ์และก่อตั้งคริสตจักรแต่ผู้คนจำนวนมากที่อ้างว่าตนเชื่อใน
พระเจ้าแต่กลับดำเนินชีวิตโดยไม่รู้ว่าพระวิญญาณบริสุทธิ์คือใครและบัพติศ
มาของพระองค์คืออะไร เช่นเดียวกับสาวกเหล่านั้นที่เอเฟซัส

ถ้าท่านได้รับสิทธิของการเป็นบุตรของพระเจ้าด้วยการต้อนรับพระเยซู
คริสต์ พระองค์ทรงประทานพระวิญญาณบริสุทธิ์เป็นของขวัญแก่ท่านเพื่อ
รับรองสิทธิดังกล่าว ด้วยเหตุนี้ ถ้าท่านไม่รู้จักพระวิญญาณบริสุทธิ์ ท่านก็ไม่
สามารถเรียกตนเอง (หรือเชื่อว่า) ท่านเป็นบุตรของพระเจ้า 2 โครินธ์ 1:21-22
ระบุว่า *"ผู้ซึ่งทรงตั้งเรากับท่านทั้งหลายไว้ในพระคริสต์และได้ทรงเจิมเราไว้
นั้นก็คือพระเจ้าและพระองค์ทรงประทับตราเราและประทานพระวิญญาณไว้
ในใจของเราเป็นมัดจำด้วย"*

## การรับพระวิญญาณบริสุทธิ์

กิจการ 2:38-39 อธิบายโดยละเอียดว่าเราจะรับพระวิญญาณบริสุทธิ์
ได้อย่างไร *"จงกลับใจใหม่และรับบัพติศมาในพระนามแห่งพระเยซูคริสต์*

สิ้นทุกคนเพื่อพระเจ้าจะทรงยกความผิดบาปของท่านเสียแล้วท่านจะได้รับ
พระราชทานพระวิญญาณบริสุทธิ์   ด้วยว่าพระสัญญานั้นตกแก่ท่านทั้งหลาย
กับลูกหลานของท่านด้วยและแก่คนทั้งหลายที่อยู่ไกล   คือทุกคนที่องค์พระผู้
เป็นเจ้าของเราทรงเรียกมาเฝ้าพระองค์"
        ทุกคนจะได้รับการยกโทษบาปของตนและรับของประทานแห่งพระ
วิญญาณบริสุทธิ์ถ้าเขาสารภาพบาปของตน  กลับใจใหม่  และเชื่อว่าพระเยซู
ทรงเป็นพระผู้ช่วยให้รอดของตน
        ยกตัวอย่าง  ในกิจการบทที่ 10 มีชายชาวต่างชาติคนหนึ่งชื่อโครเนลิอัส
วันหนึ่ง   อัครทูตเปโตรเดินทางไปเยี่ยมบ้านของโครเนลิอัสและประกาศพระ
กิตติคุณเรื่องพระเยซูคริสต์กับท่านและทุกคนในครอบครัวของท่าน  ในขณะ
ที่เปโตรกำลังเทศนาอยู่นั้นพระวิญญาณบริสุทธิ์ก็เสด็จลงมาสถิตกับคนทั้ง
ปวงและคนเหล่านั้นเริ่มต้นพูดภาษาแปลก ๆ

        ผู้คนที่รับพระวิญญาณบริสุทธิ์ด้วยการต้อนรับพระเยซูคริสต์เป็นพระ
ผู้ช่วยให้รอดของตนอยู่ในความเชื่อระดับที่หนึ่ง  ถึงกระนั้น  คนเหล่านี้ก็จะ
รอดอย่างหวุดหวิดเพราะเขายังไม่ได้ละทิ้งความผิดบาปของตนด้วยการต่อสู้
กับความผิดบาปเหล่านั้น   ไม่ได้ทำหน้าที่ของตนตามที่พระเจ้ามอบหมายให้
สำเร็จ หรือไม่ได้ถวายพระสิริแด่พระบิดา
        ผู้ร้ายคนหนึ่งที่ถูกตรึงอยู่ข้างพระเยซูได้ต้อนรับพระองค์เป็นพระผู้ช่วยให้
รอดส่วนตัวและความเชื่อของผู้ร้ายคนนั้นอยู่ในระดับที่หนึ่งด้วยเช่นกัน


## 3. ความเชื่อของผู้ร้ายที่กลับใจ

        ลูกาบทที่ 23 บอกเราว่ามีผู้ร้ายสองคนถูกตรึงไว้ทางด้านซ้ายและด้านขวา
ของพระเยซู  ในขณะที่ผู้ร้ายคนหนึ่งกล่าวหยาบช้าต่อพระเยซู  ผู้ร้ายอีกคน

หนึ่งห้ามปรามเขาไว้และต่อมาเขาได้ต้อนรับเอาพระเยซูเป็นพระผู้ช่วยให้รอดด้วยการกลับใจจากบาปของตน เขากล่าวว่า *"พระเยซูเจ้าข้า ขอพระองค์ทรงระลึกถึงข้าพระองค์เมื่อพระเสด็จเข้าในแผ่นดินของพระองค์"* พระเยซูทรงตอบเขาว่า *"เราบอกความจริงแก่เจ้าว่าวันนี้เจ้าจะอยู่กับเราในเมืองบรมสุขเกษม"* (ข้อ 42-43)

"เมืองบรมสุขเกษม" ที่พระเยซูทรงสัญญากับผู้ร้ายเป็นพื้นที่รอบนอกของสวรรค์ผู้คนที่มีความเชื่อในระดับที่หนึ่งจะเข้าไปอยู่ในสถานที่แห่งนี้ชั่วนิรันดร์ดวงวิญญาณที่อยู่ในเมืองบรมสุขเกษมจะไม่ได้รับบำเหน็จรางวัลใดเลย ผู้ร้ายที่ได้รับความรอดคนนี้สารภาพบาปของเขาตามจิตสำนึกชอบของตนและรับการอภัยโทษบาปด้วยการต้อนรับพระเยซูคริสต์เป็นพระผู้ช่วยให้รอด

แต่ผู้ร้ายคนนี้ไม่ได้ทำสิ่งหนึ่งสิ่งใดเพื่อองค์พระผู้เป็นเจ้าในช่วงชีวิตของเขาบนโลกนี้นั่นคือสาเหตุที่เขาได้รับพระสัญญาแห่งเมืองบรมสุขเกษมที่ไม่มีบำเหน็จ ถ้าผู้คนไม่จำเริญขึ้นในความเชื่อของตนที่มีขนาดเล็กเท่ากับเมล็ดผักกาดแม้หลังจากที่เขาได้รับพระวิญญาณบริสุทธิ์ด้วยการต้อนรับพระเยซูคริสต์คนเหล่านี้ก็จะรอดอย่างหวุดหวิดและได้อยู่ในเมืองบรมสุขเกษมตลอดไปโดยไม่มีบำเหน็จรางวัล

แต่ท่านต้องไม่คิดว่ามีเพียงผู้เชื่อใหม่หรือผู้ที่เริ่มต้นในความเชื่อเท่านั้นที่มีความเชื่ออยู่ในระดับที่หนึ่ง ถึงแม้ท่านจะดำเนินชีวิตคริสเตียนมาเป็นเวลานานและรับใช้ในฐานะผู้ปกครองหรือมัคนายก ท่านก็จะได้รับความรอดอันน่าอับอายเช่นนี้ด้วยถ้าการงานของท่านถูกเผาเป็นจุนในไฟแห่งการทดสอบ

ด้วยเหตุนี้ท่านต้องอธิษฐานและพยายามดำเนินชีวิตด้วยพระคำของพระเจ้าหลังจากที่ท่านได้รับพระวิญญาณบริสุทธิ์ ถ้าท่านไม่ดำเนินชีวิตด้วยพระคำแต่กลับดำเนินอยู่ในความบาปต่อไป ชื่อของท่านก็จะถูกลบออกจากหนังสือแห่งชีวิตในสวรรค์และท่านจะไม่ได้เข้าสู่สวรรค์

## 4. อย่าดับไฟของพระวิญญาณ

มีบางคนที่ครั้งหนึ่งเคยเป็นคนสัตย์ซื่อแต่ต่อมากลายเป็นคนที่มีความเชื่อ
แบบอุ่น ๆ ด้วยเหตุผลหลายประการ คนเหล่านี้จะรอดอย่างหวุดหวิด
    มีผู้ปกครองคนหนึ่งที่คริสตจักรของข้าพเจ้าซึ่งรับใช้ในคริสตจักรอย่าง
สัตย์ซื่อในหลายด้าน    ดังนั้นถ้าดูจากภายนอกความเชื่อของชายคนนี้ยิ่งใหญ่
มาก แต่วันหนึ่งเขาล้มป่วยลงอย่างรุนแรง ชายคนนี้พูดไม่ได้และมาขอรับคำ
อธิษฐานจากข้าพเจ้า

    แทนที่ข้าพเจ้าจะอธิษฐานเผื่อการรักษาโรคของเขา    ข้าพเจ้าได้อธิษฐาน
เผื่อความรอดของเขา ในเวลานั้น วิญญาณจิตของเขากำลังเป็นทุกข์อย่างมาก
จากความกลัวของการต่อสู้ระหว่างทูตสวรรค์ที่พยายามนำเขาไปสู่สวรรค์
กับวิญญาณชั่วที่พยายามนำเขาไปสู่นรกถ้าเขามีความเชื่อมากพอที่จะรอด
วิญญาณชั่วคงไม่เข้ามายุ่งเกี่ยวกับเขาตั้งแต่แรก ทันใดนั้น ข้าพเจ้าจึงอธิษฐาน
ขับไล่วิญญาณชั่วออกไปและอธิษฐานต่อพระเจ้าเพื่อขอให้พระองค์ทรงรับ
ชายคนนี้ไว้   หลังจากคำอธิษฐานของข้าพเจ้า   ชายคนนี้ได้รับการเล้าโลมใจ
และร้องไห้ เขากลับใจก่อนเขาเสียชีวิตและรอดอย่างหวุดหวิด

    คนเดียวกันนี้เคยมีสุขภาพแข็งแรงหลังจากรับเอาคำอธิษฐานของข้าพเจ้าใน
อดีตแม้แต่ภรรยาของเขาก็เคยฟื้นขึ้นจากความตาย โดยคำอธิษฐานของข้าพเจ้า
จากการรับฟังพระคำแห่งชีวิต ครอบครัวของเขาที่เคยมีปัญหามากมายกลายเป็น
ครอบครัวที่มีความสุข   นับจากนั้นเป็นต้นมา  ชายคนนี้เติบโตไปสู่การเป็นคน
งานของพระเจ้าที่สัตย์ซื่อผ่านทางการทำหน้าที่อย่างสัตย์ซื่อของเขา
    แต่เมื่อคริสตจักรเผชิญกับการทดลองเขาไม่ได้พยายามปกป้องหรือคุ้ม
ครองคริสตจักรแต่กลับยอมให้ซาตานควบคุมความคิดของเขาเอาไว้ ถ้อยคำที่
ออกมาจากปากของเขาทำให้เกิดกำแพงบาปขนาดใหญ่ระหว่างเขากับพระเจ้า

ในที่สุดเขาก็ไม่ได้อยู่ภายใต้การปกป้องคุ้มครองของพระองค์อีกต่อไปและ
ทนทุกข์ทรมานจากโรคร้าย

ในฐานะคนทำงานของพระเจ้าเขาไม่ควรมองดูหรือรับฟังสิ่งที่ต่อสู้กับ
ความจริงและน้ำพระทัยของพระเจ้า ตรงกันข้าม เขากลับหันไปฟังสิ่งเหล่านั้น
พร้อมกับเผยแพร่สิ่งเหล่านั้นออกไป พระเจ้าทรงหันพระพักตร์ของพระองค์
ไปจากชายคนนั้นเพราะเขาหันหลังให้กับพระคุณอันยิ่งใหญ่ของพระองค์
ผู้ทรงรักษาเขาให้หายจากโรคร้าย บำเหน็จรางวัลของเขาล่มสลายไปและเขา
ไม่มีกำลังพอที่จะอธิษฐานความเชื่อของเขาถดถอยลงไปจนถึงจุดที่เขาไม่อาจ
มีความแน่ใจในความรอดของตนอีกต่อไป

ขอบคุณพระเจ้าเพราะพระองค์ทรงจดจำการรับใช้ที่เขาทำให้กับคริสต
จักรในอดีตชายคนนี้จึงได้รับความรอดอย่างน่าอับอายหลังจากที่พระเจ้า
ประทานพระคุณให้เขากลับใจจากสิ่งที่เขาได้กระทำ

ด้วยเหตุนี้ ท่านต้องตระหนักว่าสำหรับพระเจ้า ท่าทีในส่วนลึกแห่งจิตใจ
ของท่านที่มีต่อพระองค์และการกระทำตามน้ำพระทัยของพระองค์ถือเป็น
สิ่งที่สำคัญยิ่งกว่าจำนวนปีแห่งความเชื่อของท่านเสียอีก ถ้าท่านเข้าร่วมกับค
ริสตจักรเป็นประจำแต่กลับสร้างกำแพงบาปขึ้นด้วยการไม่เชื่อฟังพระคำของ
พระเจ้า พระวิญญาณบริสุทธิ์ที่อยู่ในท่านก็จะจางหายไป ท่านจะสูญเสียความ
เชื่อที่มีขนาดเล็กเท่าเมล็ดผักกาด (1 เธสะโลนิกา 5:19) และท่านจะไม่รอด

ในฮีบรู 10:38 พระเจ้าตรัสว่า *"แต่คนชอบธรรมของเรานั้นจะดำเนินชีวิตอยู่
ด้วยความเชื่อและถ้าความเชื่อของเขาเสื่อมถอย เราจะไม่มีความพอใจในคนนั้น
เลย"* ท่านจะเป็นคนที่น่าสังเวชสักเพียงใดถ้าท่านเติบโตขึ้นในความเชื่อมาเป็น
เวลาหลายปี แต่จากนั้นท่านหันกลับไปหาโลก ท่านต้องตื่นตัวอยู่ตลอดเวลาเพื่อ
ท่านจะไม่ถูกทดลองหรือพบกับความถดถอยในความเชื่อของท่าน

## 5. อาดัมรอดหรือไม่

หลายคนสงสัยว่าเกิดอะไรขึ้นกับอาดัมและเอวาหลังจากทั้งสองคนกินผล
จากต้นไม้แห่งการสำนึกในความดีและความชั่ว ทั้งสองคนจะรอดหรือไม่แม้
หลังจากที่เขาถูกแช่งสาปและถูกขับออกจากสวนเอเดนเพราะการไม่เชื่อฟัง
ของตน

ขอให้เราเจาะลึกขั้นตอนในช่วงที่อาดัมซึ่งเป็นมนุษย์คนแรกไม่เชื่อ
ฟังคำบัญชาของพระเจ้าหลังจากพระเจ้าทรงสร้างฟ้าสวรรค์และแผ่นดิน
โลก พระองค์ทรงสร้างมนุษย์ขึ้นตามพระฉายาของพระเจ้าจากผงคลีดินเมื่อ
พระองค์ระบายลมปราณแห่งชีวิตเข้าไปในมนุษย์ มนุษย์ก็กลายเป็นผู้ที่มีชีวิต
จากนั้นพระองค์ทรงสร้างสวนแห่งหนึ่งไว้ต่างหากที่เอเดนทางทิศตะวันออก
และให้มนุษย์ที่พระองค์ทรงสร้างขึ้นอาศัยอยู่ที่นั่น

ในสวนเอเดนซึ่งทุกสิ่งทุกอย่างงดงามและอุดมสมบูรณ์กว่าที่อื่นใดบน
แผ่นดินโลก อาดัมไม่ขาดแคลนสิ่งใดและชื่นชมกับพระพรของการมีชีวิตนิ
รันดร์ตลอดจนสิทธิในการครอบครองสิ่งสารพัด นอกจากนั้น พระเจ้าทรง
ประทานผู้อุปถัมภ์คนหนึ่งให้กับท่านและทรงอวยพรให้อาดัมอาศัยอยู่ใน
สภาพแวดล้อมที่ดีที่สุดโดยไม่ขาดแคลนสิ่งใด

แต่มีสิ่งหนึ่งที่พระเจ้าทรงห้ามเอาไว้ พระองค์ตรัสว่า *"เว้นแต่ต้นไม้แห่ง
ความสำนึกในความดีและความชั่ว ผลของต้นไม้นั้นอย่ากิน เพราะในวันใด
ที่เจ้าขืนกิน เจ้าจะต้องตายแน่"* (ปฐมกาล 2:17) สิ่งนี้บ่งชี้ถึงเครื่องหมายของ
ความยิ่งใหญ่สูงสุดของพระเจ้าและแสดงให้เห็นว่าพระองค์ได้ทรงกำหนด
ระเบียบกฎเกณฑ์ระหว่างพระองค์กับมนุษย์เอาไว้

หลังจากวันเวลาอันยาวนานผ่านพ้นไป อาดัมและเอวาละเลยต่อคำบัญชา
ของพระเจ้าและกินผลจากต้นไม้โดยการทดลองของงู ทั้งสองคนทำบาปและ

ทำให้วิญญาณจิตของเขาตายซึ่งเป็นผลของความบาป สุดท้ายอาดัมและเอวาจึงกลายเป็นมนุษย์ฝ่ายเนื้อหนังและอยู่ในความผิดบาป

ทั้งสองคนจึงถูกขับออกจากสวนเอเดนและอาศัยอยู่บนแผ่นดินโลกท่ามกลางความทุกข์นานาชนิด เช่น โรคภัยไข้เจ็บ น้ำตา ความโศกเศร้า และความเจ็บปวด พร้อมกับเสียชีวิตเมื่อลมหายใจของเขาหมดสิ้นลงเหมือนที่พระเจ้าตรัสไว้ว่า “เจ้าจะต้องตายแน่”

อาดัมและเอวาได้รับความรอดและไปสวรรค์หรือไม่ ทั้งสองคนไม่เชื่อฟังคำบัญชาของพระเจ้าและทำบาปต่อพระองค์ สำหรับเรื่องนี้ บางคนโต้แย้งว่า “อาดัมและเอวาไม่รอดเพราะเขาทำบาปและเป็นเหตุให้สิ่งสารพัดถูกแช่งสาปและทำให้ลูกหลานทั้งสิ้นของเขาอยู่ในความทุกข์” ถึงกระนั้น พระเจ้าแห่งความรักก็ยังทรงเปิดหนทางแห่งความรอดให้กับอาดัมและเอวาเช่นกัน จิตใจของเขายังคงสะอาดบริสุทธิ์และอ่อนโยนต่อพระเจ้าแม้หลังจากที่เขาทำบาป ซึ่งสิ่งนี้แตกต่างอย่างมากกับจิตใจของผู้คนในยุคปัจจุบันที่เปรอะเปื้อนไปด้วยความบาปและความชั่วนานาชนิดในโลกที่ชั่วร้ายใบนี้

ความบาปนี้ส่งผลให้อาดัมต้องทำมาหากินอย่างยากลำบาก“ด้วยเหงื่ออาบหน้า” ซึ่งแตกต่างจากช่วงเวลาที่เขาอยู่ในสวนเอเดน ส่วนเอวาก็ต้องทนทุกข์กับความเจ็บปวดในการตั้งครรภ์ซึ่งมีความเจ็บปวดมากกว่าช่วงเวลาที่เธออยู่ในสวนเอเดน นอกจากนั้น ทั้งสองคนยังเห็นลูกชายคนหนึ่งของตนฆ่าลูกชายอีกคนหนึ่งด้วยเช่นกัน

จากความทุกข์และประสบการณ์ต่างๆเหล่านั้นอาดัมและเอวาเริ่มตระหนักว่าพระพรและความอุดมสมบูรณ์ที่เขาเคยชื่นชมในสวนเอเดนนั้นมีคุณค่ามากเพียงใด ทั้งสองคนคิดถึงช่วงเวลาที่เขาอาศัยอยู่ในความรักและการ

ปกป้องของพระเจ้าเขาสำนึกในใจของตนว่าสิ่งสารพัดที่เขาเคยชื่นชมในสวน
เอเดนล้วนเป็นพระพรและความรักของพระเจ้าทั้งสิ้นและได้กลับใจอย่างสิ้น
เชิงจากการไม่เชื่อฟังของตนต่อคำบัญชาของพระเจ้า

    พระเจ้าแห่งความรัก   (ผู้ที่ยกโทษให้ได้แม้แต่กับฆาตรกรเมื่อเขากลับใจ
อย่างแท้จริง)  จะไม่ยอมรับการกลับใจของอาดัมและเอวาได้อย่างไร  แท้จริง
ทั้งสองคนถูกสร้างขึ้นด้วยฝีพระหัตถ์ของพระเจ้าและรับการฟูมฟักเลี้ยงดูใน
พระคุณและการดูแลของพระเจ้ามาเป็นเวลานาน  พระเจ้าจะส่งทั้งสองคนไป
ลงนรกได้อย่างไร

    พระเจ้าทรงยอมรับการกลับใจของอาดัมและเอวาและทรงนำทั้งสองไป
สู่หนทางแห่งความรอดด้วยความรักของพระองค์  แน่นอน อาดัมและเอวาร
อดอย่างหวุดหวิดและไปอยู่เมืองบรมสุขเกษมที่เป็นเช่นนี้ก็เพราะทั้งสอง
คนทอดทิ้งความรักของพระเจ้าแม้พระองค์ทรงรักเขามากก็ตามการไม่เชื่อ
ของเขาไม่ใช่เรื่องเล็กเพราะสิ่งนี้นำความเจ็บปวดอย่างมากมาสู่พระทัยของ
พระเจ้าและส่งผลให้เกิดความตายและความเจ็บปวดกับผู้คนจำนวนนับไม่
ถ้วนที่เกิดจากอาดัมและเอวา

    สมมุติว่ามีเด็กทารกคนหนึ่งที่ไม่ยอมเติบโตแม้หลายปีผ่านไป   ถ้าเด็กคน
นั้นเติบโตขึ้นอย่างสมบูรณ์พ่อแม่ของเขาจะรู้สึกพอใจ  แต่ถ้าเด็กทารกคนนั้น
กินอาหารได้ดีแต่ไม่ยอมเติบโต ความวิตกกังวลของพ่อแม่ก็จะเพิ่มพูนมากขึ้น
ทุกวัน

    ในทำนองเดียวกัน  หลังจากที่ท่านได้รับพระวิญญาณบริสุทธิ์และมีความ
เชื่อที่เล็กเท่ากับเมล็ดผักกาดแล้ว   ท่านต้องพยายามพัฒนาความเชื่อของท่าน
ด้วยการเรียนรู้และการเชื่อฟังพระคำของพระเจ้า  เมื่อทำเช่นนี้ท่านก็จะได้รับ
ทุกสิ่งที่ท่านทูลขอในพระนามขององค์พระผู้เป็นเจ้า ถวายพระสิริแด่พระองค์
และก้าวหน้าไปสู่แผ่นดินสวรรค์

ขอให้ท่านอย่าพึงพอใจกับความจริงที่ว่าท่านรอดและได้รับพระวิญญาณ
บริสุทธิ์แล้ว แต่จงพยายามยกระดับขนาดแห่งความเชื่อของท่านให้สูงขึ้นและ
ชื่นชมกับสิทธิและพระพรของการเป็นบุตรที่รักของพระเจ้า ข้าพเจ้าอธิษฐาน
ในพระนามขององค์พระผู้เป็นเจ้า

# ความเชื่อที่พยายามดำเนินชีวิต
# โดยพระคำ

ขนาดแห่งความเชื่อ

ดังนั้นข้าพเจ้าจึงเห็นว่าเป็นกฎธรรมดาอย่างหนึ่ง คือ
เมื่อใดที่ข้าพเจ้าตั้งใจจะกระทำความดี ความชั่วก็พร้อม
ที่จะผุดขึ้น เพราะว่าส่วนลึกในใจของข้าพเจ้านั้นข้าพเจ้า
ชื่นชมในธรรมบัญญัติของพระเจ้า แต่ข้าพเจ้าเห็นมีกฎ
อีกอย่างหนึ่งอยู่ในกายของข้าพเจ้าซึ่งต่อสู้กับกฎแห่ง
จิตใจของข้าพเจ้าและชักนำให้ข้าพเจ้าอยู่ใต้บังคับกฎ
แห่งบาปซึ่งอยู่ในกายของข้าพเจ้า โอย ข้าพเจ้าเป็นคน
ที่น่าสมเพชอะไรเช่นนี้ ใครจะช่วยข้าพเจ้าให้พ้นจาก
ร่างกายนี้ซึ่งเป็นของความตายได้ ข้าพเจ้าขอบพระคุณ
พระเจ้าโดยทางพระเยซูคริสต์องค์พระผู้เป็นเจ้าของเรา
ฉะนั้นทางด้านจิตใจของข้าพเจ้านั้น ข้าพเจ้าเชื่อฟังกฎ
ของพระเจ้า แต่ด้านเนื้อหนังของข้าพเจ้า ข้าพเจ้าเป็น
ทาสของกฎแห่งบาป (โรม 7:21-25)

เมื่อท่านเริ่มต้นชีวิตของท่านในพระคริสต์และได้รับพระวิญญาณ
วิญญาณบริสุทธิ์ ท่านเริ่มร้อนรนและกระตือรือร้นในชีวิตในความเชื่อ
ของท่านและเต็มล้นด้วยความชื่นชมยินดีแห่งความรอดท่านพยายามจะเชื่อ
ฟังพระคำของพระเจ้าถ้าท่านรู้จักพระเจ้าและสวรรค์พระวิญญาณบริสุทธิ์ทรง
ช่วยท่านให้เข้าใจความจริงและเดินตามหนทางแห่งความจริงถ้าท่านไม่เชื่อ
ฟังพระคำของพระเจ้าท่านจะรู้สึกเศร้าหมองเพราะพระวิญญาณบริสุทธิ์ที่อยู่
ในท่านทรงคร่ำครวญและในไม่ช้าท่านก็จะรู้ว่าอะไรคือความบาป

ด้วยวิธีนี้ แม้ครั้งแรกท่านจะมีความเชื่อที่ช่วยให้ท่านรอดอย่างหวุดหวิด
แต่ท่านก็พยายามดำเนินชีวิตด้วยพระคำของพระเจ้าเมื่อความเชื่อของท่าน
เติบโตขึ้น ขอให้เราศึกษาในรายละเอียดว่าท่านจะดำเนินชีวิตในความเชื่อของ
ท่านในขั้นตอนนี้อย่างไร

## 1. ความเชื่อระดับที่สอง

เมื่อท่านรอดด้วยการเชื่อในพระเยซูคริสต์และอยู่ในความเชื่อระดับที่หนึ่ง
ท่านอาจหลงทำบาปโดยไม่รู้เพราะท่านมีความรู้ในพระคำของพระเจ้าที่จำกัด
คล้ายกับเด็กทารกที่ไม่รู้สึกเขินอายแม้เขาไม่ใส่เสื้อผ้า

ถึงกระนั้นถ้าท่านฟังพระคำของพระเจ้าและรู้สึกในฝ่ายวิญญาณว่าในพระ
คำมีชีวิต ท่านก็จะเกิดความปรารถนาที่จะฟังพระคำของพระเจ้าและอธิษฐาน
ต่อพระองค์ เมื่อท่านเห็นคนทำงานคริสตจักรที่สัตย์ซื่อท่านก็ปรารถนาที่จะ
ดำเนินชีวิตอย่างสัตย์ซื่อในพระคริสต์ด้วยเช่นกัน

ผลลัพธ์ก็คือในไม่ช้าท่านก็จะค่อย ๆ หันหลังให้กับวิธีการดำเนินชีวิต
แบบโลก เข้าร่วมกับคริสตจักร และพยายามรับฟังพระคำของพระเจ้า ครั้ง
หนึ่งท่านเคยสนุกสนานกับการคบค้าเพื่อนฝูงที่ไม่มีพระเจ้าแต่บัดนี้ท่าน
ต้องการที่จะดำเนินตามคำสอนและสามัคคีธรรมฝ่ายวิญญาณเพราะจิตใจของ
ท่านแสวงหาพระวิญญาณ

ในความเชื่อระดับที่สองนี้ท่านจะเรียนรู้วิธีการดำเนินชีวิตคริสเตียนที่ดีใน
ฐานะบุตรของพระเจ้าผ่านทางคำเทศนาของนักเทศน์และคำพยานของพี่น้อง
ชายหญิงในพระคริสต์

ท่านจะเรียนรู้วิธีการดำเนินชีวิตในฐานะคริสเตียนคนหนึ่งโดยธรรมชาติ
ท่านจะรักษาวันขององค์พระผู้เป็นเจ้าให้บริสุทธิ์และนำสิบลดทั้งสิ้นมาถวาย
ในพระนิเวศของพระองค์ ท่านเรียนรู้ว่าท่านต้องชื่นชมยินดีอยู่เสมอ อธิษฐาน
อย่างต่อเนื่อง และขอบพระคุณทุกเวลา ท่านเรียนรู้ที่จะรักเพื่อนบ้านเหมือน
รักตนเองและรักแม้กระทั่งศัตรูของท่าน นอกจากนั้น ท่านไม่เพียงแต่ได้รับ
การตักเตือนให้ละทิ้งความชั่วร้ายทุกชนิด เช่น ความเกลียดชัง ความอิจฉา
ริษยา การพิพากษาตัดสิน หรือการใส่ร้ายเท่านั้น แต่ท่านต้องการที่จะมีจิตใจ
เหมือนพระทัยของพระองค์พระผู้เป็นเจ้าด้วยเช่นกัน ในขั้นตอนนี้ท่านตัดสิน
ใจที่จะดำเนินชีวิตโดยพระคำ


## 2. ขั้นตอนที่ยากที่สุดของชีวิตในความเชื่อ

ดังนั้น ท่านจึงพยายามทุกวิถีทางที่จะเชื่อฟังพระคำเพราะท่านรู้จักพระคำ แต่ในเวลาเดียวกันท่านรู้สึกมีภาระหนักเพราะไม่ใช่เรื่องง่ายที่จะดำเนินชีวิต ด้วยพระคำตลอดเวลา การกระทำของท่านดูเหมือนจะขัดแย้งกับความตั้งใจ ของตนเอง

ในหลายกรณีท่านไม่สามารถดำเนินชีวิตโดยพระคำเพราะท่านยังไม่ได้ รับกำลังฝ่ายวิญญาณที่จะช่วยให้ท่านสามารถทำตามพระคำของพระเจ้าได้ บางคนอาจถอนหายใจและคร่ำครวญว่า "เฮ้อ...เราไม่น่ามารู้จักกับคริสตจักร เลย"

ข้าพเจ้าขออธิบายด้วยตัวอย่างต่อไปนี้สมมุติว่าท่านต้องการที่จะรักษา วันขององค์พระผู้เป็นเจ้าให้บริสุทธิ์ทุกวันอาทิตย์ แต่บางครั้งท่านรักษาไม่ ได้เพราะมีนัดหรือมีการประชุมพบปะทางสังคมบางอย่าง บางครั้งท่านเข้า ร่วมนมัสการในตอนเช้าวันอาทิตย์แต่ไม่ได้ร่วมนมัสการในตอนเย็น บางครั้ง ท่านไปงานแต่งงานของเพื่อนหรือของญาติโดยไม่ได้เข้าร่วมนมัสการในวัน อาทิตย์

ท่านรู้เช่นกันว่าท่านต้องถวายสิบลดทั้งหมดแด่พระเจ้าแต่บางครั้งท่านไม่ ได้เชื่อฟังคำบัญชาข้อนี้ หลายครั้งท่านพบว่าตัวท่านเต็มไปด้วยความเกลียดชัง คนอื่นแม้ท่านพยายามที่จะไม่เกลียด ท่านเกิดความรู้สึกกำหนัดขึ้นมาเมื่อท่าน มองเห็นสมาชิกเพศตรงกันข้ามที่น่าสนใจคนหนึ่งเพราะเชื้อของความบาป และความชั่วร้ายนี้ยังคงอยู่ในจิตใจของท่าน (มัทธิว 5:28)

เช่นเดียวกัน ถ้าท่านอยู่ในความเชื่อระดับที่สอง ท่านจะพยายามให้มาก ที่สุดที่จะเชื่อฟังพระคำของพระเจ้าแม้ว่าท่านยังไม่ได้รับกำลังเพื่อช่วยท่าน ให้เชื่อฟังอย่างสมบูรณ์ก็ตาม ถึงกระนั้น ท่านก็พยายามอย่างสุดกำลังที่จะ ละทิ้งความบาปต่าง ๆ ของท่าน เช่น ความเกลียดชัง ความอิจฉาริษยา การล่วง ประเวณี และความบาปอย่างอื่นซึ่งต่อสู้กับพระคำของพระเจ้า

## ไม่ได้เชื่อฟังพระคำตลอดเวลา

ในโรม 7:21-23 อัครทูตเปาโลอธิบายโดยละเอียดว่าเพราะเหตุใดความเชื่อระดับที่สองจึงเป็นขั้นตอนที่ยากที่สุดของชีวิตในความเชื่อ

> *ดังนั้นข้าพเจ้าจึงเห็นว่าเป็นกฎธรรมดาอย่างหนึ่งคือเมื่อใดที่ข้าพเจ้าตั้งใจจะกระทำความดี ความชั่วก็พร้อมที่จะผุดขึ้น เพราะว่าส่วนลึกในใจของข้าพเจ้านั้นข้าพเจ้าชื่นชมในธรรมบัญญัติของพระเจ้า แต่ข้าพเจ้าเห็นมีกฎอีกอย่างหนึ่งอยู่ในกายของข้าพเจ้าซึ่งต่อสู้กับกฎแห่งจิตใจของข้าพเจ้าและชักนำให้ข้าพเจ้าอยู่ใต้บังคับกฎแห่งบาปซึ่งอยู่ในกายของข้าพเจ้า*

มีคริสเตียนบางคนที่รู้สึกเป็นทุกข์ทรมานเพราะคนเหล่านี้รู้จักพระคำแต่กลับไม่ได้เชื่อฟังคำบัญชาต่าง ๆ ของพระเจ้า ผู้นำฝ่ายวิญญาณจึงมีหน้าที่ในการชี้นำคนเหล่านี้ไปสู่หนทางแห่งความจริงอย่างชาญฉลาด

สมมุติว่ามีชายคนหนึ่งที่ไม่สามารถเลิกสูบบุหรี่หรือดื่มเหล้าได้ หากท่านตำหนิเขาโดยพูดว่า "ถ้าคุณยังสูบบุหรี่หรือดื่มเหล้าอยู่ต่อไป พระเจ้าจะมีพระพิโรธกับคุณ" ชายคนนี้จะเกิดความลังเลใจที่จะมาคริสตจักรและอีกไม่นานก็จะทิ้งพระเจ้า ท่านควรหนุนใจชายคนนี้ด้วยการพูดว่า "คุณสามารถเลิกสูบบุหรี่และดื่มเหล้าได้ไม่ยากเพราะพระเจ้าจะช่วยคุณ ถ้าความเชื่อของคุณเจริญเติบโตขึ้น การเลิกเหล้าและบุหรี่ก็เป็นสิ่งที่ทำได้ง่าย ขอให้คุณอธิษฐานอย่างต่อเนื่องด้วยความเชื่อในพระเจ้า" ในกรณีนี้ท่านไม่ควรนำเขาเข้ามาหาพระเจ้าด้วยความรู้สึกผิดและความกลัวต่อการถูกลงโทษ ตรงกันข้าม ท่านควรนำเขาเข้ามาหาพระองค์ด้วยความชื่นชมยินดีและการขอบพระคุณเพราะสำนึกและความมั่นใจของเขาในความรักของพระเจ้า

อีกตัวอย่างหนึ่ง สมมุติว่ามีชายคนหนึ่งที่เข้าร่วมนมัสการเฉพาะในตอนเช้าวันอาทิตย์และเปิดร้านขายของในตอนบ่าย ท่านจะพูดกับเขาอย่างไร ท่านควรแนะนำและกำชับเขาด้วยความเมตตาโดยกล่าวว่า "พระเจ้าทรงพอพระทัย

มากเมื่อคุณรักษาวันขององค์พระผู้เป็นเจ้าอย่างครบถ้วน ถ้าคุณรักษาวันของ
องค์พระผู้เป็นเจ้าให้บริสุทธิ์และอธิษฐานขอพระพรจากพระองค์ คุณจะเห็น
ว่าพระเจ้าทรงอวยพรคุณอย่างบริบูรณ์มากกว่าที่คุณจะได้รับจากการเปิดร้าน
ในวันขององค์พระผู้เป็นเจ้าเสียอีก"
    ถึงกระนั้น การที่ขนาดแห่งความเชื่อของบุคคลไม่เปลี่ยนแปลงและไม่
เติบโตถือเป็นสิ่งที่ไม่ถูกต้อง เหมือนที่เราเห็นในพัฒนาการของเด็กที่ล้มป่วย
พิการ หรือเสียชีวิตเนื่องจากเขาที่ไม่เติบโตอย่างเหมาะตามกำหนดเวลา เช่น
เดียวกัน ถ้าความเชื่อของบุคคลนั้นไม่เติบโตความเชื่อของเขาก็จะอ่อนแอลง
และเขาจะห่างเหินไปจากหนทางแห่งความรอด เป็นเรื่องที่น่าสังเวชมากเพียง
ใดถ้าบุคคลนั้นไม่รอด
    พระเยซูทรงบอกเราในวิวรณ์ 3:15-16 ว่า *"เรารู้จักแนวการกระทำของ
เจ้า เจ้าไม่เย็นไม่ร้อน เราใคร่ให้เจ้าเย็นหรือร้อนเพราะเหตุที่เจ้าเป็นแต่อุ่น ๆ
ไม่เย็นและไม่ร้อน เราจะคายเจ้าออกจากปากของเรา"* พระเจ้าทรงต่อว่าและ
ทรงบอกให้เราทราบว่าถ้าเรามีความเชื่อแบบอุ่น ๆ เราจะไม่รอด ถ้าความเชื่อ
ของท่านเย็น พระเจ้าทรงสามารถนำท่านไปสู่การกลับใจและความรอดด้วย
การอนุญาตให้มีการทดลองเกิดขึ้นกับท่าน แต่ถ้าท่านมีความเชื่อแบบอุ่น ๆ
เป็นการยากสำหรับท่านที่จะค้นพบตนและกลับใจจากบาปของท่าน

## 3. ความเชื่อของคนอิสราเอลในช่วงอพยพ

    เมื่อท่านไม่ได้ดำเนินชีวิตด้วยพระคำของพระเจ้าท่านก็มีแนวโน้มที่จะ
บ่นหรือต่อว่าเมื่อเกิดความยุ่งยากต่าง ๆ ขึ้นแทนที่ท่านจะเอาชนะความยุ่งยาก
เหล่านั้นด้วยความเชื่อและความชื่นชมยินดี ถึงกระนั้น พระเจ้าแห่งความรักก็
ทรงอดกลั้นและหนุนใจท่านอย่างต่อเนื่องเพื่อให้ท่านดำเนินชีวิตและดำรงอยู่

ในความจริง

ขอให้เราดูตัวอย่างของคนอิสราเอล ชนชาติอิสราเอลตกเป็นทาสประมาณ 400 ปีในอียิปต์ คนเหล่านั้นออกจากอียิปต์ภายใต้การนำของโมเสสและเห็นถึงการทำงานด้วยฤทธิ์เดชอำนาจของพระเจ้าปรากฏหลายต่อหลายครั้งในขณะที่เขากำลังมุ่งหน้าสู่แผ่นดินคานาอัน

คนเหล่าเห็นภัยพิบัติทั้งสิบชนิดที่เกิดขึ้นกับอียิปต์ การแยกน้ำในทะเลแดงออกเป็นสองส่วนและการเปลี่ยนน้ำขมที่มาราห์เป็นน้ำจืดที่สามารถดื่มได้ นอกจากนั้น คนอิสราเอลยังได้รับประทานมานาและนกคุ่มที่มาจากฟ้าสวรรค์ในขณะที่เขาเดินทางผ่านถิ่นทุรกันดารสีน คนอิสราเอลเห็นถึงการทำงานด้วยฤทธิ์อำนาจอันอัศจรรย์ของพระเจ้าผ่านสิ่งเหล่านั้น

ถึงกระนั้นคนอิสราเอลก็ยังบ่นและต่อว่าเมื่อใดก็ตามที่เขาพบกับความยากลำบากแทนที่เขาจะอธิษฐานด้วยความเชื่อ แต่พระเจ้าผู้ทรงอุดมด้วยความรักทรงมีพระเมตตาต่อเขาและทรงนำเขาทั้งกลางวันและกลางคืนจนกระทั่งคนเหล่านั้นไปถึงแผ่นดินแห่งพันธสัญญา

## ประชาชนที่มีใจขุ่นเคืองและขี้บ่น

ทำไมคนอิสราเอลจึงบ่นพึมพำอยู่เสมอทุกครั้งที่เขาพบกับการทดลองและความยากลำบาก ปัญหาไม่ได้อยู่ที่สถานการณ์แต่เป็นเพราะความเชื่อของคนเหล่านี้ ถ้าคนอิสราเอลมีความเชื่อที่แท้จริง เขาก็คงจะชื่นชมคานาอันแผ่นดินแห่งพันธสัญญาในใจของเขาแม้ในความเป็นจริงคนเหล่านั้นยังอยู่ในถิ่นทุรกันดาร

กล่าวคือ ถ้าคนเหล่านั้นเชื่อว่าพระเจ้าจะทรงนำเขาไปสู่แผ่นดินคานาอันอย่างแน่นอน คนอิสราเอลก็คงไปถึงแผ่นดินนั้นด้วยการเอาชนะความยุ่งยาก

ุกอย่างโดยไม่รู้สึกเป็นทุกข์หรือเจ็บปวดไม่ว่าเขาจะพบกับความยุ่งยาก

ชนิดใดในถิ่นทุรกันดารก็ตาม

แม้อยู่ในสภาพแวดล้อมหรือสถานการณ์เดียวกันแต่ผู้คนอาจมีปฏิกิริยาโต้ตอบที่แตกต่างกันทั้งนี้ขึ้นอยู่กับชนิดของความเชื่อและท่าทีที่คนเหล่านั้นมีอยู่ บางคนรู้สึกเป็นทุกข์ทรมานในความยากลำบาก บางคนยอมรับความยากลำบากเหล่านั้นโดยสำนึกว่าเป็นหน้าที่และบางคนค้นพบน้ำพระทัยของพระเจ้าในท่ามกลางความยากลำบากและเชื่อฟังน้ำพระทัยนั้นด้วยความชื่นชมยินดีและการขอบพระคุณ

ท่านจะมีชีวิตในพระคริสต์ที่เต็มไปด้วยการขอบพระคุณโดยไม่บ่นได้อย่างไร ข้าพเจ้าขออธิบายเรื่องนี้เพิ่มเติมด้วยการยกตัวอย่าง สมมุติว่าท่านอาศัยอยู่ในกรุงโซลและกำลังตกอยู่ในวิกฤติทางด้านการเงินอย่างรุนแรง

วันหนึ่ง มีคนมาหาท่านและพูดว่า "มีเพชรโตขนาดเท่ากับลูกฟุตบอลเม็ดหนึ่งฝังอยู่ในหาดทรายแห่งหนึ่งในเมืองปูซานซึ่งอยู่ห่างจากกรุงโซลไปทางใต้ประมาณ 266 ไมล์ เพชรเม็ดนี้จะเป็นของคุณถ้าคุณหาเจอ คุณอาจเดินหรือวิ่งไปยังชายหาดแห่งนี้ก็ได้ แต่ห้ามคุณขับรถ นั่งรถโดยสาร นั่งรถไฟ หรือนั่งเครื่องบินไปที่นั่น"

ท่านจะมีปฏิกิริยาโต้ตอบอย่างไร ท่านจะไม่มีวันพูดว่า "ใช่แล้ว ตอนนี้เพชรเม็ดนั้นเป็นของผมแล้วเพราะชายคนนั้นให้กับผม ปีหน้าผมจะไปเอาเพชรเม็ดนั้น" หรือพูดว่า "เดือนหน้าผมจะไปเพชรเม็ดนั้นเพราะตอนนี้ผมยุ่งมาก" ท่านคงจะรีบวิ่งไปยังสถานที่แห่งนั้นทันทีที่ท่านได้ยินข่าวจากชายคนนั้นอย่างแน่นอน

เมื่อผู้คนได้ยินข่าวนี้คนส่วนใหญ่คงจะวิ่งไปยังเมืองปูซานและใช้เส้นทางลัดเพื่อให้ได้เพชรที่มีคุณค่าเม็ดนั้นมาให้เร็วที่สุดเท่าที่จะเร็วได้ คงไม่มีใครเลิกล้มกลางคันในขณะที่มุ่งหน้าไปยังเมืองปูซานแม้เท้าของเขาจะเจ็บปวดหรือมีอาการเหนื่อยเหนื่อย ตรงกันข้าม ท่านคงจะวิ่งไปอย่างรวดเร็วเพื่อให้ได้เพชรเม็ดนั้นมาด้วยความรู้สึกขอบคุณและยินดีโดยไม่บ่นเรื่องเท้าเจ็บ

ในทำนองเดียวกัน ถ้าท่านมีความหวังอย่างมั่นคงเกี่ยวกับแผ่นดินสวรรค์

นิรันดร์อันงดงามและมีความเชื่อที่ไม่เปลี่ยนแปลง  ท่านก็จะวิ่งแข่งด้วยความ
เชื่อโดยไม่บ่นในทุกสถานการณ์จนกว่าท่านจะไปถึงสวรรค์

## ผู้คนที่เชื่อฟัง

ถ้าท่านเชื่อฟังพระคำของพระเจ้าท่านจะไม่รู้สึกเป็นทุกข์หรือเป็นภาระใน
ชีวิตคริสเตียนของท่าน แต่ท่านจะมีความเพลิดเพลินและความชื่นชมยินดี ถ้า
ท่านรู้สึกเป็นทุกข์ในชีวิตแห่งความเชื่อ  สิ่งนี้ยืนยันถึงความไม่เชื่อฟังพระคำ
ของพระเจ้าและการหลงไปจากน้ำพระทัยของพระองค์ของท่าน
มีคำอุปมาเล่าว่า ในสมัยโบราณม้าถูกใช้เพื่อลากเกวียน บ่อยครั้งม้าจะถูก
เฆี่ยนแม้มันจะทำงานให้กับเจ้านายของมันม้าไม่จำเป็นต้องถูกเฆี่ยนถ้ามันเชื่อ
ฟังเจ้านายของตน  แต่ถ้าม้าไปตามทางของตนเองโดยไม่เชื่อฟังนาย  ม้าก็ไม่
อาจหลีกเลี่ยงการถูกเฆี่ยนอย่างรุนแรงได้

ผู้คนที่ไม่เชื่อฟังพระคำของพระเจ้าก็เช่นเดียวกันคนเหล่านี้ทำตาม
แนวทางของตนเองและทำให้องค์พระผู้เป็นเจ้าคร่ำครวญ คนเหล่านี้ถูกเฆี่ยน
อยู่บ่อยครั้ง ในทางตรงกันข้าม ผู้คนที่เชื่อฟังพระคำของพระเจ้าจะพูดว่า "ข้า
แต่พระเจ้า ขอทรงบอกกับข้าพระองค์ ข้าพระองค์จะทำตามพระองค์เท่านั้น"
คนเหล่านี้จะดำเนินชีวิตที่สงบสุขและเรียบง่าย
ยกตัวอย่าง พระเจ้าทรงสั่งเราว่า "อย่าลักขโมย" เมื่อท่านเชื่อฟังคำสั่งนั้น
ท่านจะรู้สึกสงบสุข  แต่ถ้าท่านไม่เชื่อฟังคำสั่งดังกล่าว  ท่านจะรู้สึกทุกข์ใจ
เพราะท่านมีความต้องการที่จะลักขโมย เป็นเรื่องธรรมชาติที่บุตรของพระเจ้า
ต้องละทิ้งสิ่งใดก็ตามที่พระเจ้าทรงบัญชาให้เขาละทิ้ง ถ้าไม่เช่นนั้น จิตใจของ
เขาจะเป็นทุกข์
เพราะเหตุนี้ พระเยซูจึงตรัสในมัทธิว 7:13-14 ว่า "จงเข้าไปทางประตูแคบ

*เพราะว่าประตูใหญ่และทางกว้างซึ่งนำไปถึงความพินาศและคนที่เข้าไปทางนั้นมีมาก เพราะว่าประตูซึ่งนำไปถึงชีวิตนั้นก็คับและทางก็แคบ ผู้ที่หาพบก็มีน้อย"*

ผู้เชื่อใหม่จะเห็นว่าการเชื่อฟังพระคำของพระเจ้าเป็นสิ่งที่ยากลำบากเหมือนกับการพยายามเข้าไปทางประตูแคบแต่ในไม่ช้าคนเหล่านี้จะรู้ว่าประตูนี้เป็นหนทางไปสู่สวรรค์และเป็นเส้นทางแห่งความสุขที่แท้จริง

## 4. เว้นแต่ท่านจะเชื่อและฟังคำ

ท่านคงเคยได้ยินข้อความใน 1 เธสะโลนิกา 5 มาแล้วหลายครั้งที่ว่า "*จงชื่นบานอยู่เสมอ จงอธิษฐานอย่างสม่ำเสมอ จงขอบพระคุณในทุกกรณี เพราะนี่แหละเป็นน้ำพระทัยของพระเจ้าซึ่งปรากฏอยู่ในพระเยซูคริสต์เพื่อท่านทั้งหลาย"* (ข้อ 16-18)

ท่านสูญเสียความชื่นชมยินดีเมื่อมีเรื่องน่าเศร้าเกิดขึ้นกับท่านหรือไม่ ท่านทำหน้าบูดบึ้งเมื่อมีคนสร้างปัญหาให้กับท่านหรือไม่ ท่านเกิดความวิตกกังวลเมื่อท่านเจอปัญหาทางด้านการเงินหรือถูกคนอื่นข่มเหงหรือไม่

บางคนอาจเห็นว่าเป็นความหน้าซื่อใจคดที่จะชื่นชมยินดีและขอบพระคุณแม้ในช่วงเวลาที่ยากลำบาก คนเหล่านี้อาจถามว่า "ทำไมผมต้องขอบพระคุณในเมื่อไม่มีสิ่งใดที่จะทำให้ผมขอบพระคุณได้" คนเหล่านี้ยังรู้เช่นกันว่าเขาควรอดทน แต่เขากลับว้าวุ่นใจหรือโมโหฉุนเฉียวเมื่อเขาพบสถานการณ์ที่สุดจะทน

คนเหล่านี้ล่วงประเวณีในใจเมื่อเขามองดูผู้หญิงที่หน้าตาสวยงามเพราะเขายังไม่ได้ละทิ้งตัณหาที่อยู่ในใจของเขา สิ่งเหล่านี้พิสูจน์ให้เห็นว่าคนเหล่านี้ยังไม่ได้ละทิ้งความบาปด้วยการต่อสู้กับบาปเหล่านั้นและเขาไม่ได้เชื่อฟัง

พระคำ

## ท่านไม่ได้ยินเสียงของพระวิญญาณบริสุทธิ์

ถ้าท่านรู้จักพระคำของพระเจ้ามากมายแต่ท่านไม่เชื่อฟังพระคำนั้นท่าน
ก็จะไม่ได้ยินเสียงของพระวิญญาณบริสุทธิ์หรือรับการทรงนำโดยพระองค์
เพราะท่านได้สร้างกำแพงบาปขึ้นระหว่างพระเจ้ากับตัวท่าน      แต่ถึงแม้ผู้เชื่อ
ใหม่ก็สามารถได้ยินเสียงของพระวิญญาณและรับการทรงนำจากพระองค์ได้
เมื่อเขาเชื่อฟังพระคำของพระเจ้าอย่างต่อเนื่อง เหมือนกับเด็กตัวเล็ก ๆ ที่ไม่มี
อะไรต้องกังวลเมื่อเขาเชื่อฟังพ่อแม่ของตนพระเจ้าทรงพอพระทัยกับท่าน
และทรงนำท่านเมื่อท่านเชื่อฟังพระองค์อย่างต่อเนื่องแม้ด้วยความเชื่อเพียง
เล็กน้อยก็ตาม
      ยกตัวอย่าง พ่อแม่เอาใจใส่ดูแลลูกเล็ก ๆ ของตนในทุก ๆ ด้าน แต่พ่อแม่
ไม่จำเป็นต้องเอาใจใส่ดูแลลูกของตนมากนักเมื่อเขาเติบโตเป็นผู้ใหญ่จน
สามารถเดินและหากินได้ด้วยตนเองพ่อแม่ไม่จำต้องปฏิบัติกับลูกเหมือน
เขาเป็นเด็กทารกอีกต่อไปเมื่อลูกเรียนอยู่ในชั้นประถมศึกษา   กระนั้นพ่อแม่
จะรู้สึกเจ็บปวดและเป็นทุกข์ถ้าลูกของตนใส่รองเท้าผิดข้างหรือถ้าลูกไม่
สามารถทำในสิ่งที่เขาควรจะทำได้ด้วยตนเอง
      ในทำนองเดียวกันถ้าท่านดำเนินชีวิตคริสเตียนมาเป็นเวลานานพอที่จะ
เป็นผู้นำหรือคนทำงานในคริสตจักรของท่านท่านควรเชื่อฟังพระคำของ
พระเจ้าถ้าท่านฟังพระคำของพระองค์แต่ยังดำเนินชีวิตคริสเตียนเหมือน
เด็กเล็ก ๆ และสร้างกำแพงบาปต่อสู้พระเจ้าอย่างต่อเนื่อง การทดลองของ
พระองค์ก็จะเกิดขึ้นกับท่าน
      ในกรณีนี้ท่านจะไม่ได้รับคำตอบจากพระเจ้าแม้ท่านจะอธิษฐานต่อ
พระองค์    ท่านไม่ได้เกิดผลที่ดีในชีวิตของท่านและไม่ได้รับการปกป้องจาก

พระเจ้า ท่านจะไม่มีความเจริญรุ่งเรือง แต่ท่านจะพบกับความยุ่งยาก ท่านจำเป็นต้องดำเนินชีวิตในความเจ็บปวดและความเหน็ดเหนื่อยที่เต็มด้วยความวิตกกังวล

## ท่านไม่ได้รับคำตอบหรือรับการปกป้องจากพระเจ้า

ถ้าท่านอยู่ในความเชื่อระดับที่สอง ท่านจะรู้ดีว่าความบาปคืออะไรและรู้ว่าท่านควรละทิ้งความชั่วร้ายและความเท็จที่อยู่ภายในตัวท่าน ถ้าท่านไม่ได้กำจัดสิ่งเหล่านี้ออกไปแต่กลับเก็บรักษาสิ่งเหล่านี้ไว้ในความคิดของท่าน ท่านจะเข้าหาพระเจ้าผู้บริสุทธิ์และผู้เป็นความสว่างโดยไม่รู้สึกอับอายได้อย่างไร ผีมารซาตานเข้าหาท่านและทำให้ท่านสงสัยพระเจ้า สุดท้ายผีมารซาตานก็ทดลองท่านให้หันกลับไปหาโลก

มีผู้ปกครองคนหนึ่งในคริสตจักรของข้าพเจ้าที่พยายามเกิดผลในธุรกิจหลายอย่างด้วยการถามตนเองว่า "เราจะทำสิ่งใดเพื่อผู้เลี้ยงของเรา"

ถึงกระนั้นชายผู้นี้ก็ไม่ประสบความสำเร็จมากนักเพราะในฝ่ายร่างกายภายนอกเขาเป็นคนสัตย์ซื่อแต่จิตใจของเขาไม่ได้เข้าสุหนัตซึ่งถือเป็นสิ่งที่สำคัญที่สุดเขาหลู่พระเกียรติของพระเจ้าด้วยการไม่เดินตามแนวทางที่ถูกต้องเพราะบ่อยครั้งความคิดและจิตใจฝ่ายเนื้อหนังของเขามุ่งหาประโยชน์ให้กับตนเอง นอกจากนั้น เขายังแสดงออกถึงความไม่สัตย์ซื่อ การโกรธเคืองผู้คนและการไม่เชื่อฟังพระคำของพระเจ้าในหลายด้าน

ยิ่งกว่านั้น ถ้าปัญหาทางด้านการเงินและด้านความสัมพันธ์ของเขากับคนอื่นยังดำเนินอยู่ต่อไปในลักษณะนี้ เขาคงไม่ยึดมั่นในความเชื่ออีกต่อไป แต่คงประนีประนอมกับความอธรรม สุดท้าย เพราะความเชื่อของเขาถดถอย ผู้ปกครองคนนั้นได้สูญเสียทรัพย์สินเงินทองทั้งสิ้นที่เขาสำสมไว้ในเวลานั้นพระเจ้าทรงเรียกดวงวิญญาณของเขาในเวลาที่เหมาะสม

ด้วยเหตุนี้ท่านต้องตระหนักว่าสิ่งสำคัญที่สุดไม่ใช่เป็นความสัตย์ซื่อภายนอกและการถวายสิบลดให้กับคริสตจักร แต่เป็นการละทิ้งความบาปของท่านเมื่อท่านดำเนินชีวิตด้วยพระคำของพระเจ้า

## 5. คริสเตียนที่ไม่เป็นผู้ใหญ่และคริสเตียนที่เป็นผู้ใหญ่

ถ้าท่านอยู่ในความเชื่อระดับที่หนึ่งท่านจะไม่รู้สึกมีปัญหาหรือได้ยินเสียงคร่ำครวญของพระวิญญาณบริสุทธิ์ถึงแม้เมื่อท่านทำบาปที่เป็นเช่นนี้ก็เพราะว่าท่านยังไม่สามารถแยกความจริงออกจากความเท็จได้และไม่รู้ว่าท่านทำบาปแม้ในขณะที่ท่านกำลังทำบาปพระเจ้าไม่ทรงตำหนิท่านรุนแรงมากนักเมื่อท่านทำบาปเพราะท่านไม่สามารถแยกความจริงออกจากความเท็จเนื่องจากท่านขาดความรู้ในเรื่องพระคำของพระเจ้า

สิ่งนี้คล้ายกับการที่เด็กไม่ถูกตำหนิแม้เมื่อเขาทำน้ำหกหรือทำแก้วแตกในขณะที่คลานอยู่บนพื้น ตรงกันข้าม พ่อแม่หรือสมาชิกในครอบครัวจะตำหนิตนเองที่ขาดความระวังรอบคอบแทนที่จะตำหนิเด็ก

แต่ถ้าท่านเข้าสู่ความเชื่อระดับที่สองท่านจะได้ยินเสียงคร่ำครวญของพระวิญญาณบริสุทธิ์ภายในท่านและเริ่มรู้สึกถึงความเสียใจเมื่อท่านทำบาป แต่ท่านยังไม่เข้าใจทุกอย่างเกี่ยวกับพระคำของพระเจ้าเพราะท่านยังเป็นเหมือนเด็กในฝ่ายวิญญาณและ ไม่ใช่เรื่องง่ายสำหรับท่านที่จะเชื่อฟังพระคำด้วยตนเอง นั่นคือเหตุผลที่เราเรียกผู้คนที่มีความเชื่อในระดับที่หนึ่งหรือที่สองว่า "คริสเตียนที่ถูกเลี้ยงด้วยน้ำนม"

### คริสเตียนที่ถูกเลี้ยงด้วยน้ำนม

อัครทูตเปาโลเขียนไว้ใน 1 โครินธ์ 3:1-3 ว่า

*พี่น้องทั้งหลายข้าพเจ้าไม่อาจจะพูดกับท่านเหมือนพูดกับผู้ที่อยู่*
*ฝ่ายวิญญาณได้แต่ต้องพูดกับท่านเหมือนคนที่อยู่ฝ่ายเนื้อหนังเหมือน*
*กับท่านเป็นทารกในพระคริสต์ ข้าพเจ้าเลี้ยงท่านด้วยน้ำนมมิใช่ด้วย*
*อาหารแข็งเพราะว่าเมื่อก่อนนั้นท่านยังไม่สามารถรับและถึงแม้เดี๋ยว*
*นี้ท่านก็ยังไม่สามารถด้วยว่าท่านยังอยู่ฝ่ายเนื้อหนังเพราะว่าเมื่อยัง*
*อิจฉากันและขัดเคืองใจกัน ท่านไม่ได้อยู่ฝ่ายเนื้อหนังหรือและไม่ได้*
*ประพฤติตามมนุษย์สามัญดอกหรือ*

ถ้าท่านต้อนรับพระเยซูคริสต์ท่านก็ได้รับสิทธิในการเป็นบุตรของพระเจ้า
และชื่อของท่านถูกบันทึกไว้ในหนังสือแห่งชีวิตในแผ่นดินสวรรค์แต่ท่าน
จะได้รับการเอาใจใส่ดูแลเหมือนเด็กทารกในพระคริสต์เพราะท่านยังไม่ได้
รื้อฟื้นพระฉายาของพระเจ้าที่สูญเสียไปขึ้นมาใหม่ทั้งหมด
ด้วยเหตุนี้ผู้คนที่มีความเชื่ออยู่ในระดับที่หนึ่งและที่สองต้องได้รับการ
ดูแลเป็นอย่างดีคนเหล่านี้ต้องได้รับการสั่งสอนในเรื่องพระคำของพระเจ้า
และรับการหนุนใจให้ดำเนินชีวิตด้วยพระคำเหมือนกับการเลี้ยงดูเด็กทารก
ด้วยน้ำนม
นั่นคือสาเหตุที่เราเรียกผู้คนที่มีความเชื่ออยู่ในระดับที่หนึ่งหรือที่สอง
ว่า "คริสเตียนที่ถูกเลี้ยงด้วยน้ำนม" ถ้าความเชื่อของคนเหล่านี้เติบโตขึ้นและ
เขาเริ่มเข้าใจและเชื่อฟังพระคำของพระเจ้าด้วยตนเองเราจะเรียกคนเหล่านี้ว่า
"คริสเตียนที่ถูกเลี้ยงด้วยอาหารแข็ง"
ดังนั้น ถ้าท่านเป็นคริสเตียนที่ถูกเลี้ยงด้วยน้ำนม—ซึ่งมีความเชื่ออยู่ใน
ระดับที่หนึ่งหรือที่สอง—ท่านต้องพยายามให้มากที่สุดที่จะเป็นคริสเตียน
ที่กินอาหารแข็ง แต่ท่านต้องจำไว้ว่าท่านไม่สามารถก้าวจากการดำเนินชีวิต
คริสเตียนที่ถูกเลี้ยงด้วยน้ำนมไปสู่การเป็นคริสเตียนที่กินอาหารแข็งได้ด้วย

การยัดเยียด ถ้าทำเช่นนั้น ท่านจะเกิดอาการอาหารไม่ย่อยเหมือนกับการเลี้ยง
ทารกด้วยอาหารแข็งซึ่งจะทำให้เขามีปัญหาเรื่องการย่อย

　　ด้วยเหตุนี้ ท่านควรมีความเฉลียวฉลาดเมื่อท่านเอาใจใส่ดูแลคู่สมรส ลูก
หรือคนหนึ่งคนใดที่มีความเชื่อเพียงเล็กน้อยอันดับแรกท่านต้องเอาใจเขามา
ใส่ใจเราและช่วยให้คนเหล่านั้นเติบโตขึ้นในความเชื่อด้วยการสอนเขาใน
เรื่องพระเจ้าผู้ทรงพระชนม์อยู่แทนที่จะตำหนิหรือต่อว่าคนที่มีความเชื่อน้อย
ซึ่งเป็นผลผลิตของจิตใจที่หยิ่งผยองหรือการประพฤติที่ไม่เชื่อฟังของคนเหล่า
นั้น

　　พระเจ้าไม่ทรงลงโทษผู้ที่มีความเชื่อในระดับที่หนึ่งหรือที่สองแม้เมื่อคน
เหล่านี้ไม่ได้รักษาวันขององค์พระผู้เป็นเจ้าให้บริสุทธิ์หรือไม่ได้ดำเนินชีวิต
โดยพระคำอย่างครบถ้วน ตรงกันข้าม พระเจ้าทรงเข้าใจสถานการณ์ของเขา
และทรงนำเขาไปด้วยความรัก ดังนั้น เราต้องสามารถวินิจฉัยขนาดแห่งความ
เชื่อของเราและขนาดแห่งความเชื่อของคนอื่นพร้อมทั้งคิดอย่างฉลาดตาม
ขนาดแห่งความเชื่อนั้น

### คริสเตียนที่กินอาหารแข็ง

　　ถ้าท่านพยายามดำเนินชีวิตคริสเตียนที่ดีแม้ว่าท่านจะมีความเชื่อในระดับ
ที่หนึ่งหรือที่สอง　พระเจ้าจะทรงปกป้องท่านจากปัญหาและการทดลองต่าง
ๆ แต่ท่านไม่ควรหยุดที่ขนาดแห่งความเชื่อระดับที่สองโดยไม่พยายามพัฒนา
ความเชื่อของท่านให้มากขึ้น พ่อแม่จะวิตกกังวลเมื่อลูกของตนไม่เจริญเติบโต
แต่เขาจะพึงพอใจเมื่อลูกกเติบโตตามวัยของตนอย่างเหมาะสม　เช่นเดียวกัน
บุตรของพระเจ้าต้องเติบโตขึ้นในความเชื่อของตนผ่านทางพระคำและการ
อธิษฐาน

　　ดังนั้น　ในด้านหนึ่ง　ในเวลาที่เหมาะสมที่สุดพระเจ้าจะทรงอนุญาตให้

ความยากลำบากเกิดขึ้นกับท่านเพื่อพระองค์จะนำท่านไปสู่ความเชื่อในระดับที่สาม พระองค์ทรงอวยพระพรเพื่อทำให้ความเชื่อของท่านเติบโตขึ้นพร้อมด้วยพระพรอื่น ๆ อีกมากมาย ท่านเอาชนะความยากลำบากได้มากขึ้นเท่าใดพระพรของพระเจ้าที่มาเหนือท่านก็จะเพิ่มมากขึ้นเท่านั้น

ในอีกด้านหนึ่งถ้าท่านมีความเชื่ออยู่ในระดับที่สามแต่ท่านกลับดำเนินชีวิตตามแบบคนที่มีความเชื่อในระดับที่หนึ่งหรือที่สองพระเจ้าจะทรงลงวินัยท่านด้วยการทดลอง แทนที่จะอวยพรท่านด้วยการทดสอบ

สมมุติว่ามีเด็กคนหนึ่งที่ขาดความสมดุลทางด้านโภชนาการเพราะเขาดื่มนมเพียงอย่างเดียวโดยไม่บริโภคอาหารชนิดอื่น ถ้าเด็กคนนี้ดึงดันที่จะดื่มนมต่อไป เขาอาจล้มป่วยด้วยโรคขาดอาหารหรืออาจเสียชีวิต ในสถานการณ์เช่นนี้ พ่อแม่ต้องพยายามให้มากที่สุดที่จะเลี้ยงดูเด็กคนนี้ด้วยอาหารชนิดอื่น

ในทำนองเดียวกันเมื่อบุตรของพระเจ้ารู้จักพระคำของพระองค์แต่กลับหันไปเดินตามหนทางแห่งความตายโดยไม่เชื่อฟังพระคำของพระองค์ พระเจ้า—ผู้ทรงต้องการมีบุตรที่แท้จริงผ่านทางพระเยซูคริสต์พระบุตรของพระองค์—ทรงอนุญาตให้การทดลองเกิดขึ้นกับลูกของพระองค์ด้วยพระทัยที่แตกสลายจากข้อกล่าวหาของซาตาน

พระเจ้าทรงปฏิบัติกับลูกของพระองค์ดังนี้ *"เพราะองค์พระผู้เป็นเจ้าทรงตีสอนผู้ที่พระองค์ทรงรักและเมื่อพระองค์ทรงรับผู้ใดเป็นบุตรพระองค์ก็ทรงตีสอนผู้นั้น ท่านทั้งหลายจงรับและทนเอาเถอะเพราะเป็นการตีสอน พระเจ้าทรงปฏิบัติต่อท่านในฐานะที่ท่านเป็นบุตรของพระองค์ด้วยว่ามีบุตรคนใดเล่าที่บิดาไม่ได้ตีสอนเขาบ้าง"* (ฮีบรู 12:6-7)

ถ้าบุตรของพระเจ้าทำบาปแต่พระองค์ไม่ทรงลงวินัยเขานั่นแสดงว่าบุคคลนั้นอยู่ห่างไกลจากความรักของพระเจ้ามากนี่ถือเป็นโศกนาฏกรรมที่สุดสำหรับเขาที่ต้องตกนรกเพราะพระเจ้าไม่ทรงยอมรับว่าเขาเป็นบุตรของ

พระองค์อีกต่อไป

ด้วยเหตุนี้   ถ้าการทดลองเพื่อลงวินัยของพระเจ้าเกิดขึ้นกับท่านเมื่อท่าน
ทำบาปท่านต้องจำไว้ว่าสิ่งนั้นเป็นหลักฐานของความรักของพระองค์และ
ท่านต้องกลับใจจากบาปของท่านอย่างสิ้นเชิง  ในทางตรงกันข้าม  ถ้าพระเจ้า
ไม่ได้ลงวินัยท่านเมื่อท่านทำบาป   ท่านต้องพยายามที่จะกลับใจจากบาปของ
ท่านและรับเอาการยกโทษโดยไม่ยอมแพ้

ท่านสามารถรับการยกโทษความผิดบาปของท่านเมื่อท่านไม่เพียงแต่กลับ
ใจจากบาปด้วยริมฝีปากของท่านเท่านั้นแต่ท่านต้องหันหลังให้กับความบาป
เหล่านั้นด้วยการกลับใจอย่างแท้จริงด้วยการร้องไห้ไม่ได้เกิดขึ้นจากความ
ตั้งใจของท่านเองแต่เกิดจากพระคุณของพระเจ้า  ด้วยเหตุนี้  ท่านต้องทูลขอ
พระเจ้าอย่างร้อนรนเพื่อพระองค์จะประทานพระคุณแห่งการกลับใจใหม่ด้วย
การร้องไห้แก่ท่าน  เมื่อพระคุณนี้มาเหนือท่าน  ท่านก็จะกลับใจใหม่ด้วยน้ำตา
และน้ำมูกไหล และเป็นการกลับใจที่ฉีกหัวใจท่านออกมา

เมื่อท่านทำเช่นนั้นกำแพงบาปที่ขวางกั้นท่านกับพระเจ้าจะถูกทำลายลง
และจิตใจของท่านได้รับการรื้อฟื้นขึ้นใหม่และมีความปลอดโปร่ง    ท่านจะ
เต็มล้นด้วยพระวิญญาณบริสุทธิ์ความชื่นชมยินดีและการขอบพระคุณจะหลั่ง
ไหลออกมาจากชีวิตท่านสิ่งนี้เป็นหลักฐานยืนยันว่าท่านได้รื้อฟื้นความรัก
ของพระเจ้าขึ้นมาใหม่

ถ้าท่านมีความเชื่ออยู่ในระดับที่สามแต่กลับประพฤติตัวและดำเนินชีวิต
ตามแนวทางของผู้ที่มีความเชื่อในระดับที่สอง  ท่านจะไม่ได้รับความเชื่อจาก
เบื้องบนซึ่งเป็นสิ่งที่จะช่วยให้ท่านสามารถแก้ปัญหาของตนได้   เมื่อท่านไม่
ได้รับความเชื่อที่พระเจ้าประทานให้  โรคภัยไข้เจ็บก็จะไม่ได้รับการรักษาให้
หายด้วยความเชื่อของท่านและท่านอาจหันไปพึ่งพิงวิธีการของโลกแต่ถ้าท่าน
กลับใจจากบาปของท่านอย่างสิ้นเชิงด้วยน้ำตาไหลและหันหลังให้กับความ
บาปเหล่านั้นเสีย ในไม่ช้าท่านจะรื้อฟื้นความเชื่อระดับที่สามขึ้นมาใหม่

ถ้าท่านเข้าใจหลักการแห่งการเจริญเติบโตของความเชื่อนี้ท่านไม่ควร
พอใจในระดับความเชื่อในปัจจุบันของท่านเด็กต้องเจริญวัยเพื่อเข้าสู่การ
ศึกษาในระดับชั้นประถม ชั้นมัธยมต้น ชั้นมัธยมปลาย มหาวิทยาลัย และการ
ศึกษาขั้นสูงกว่าฉันใด  ท่านจำเป็นต้องพยายามพัฒนาความเชื่อของท่านให้ดี
ที่สุดจนกว่าท่านจะบรรลุถึงขนาดแห่งความเชื่อในระดับสูงสุดด้วยฉันนั้น

ถ้าท่านมีความเชื่ออยู่ในระดับที่สอง  ในไม่ช้าความเชื่อของท่านจะเติบโต
ขึ้นด้วยการเต็มล้นของพระวิญญาณบริสุทธิ์เพราะท่านได้เพาะปลูกความเชื่อ
ของท่านซึ่งมีขนาดเล็กเท่าเมล็ดผักกาดและความเชื่อนั้นจะเริ่มต้นแตกหน่อ
กล่าวคือ    ความเชื่อของท่านจะเติบโตขึ้นจนท่านสามารถเชื่อฟังพระคำของ
พระเจ้าเมื่อท่านติดอาวุธให้กับตนเองด้วยพระคำของพระเจ้าโดยการรับฟัง
พระคำอย่างกระตือรือร้น การเข้าร่วมนมัสการในคริสตจักร และการอธิษฐาน
อย่างไม่หยุดหย่อน

ขออย่าให้พระคำของพระเจ้าที่ท่านสะสมไว้นั้นเป็นเพียงความรู้แต่ขอให้
ท่านพร้อมที่จะเชื่อฟังพระคำนั้นจนถึงเลือดไหลและขอให้ท่านบรรลุถึงความ
เชื่อที่ยิ่งใหญ่มากขึ้น ข้าพเจ้าอธิษฐานในพระนามขององค์พระผู้เป็นเจ้า

บทที่ 6

# ความเชื่อที่จะดำเนินชีวิตโดยพระคำ

ความเชื่อระดับที่สาม

เหตุฉะนั้นผู้ใดที่ได้ยินคำเหล่านี้ของเราและประพฤติตาม

เขาก็เปรียบเสมือนผู้คนที่มีสติปัญญาสร้างเรือนของตน

ไว้บนศิลา ฝนก็ตกและน้ำก็ไหลเชี่ยว ลมก็พัดปะทะเรือน

นั้น แต่เรือนมิได้พังลงเพราะว่ารากตั้งอยู่บนศิลา

(มัทธิว 7:24-25)

ผู้คนมีขนาดแห่งความเชื่อแตกต่างกัน ความเชื่อเป็นของประทานจาก
พระเจ้าซึ่งพระองค์ทรงมอบให้กับท่านเมื่อท่านบรรลุถึงความจริง
ในจิตใจของท่าน เมื่อความเชื่อของท่านที่เป็นเพียงความรู้ถูกเปลี่ยนเป็นความ
เชื่อที่เป็นของประทานจากพระเจ้า ท่านก็ได้รับเอาคำตอบจากพระองค์

เหมือนที่ข้าพเจ้ากล่าวถึงในบทก่อนหน้านี้ว่าเมื่อท่านมีความเชื่อในระดับ
ที่หนึ่งซึ่งทำให้ท่านรอดนั้น ท่านได้รับพระวิญญาณบริสุทธิ์และชื่อของท่านก็
ถูกบันทึกไว้ในหนังสือแห่งชีวิตในสวรรค์ จากนั้นท่านเริ่มต้นมีความสัมพันธ์
กับพระเจ้าพร้อมกับเรียกพระองค์ว่า "พระเจ้าพระบิดาของข้าพระองค์"

จากนั้นความเชื่อของท่านจะเติบโตขึ้นและท่านชื่นชอบการฟังพระคำของ
พระเจ้าพร้อมกับเต็มล้นด้วยพระวิญญาณบริสุทธิ์รวมทั้งพยายามเชื่อฟังพระ
คำที่ท่านได้รับการสั่งสอนนั้นแต่ท่านไม่ได้เชื่อฟังพระคำของพระองค์ทุก
ถ้อยคำ ท่านรู้สึกเป็นภาระกับพระคำของพระเจ้าและไม่ได้รับคำตอบทุกอย่าง
ที่ท่านทูลขอ กล่าวกันว่าในขั้นนี้ท่านกำลังอยู่ในความเชื่อระดับที่สอง

ท่านจะบรรลุถึงความเชื่อในระดับที่สามซึ่งจะช่วยท่านให้ดำเนินชีวิตโดย
พระคำได้อย่างไรท่านจะดำเนินชีวิตคริสเตียนแบบใดในความเชื่อระดับที่
สาม

## 1. ความเชื่อระดับที่สาม

เมื่อบุคคลคนหนึ่งต้อนรับเอาองค์พระผู้เป็นเจ้าและได้รับพระวิญญาณ
บริสุทธิ์เมล็ดพันธุ์แห่งความเชื่อที่มีขนาดเล็กเท่าเมล็ดผักกาดได้ถูกนำไปปลูก
ไว้ในจิตใจของบุคคลนั้น  ถ้าเมล็ดพันธุ์แห่งความเชื่อนี้แตกหน่อ  ท่านก็จะ
บรรลุถึงความเชื่อในระดับที่จะทำให้ท่านพยายามเชื่อฟังพระคำและบรรลุถึง
ความเชื่อระดับที่สูงขึ้นซึ่งจะทำให้ท่านเชื่อฟังพระคำนั้น

ในขั้นแรกท่านไม่ได้เชื่อฟังพระคำมากนักถึงแม้ท่านจะฟังพระคำนั้น  แต่
เมื่อความเชื่อของท่านเติบโตขึ้นท่านก็สามารถเข้าใจพระคำลึกซึ้งมากขึ้นและ
เชื่อฟังได้มากขึ้น ด้วยเหตุนี้ เราจึงเรียก "ความเชื่อที่จะฟังคำ" นี้ว่า "ความเชื่อ
ที่ทำให้ท่านสามารถเข้าใจ"

การเข้าใจในพระคำนั้นแตกต่างจากการสะสมพระคำไว้ในรูปของความ
รู้ ซึ่งได้แก่ ความพยายามที่จะเชื่อฟังพระคำด้วยการถูกบังคับเพราะท่านรู้ว่า
พระคัมภีร์เป็นพระเจ้าของพระเจ้านั้นค่อนข้างแตกต่างจากการเชื่อพระคำด้วย
ความสมัครใจและเต็มใจเพราะท่านเข้าใจว่าทำไมท่านจึงเชื่อฟังพระคำนั้น

## การเชื่อฟังพระคำโดยผ่านความเข้าใจ

ยกตัวอย่าง สมมุติว่าท่านฟังคำเทศนาที่มีใจความดังต่อไปนี้ "ถ้าท่านรักษา
วันขององค์พระผู้เป็นเจ้าให้บริสุทธิ์และถวายสิบลดอย่างครบถ้วนพระเจ้า
จะทรงขจัดปัญหาและการทดลองทุกชนิดให้พ้นไปจากท่าน  พระองค์จะทรง
รักษาท่านให้หายจากโรคภัยทุกชนิด  พระองค์จะทรงอวยพรวิญญาณจิตของ
ท่านและประทานพระพรทางด้านการเงินแก่ท่าน"

ถ้าท่านคิดว่าท่านรู้จักพระคำหลังจากท่านรับฟังคำเทศนาแต่ไม่เข้าใจ ท่าน
จะไม่เชื่อฟังพระคำในชีวิตประจำวันของท่านอย่างสม่ำเสมอท่านอาจพยายาม
เชื่อฟังพระคำโดยคิดว่า "ใช่แล้ว นั่นฟังดูถูกต้อง" และบางครั้งท่านอาจเชื่อฟัง
คำบัญชาแต่หลายครั้งท่านไม่ได้เชื่อฟังคำบัญชานั้นทั้งนี้ขึ้นอยู่กับสถานการณ์
ของท่าน  วงจรนี้อาจเกิดขึ้นซ้ำแล้วซ้ำอีกจนกระทั่งท่านบรรลุถึงความเชื่อใน

พระคำอย่างเต็มขนาด

แต่ถ้าท่านเข้าใจพระคำและเชื่อพระคำนั้นด้วยจิตใจของท่าน ท่านก็จะรักษาวันขององค์พระผู้เป็นเจ้าให้บริสุทธิ์ ถวายสิบลดอย่างครบถ้วน และไม่ประนีประนอมไม่ว่าภายใต้สถานการณ์ที่ยุ่งยากใดก็ตาม

ยกตัวอย่าง สมมุติประธานของบริษัทแห่งหนึ่งบอกกับลูกจ้างของตนว่า "ถ้าพวกคุณคนใดทำงานโต้รุ่ง ผมจะจ่ายค่าล่วงเวลาและจะเลื่อนตำแหน่งให้" ถ้าทางเลือกของการทำงานล่วงเวลาขึ้นอยู่กับลูกจ้างแต่ละคน คนเหล่านี้จะทำสิ่งใดถ้าเขาเชื่อมั่นในคำสัญญาของประธาน

ลูกจ้างเหล่านี้จะทำงานโต้รุ่งอย่างแน่นอนเว้นแต่เขาจะมีเหตุผลพิเศษบางอย่างที่ไม่ทำเช่นนั้น โดยทั่วการที่จะได้เลื่อนตำแหน่งในบริษัทนั้นต้องใช้เวลาสองสามปีและต้องใช้ความพยายามอย่างมากเพื่อให้สอบผ่านการสอบเลื่อนตำแหน่ง เมื่อพิจารณาถึงประเด็นต่าง ๆ เหล่านี้แล้ว คงไม่มีคนงานคนใดในบริษัทแห่งนี้เกิดความลังเลที่จะทำงานโต้รุ่งเป็นเวลาหนึ่งคืน หนึ่งเดือนหรือนานกว่านั้น

คำบัญชาของพระเจ้าให้เรารักษาวันขององค์พระผู้เป็นเจ้าให้บริสุทธิ์และให้ถวายสิบลดอย่างครบถ้วนก็เช่นเดียวกันถ้าท่านเชื่อมั่นในพระสัญญาทั้งสิ้นของพระเจ้าอย่างในเรื่องการรักษาวันขององค์พระผู้เป็นเจ้าให้บริสุทธิ์และการถวายสิบลดอย่างครบถ้วน ท่านควรทำอย่างไร

## การเชื่อฟังของท่านนำท่านไปสู่พระพร

เมื่อท่านรักษาวันขององค์พระผู้เป็นเจ้าให้บริสุทธิ์ท่านก็ยอมรับถึงความยิ่งใหญ่สูงสุดของพระเจ้าท่านยอมรับว่าพระเจ้าทรงเป็นองค์พระผู้เป็นเจ้าของมิติฝ่ายวิญญาณนั่นคือสาเหตุที่พระเจ้าทรงปกป้องท่านจากหายนะและอุบัติเหตุทุกชนิดตลอดสัปดาห์นั้นและทรงอวยพระพรให้วิญญาณจิตของท่านอิ่มเอิบถ้าท่านรักษาวันของพระองค์พระผู้เป็นเจ้าให้บริสุทธิ์ นอกจากนั้น

ท่านยอมรับถึงความยิ่งใหญ่สูงสุดของพระเจ้าผ่านทางการถวายสิบลดเพราะการกระทำเช่นนี้เป็นการยืนยันว่าสิ่งสารพัดในสวรรค์และบนแผ่นดินโลกล้วนเป็นของพระเจ้า

เนื่องจากพระเจ้าทรงเป็นพระผู้สร้างสิ่งสารพัดชีวิตเกิดมาจากพระองค์ และพละกำลังที่ท่านใช้เพื่อพยายามทำในสิ่งที่ดีที่สุดก็มาจากพระองค์เช่นกัน กล่าวคือ สิ่งสารพัดเป็นของพระเจ้า ด้วยหลักการนี้ รายได้ทั้งสิ้นของท่านจึงเป็นของพระเจ้า แต่พระองค์ทรงอนุญาตให้ท่านถวายคืนแด่พระองค์เพียงร้อยละสิบของรายได้ดังกล่าวเท่านั้นและทรงให้ท่านใช้รายได้ที่เหลืออยู่ทั้งหมด

มาลาคี 3:8-9 เตือนเราว่า *"จะฉ้อพระเจ้าหรือ แต่เจ้าทั้งหลายได้ฉ้อเรา แต่เจ้ากล่าวว่า 'เราทั้งหลายฉ้อพระเจ้าอย่างไร' ก็ฉ้อในเรื่องทศางค์และเครื่องบูชานั้นซี เจ้าทั้งหลายต้องถูกสาปแช่งด้วยคำสาปแช่งเพราะเจ้าทั้งหลายทั้งชาติฉ้อเรา"*

ในด้านหนึ่งท่านจะถูกแช่งสาปถ้าท่านทำบาปที่ร้ายแรงด้วยการฉ้อทศางค์ของพระเจ้า ในอีกด้านหนึ่ง ถ้าท่านถวายสิบลดอย่างครบถ้วนแด่พระองค์ด้วยการเชื่อฟังคำบัญชาของพระเจ้า ท่านก็จะได้รับการปกป้องจากพระเจ้าตลอดเวลาและจะได้รับพระพรที่ "ตวงด้วยทะนานถ้วนยัดสั่นแน่นพูนล้น" (ลูกา 6:38)

## ความเข้าใจที่ถูกต้องนำพระพรมาสู่ท่าน

ท่านจะสามารถเชื่อฟังพระคำและรับเอาพระพรของพระเจ้าผู้ประทานบำเหน็จรางวัลแก่ท่านตามสิ่งที่ท่านทำได้ก็ต่อเมื่อท่านเข้าใจความหมายที่แท้จริงของพระคำมากกว่าการสะสมพระคำไว้เป็นเพียงความรู้แต่ถ้าท่านไม่เข้าใจความหมายที่แท้จริงของพระคำท่านก็ไม่อาจเชื่อฟังพระคำได้อย่างครบถ้วนถึงแม้ท่านจะพยายามก็ตามเพราะพระคำที่ท่านมีอยู่เป็นเพียงความรู้ในสมองเท่านั้น

ดังนั้นท่านต้องพยายามทำให้ความเชื่อของท่านเติบโตขึ้น เด็กทารกจะเสียชีวิตถ้าเขาไม่ได้รับการเลี้ยงดูด้วยบางสิ่งบางอย่างเด็กต้องได้รับการเลี้ยงดู เคลื่อนไหวมือหรือเท้า ดู ฟัง และเรียนรู้จากพ่อแม่และคนอื่น ๆ อยู่เสมอ ในกระบวนการนี้ ความรู้และสติปัญญาของเด็กทารกจะเพิ่มพูนขึ้น เด็กจะเติบโตเป็นผู้ใหญ่อย่างถูกต้อง

ในทำนองเดียวกัน ผู้เชื่อต้องไม่ฟังพระคำของพระเจ้าเท่านั้น แต่เขาควรพยายามหยั่งรู้ความหมายที่แท้จริงของพระคำนั้นเช่นกันเมื่อท่านอธิษฐานเพื่อเชื่อฟังพระคำของพระเจ้าท่านจะสามารถเข้าใจความหมายของพระคำและได้รับกำลังที่จะเชื่อฟังพระคำนั้น

ยกตัวอย่าง เมื่อพระเจ้าตรัสไว้ใน 1 เธสะโลนิกา 5:16-18 ว่า *"จงชื่นบานอยู่เสมอ จงอธิษฐานอย่างสม่ำเสมอ จงขอบพระคุณในทุกกรณี เพราะนี่แหละเป็นน้ำพระทัยของพระเจ้าซึ่งปรากฏอยู่ในพระเยซูคริสต์เพื่อท่านทั้งหลาย"* เป็นไปได้ที่ผู้คนซึ่งมีความเชื่อในระดับที่สองจะชื่นบานอธิษฐานและขอบพระคุณด้วยความสำนึกในหน้าที่เพราะนี่เป็นคำบัญชาของพระเจา แต่คนเหล่านี้จะไม่ขอบพระคุณพระเจ้าเมื่อเขาไม่รู้สึกว่าต้องขอบพระคุณ หรือไม่ชื่นบานเมื่อเขาเผชิญกับสถานการณ์ที่ยุ่งยากเพราะคนเหล่านี้พยายามจะเชื่อฟังพระคำด้วยความสำนึกในหน้าที่เท่านั้น

แต่ผู้คนที่มีความเชื่อในระดับที่สามสามารถเชื่อฟังพระคำได้เพราะคนเหล่านี้ยืนอยู่บนศิลาแห่งความเชื่อ คนเหล่านี้รู้ว่าทำไมตนจึงควรขอบพระคุณตลอดเวลา อธิษฐานอย่างไม่หยุดหย่อน และชื่นบานอยู่เสมอ ดังนั้น คนผู้เชื่อกลุ่มนี้จึงชื่นบานอยู่เสมอ ขอบพระคุณจากส่วนลึกแห่งจิตใจของตน และอธิษฐานอย่างต่อเนื่องภายใต้ทุกสถานการณ์

ทำไมพระเจ้าจึงบัญชาให้ท่านชื่นบานอยู่เสมอ อะไรคือความหมายที่แท้จริงของคำบัญชานี้ ถ้าท่านชื่นบนเฉพาะเมื่อมีสิ่งที่น่าชื่นชมและสุขใจเกิดขึ้น

กับท่านและท่านไม่ชื่นบานเมื่อท่านเผชิญกับปัญหาหรือความวิตกกังวล ท่าน
ก็ไม่แตกต่างจากคนชาวโลกที่ไม่เชื่อในพระเจ้า

ผู้คนชาวโลกแสวงหาสิ่งของฝ่ายโลกเพราะเขาไม่รู้ว่ามนุษย์มาจากไหน
และมุ่งหน้าไปยังที่แห่งใด ดังนั้น คนเหล่านี้จึงชื่นบานเฉพาะเมื่อชีวิตของเขา
เต็มไปด้วยเหตุการณ์และเหตุผลที่ทำให้น่าชื่นชมและสุขใจหรือไม่เช่นนั้น
คนเหล่านี้ก็จะถูกครอบงำและท่วมท้นไปด้วยความวิตกกังวล ความโศกเศร้า
หรือความเจ็บปวดที่มาจากโลก

แต่ผู้เชื่อสามารถดำเนินชีวิตที่แตกต่างจากคนเหล่านี้เพราะผู้เชื่อมีความ
หวังสำหรับสวรรค์เราที่เป็นผู้เชื่อไม่จำเป็นต้องวิตกกังวลเพราะพระบิดาที่แท้
จริงของเราคือพระเจ้าผู้ทรงสร้างฟ้าสวรรค์และแผ่นดินโลกและทรงครอบ
ครองสิ่งสารพัดและประวัติศาสตร์ของมนุษย์เอาไว้ทำไมเราจึงวิตกกังวลหรือ
กลัวยิ่งกว่านั้น เนื่องจากเราจะได้ชื่นชมยินดีกับชีวิตนิรันดร์ในแผ่นดินสวรรค์
โดยทางพระเยซูคริสต์เราจึงไม่มีทางเลือกอื่นนอกจากการมีความชื่นบาน

## ความเชื่อที่จะฟังคำ

ถ้าท่านเข้าใจพระคำของพระเจ้าจากส่วนลึกแห่งจิตใจของท่าน ท่านก็
สามารถชื่นบานได้แม้ในยามที่ท่านไม่อาจชื่นชมยินดี ขอบพระคุณได้แม้ใน
ยามที่ท่านรู้สึกว่ายากที่จะขอบพระคุณและอธิษฐานได้แม้ในยามที่ท่านไม่
สามารถอธิษฐาน เมื่อนั้นเองที่ผีมารซาตานจะถอยไปจากท่าน ปัญหาและ
ความยุ่งยากจะละท่าน และปัญหาทุกอย่างจะได้รับการแก้ไขเพราะพระเจ้าผู้
ยิ่งใหญ่ทรงสถิตอยู่กับท่าน

ถ้าท่านอ้างว่าท่านเชื่อในพระเจ้าผู้ยิ่งใหญ่แต่ท่านยังคงวิตกกังวลหรือไม่มี
ความชื่นบานเมื่อท่านเผชิญกับปัญหา ท่านก็มีความเชื่อในระดับที่สอง

แต่ถ้าท่านได้รับการเปลี่ยนแปลงเพื่อให้เข้าใจพระคำของพระเจ้าอย่าง
แท้จริงรวมทั้งชื่นบานและขอบพระคุณจากส่วนลึกแห่งจิตใจของท่าน ท่านก็

มีความเชื่อในระดับที่สาม เมื่อท่านมีความเชื่ออยู่ในระดับที่สามสิ่งต่าง ๆ ต่อ
ไปนี้จะเกิดขึ้น นั่นคือ เมื่อท่านพยายามที่จะรับใช้และรักคนอื่นความเกลียดชัง
จะหายไปและจิตใจของท่านก็จะค่อย ๆ เต็มไปด้วยความรักฝ่ายวิญญาณที่จะ
รักศัตรูของท่านที่เป็นเช่นนี้ก็เพราะว่าบัดนี้ท่านเข้าใจถึงความรักขององค์พระ
ผู้เป็นเจ้าผู้ทรงถูกตรึงบนกางเขนโบราณเพื่อคนบาปจากส่วนลึกแห่งจิตใจ
ของท่าน

พระเยซูทรงถูกตรึง ถูกดูหมิ่น และได้รับการปฏิบัติอย่างไม่ถูกต้องจาก
คนบาปที่ชั่วร้ายแม้พระองค์กระทำเฉพาะสิ่งที่ดีงามและไร้ตำหนิ พระองค์ไม่
ได้เกลียดชังผู้คนที่ตรึง ดูหมิ่น หรือเยาะเย้ยพระองค์แต่พระองค์ทรงทูลขอให้
พระเจ้ายกโทษคนเหล่านั้น สุดท้ายพระองค์ทรงสำแดงถึงความรักอันยิ่งใหญ่
ของพระองค์ด้วยการสละชีวิตของพระองค์เพื่อคนเหล่านั้น

ท่านอาจเคยเกลียดชังผู้คนที่ทำร้ายหรือใส่ร้ายท่านโดยไร้สาเหตุก่อนที่
ท่านจะเข้าใจถึงความรักอันยิ่งใหญ่ของพระเยซูองค์พระผู้เป็นเจ้าของท่าน แต่
บัดนี้ท่านอาจเกลียดชังความบาปที่คนเหล่านั้นกระทำแต่ไม่ได้เกลียดชังตัว
เขา นอกจากนั้น ท่านไม่อิจฉาคนที่ทำงานหนักกว่าท่านหรือคนที่ได้รับคำ
ชมเชยมากกว่าท่าน แต่ท่านกลับชื่นชมยินดีกับคนเหล่านั้นและรักเขามากขึ้น
ในพระคริสต์ ท่านอาจเคยสงสัยพระคำของพระเจ้าหรือตัดสินพระคำนั้นตาม
ความคิดของตนเองเมื่อท่านได้ยินพระคำนั้นเป็นครั้งแรก แต่บัดนี้ท่านยอมรับ
พระคำด้วยความชื่นบานโดยไม่สงสัยหรือตัดสินพระคำดังกล่าว ในความเชื่อ
ระดับที่สามท่านจะเชื่อฟังพระคำของพระเจ้าข้อต่อข้อ

## รางวัลของพระเจ้ากำหนดให้มีความเชื่อที่ประกอบด้วยการประพฤติ

ก่อนพบพระเจ้าข้าพเจ้าเคยทนทุกข์ทรมานจากโรคภัยไข้เจ็บทุกชนิด

เป็นเวลา 7 ปีและข้าพเจ้าเคยมีชื่อเล่นว่า "โกดังเชื้อโรค" ข้าพเจ้าพยายามทุก
อย่างเพื่อให้หายโรคแต่ทุกสิ่งล้วนสูญเปล่าและโรคของข้าพเจ้ายิ่งทรุดหนัก
ลงทุกวัน ดูเหมือนว่าแทบเป็นไปได้ที่โรคของข้าพเจ้าจะได้รับการรักษาด้วย
วิทยาศาสตร์การแพทย์และข้าพเจ้าไม่สามารถทำสิ่งใดได้อีกนอกจากนอนรอ
ความตายเพียงอย่างเดียว

วันหนึ่งข้าพเจ้าได้รับการรักษาให้หายในทันทีโดยฤทธิ์อำนาจของ
พระเจ้าและสุขภาพของข้าพเจ้าได้รับการฟื้นฟูขึ้นมาใหม่ จากประสบการณ์
อันมหัศจรรย์นี้ทำให้ข้าพเจ้าได้พบกับพระเจ้าผู้ทรงพระชนม์อยู่ นับจากนั้น
เป็นต้นมาข้าพเจ้าได้ไว้วางใจในพระองค์อย่างสิ้นเชิงโดยไม่มีข้อสงสัยและ
พึ่งพิงพระคัมภีร์พระคำของพระเจ้าตลอดเวลาข้าพเจ้าเชื่อฟังพระคำของ
พระเจ้าทุกข้อโดยไม่มีเงื่อนไข ข้าพเจ้าชื่นชมยินดีตลอดเวลาแม้จะมีความยาก
ลำบากและขอบพระคุณในสถานการณ์ที่ยุ่งยากเพราะนั่นเป็นสิ่งที่พระเจ้าทรง
บอกให้ข้าพเจ้าทำในพระคัมภีร์

ข้าพเจ้ามีความสุขมากที่สุดที่ได้เข้าร่วมนมัสการและอธิษฐานต่อพระเจ้า
ในวันอาทิตย์ข้าพเจ้ายอมละทิ้งโอกาสของการมีงานที่ดีทำและยอมทำงาน
ก่อสร้างเพราะข้าพเจ้าต้องการรักษาวันขององค์พระผู้เป็นเจ้าให้บริสุทธิ์

แต่กระนั้นข้าพเจ้าก็ยังชื่นชมยินดีและขอบพระคุณเนื่องจากความจริง
ที่ว่าพระเจ้าทรงเป็นพระบิดาของข้าพเจ้าพระองค์เสด็จมาหาข้าพเจ้าใน
ขณะที่ข้าพเจ้ากำลังรอคอยความตายเนื่องจากโรคร้ายนานาชนิดข้าพเจ้ารู้สึก
ขอบพระคุณสำหรับพระคุณอันเหลือเชื่อของพระองค์ ข้าพเจ้าอธิษฐานและ
อดอาหารอย่างต่อเนื่องเพื่อให้สามารถดำเนินชีวิตโดยพระคำของพระเจ้า
อย่างครบถ้วน จากนั้นวันหนึ่ง ข้าพเจ้าได้ยินพระสุรเสียงของพระเจ้าที่ทรง
เรียกข้าพเจ้าให้เป็นผู้รับใช้ของพระองค์ ข้าพเจ้าตัดสินใจด้วยจิตใจที่เชื่อฟัง
เพื่อเป็นผู้รับใช้ที่ดีของพระองค์และวันนี้ข้าพเจ้ารับใช้พระเจ้าในฐานะศิษยาภิ
บาล

ข้าพเจ้าขอบคุณพระเจ้าพระบิดาของข้าพเจ้าจากส่วนลึกแห่งจิตใจของข้าพเจ้าไม่ว่าในยามที่ข้าพเจ้าคุกเข่าอธิษฐานต่อพระองค์เดินอยู่ตามถนน หรือพูดคุยกับผู้คน ในทำนองเดียวกัน ข้าพเจ้าชื่นบานอยู่เสมอจากส่วนลึกแห่งจิตใจของข้าพเจ้า ความวิตกกังวลและปัญหาจะเกิดขึ้นกับทุกคน ในฐานะศิษยาภิบาลอาวุโสของคริสตจักรที่มีสมาชิกเกือบหนึ่งแสนคน ข้าพเจ้ามีงานและความรับผิดชอบมากมาย ข้าพเจ้าต้องสอนและอบรมผู้รับใช้ของพระเจ้าหลายคนเพื่อบรรลุตามหน้าที่ซึ่งพระเจ้าทรงประทานให้และเพื่อทำให้พันธกิจโลกสำเร็จเป็นจริงด้วยการนำผู้คนนับไม่ถ้วนมาถึงองค์พระผู้เป็นเจ้า ผีมารซาตานวางกลอุบายทุกชนิดเพื่อขัดขวางความสำเร็จแห่งแผนการของพระเจ้าและก่อให้เกิดความยุ่งยากและการทดลองมากมาย มีสิ่งที่ต้องคร่ำครวญ สิ่งที่ต้องวิงวอนและสิ่งที่น่าวิตกกังวลหลายอย่างเกิดขึ้นกับข้าพเจ้าครั้งแล้วครั้งเล่า ข้าพเจ้าอาจล้มลงถ้าข้าพเจ้าถูกครอบงำด้วยสิ่งเหล่านั้นหรือถูกความกลัวเข้ายึดครอง

แต่กระนั้นข้าพเจ้าไม่เคยพ่ายแพ้หรือถูกครอบงำด้วยความวิตกกังวลเพราะข้าพเจ้าเข้าใจน้ำพระทัยของพระองค์อย่างชัดเจน ข้าพเจ้าขอบพระคุณพระเจ้าและอธิษฐานด้วยความชื่นชมยินดีไม่ว่าการทดลองและปัญหาของข้าพเจ้าจะยิ่งใหญ่เพียงใดก็ตาม ดังนั้นพระเจ้าจึงทรงช่วยข้าพเจ้าให้เกิดผลอันดีในทุกสิ่งเสมอและทรงอวยพระพรข้าพเจ้ามากยิ่งขึ้น

## 2. จนกว่าจะไปถึงศิลาแห่งความเชื่อ

การมองดูสิ่งต่าง ๆ โดยไม่มีความเชื่อผ่านเลนส์แห่งความกลัวและความวิตกกังวลรังแต่จะทำร้ายวิญญาณจิตและสร้างความเสียหายให้กับสุขภาพของท่าน ถ้าท่านเข้าใจความหมายฝ่ายวิญญาณของพระคำของพระเจ้าซึ่งบอกเราว่า *"จงชื่นบานอยู่เสมอ จงอธิษฐานอย่างสม่ำเสมอ จงขอบพระคุณในทุกรณี*

*เพราะนี่แหละเป็นน้ำพระทัยของพระเจ้าซึ่งปรากฏอยู่ในพระเยซูคริสต์เพื่อท่านทั้งหลาย"* (1 เธสะโลนิกา 5:16-18) ท่านก็จะสามารถขอบพระคุณพระเจ้าจากจิตใจของท่านในทุกสถานการณ์ ที่เป็นเช่นนี้ก็เพราะท่านเชื่ออย่างมั่นคงว่านี่เป็นวิธีการที่จะทำให้พระเจ้าพอพระทัย แนวทางที่จะรักพระองค์ และช่องทางที่จะรับคำตอบจากพระองค์ นอกจากนั้น สิ่งนี้ยังเป็นกุญแจสำคัญในการแก้ปัญหาต่าง ๆ ของท่าน การรับเอาพระพรของพระองค์ และการขับไล่ผีมารซาตานออกไป

สมมุติว่ามีแม่สามีและลูกสะใภ้คู่หนึ่งซึ่งไม่ถูกกัน ทั้งสองรู้ว่าเขาควรรักซึ่งกันและกันและอยู่ร่วมกันอย่างสงบแต่อะไรจะเกิดขึ้นถ้าทั้งสองคนโทษซึ่งกันและกันหรือโกรธแค้นกัน ทั้งสองคนจะไม่สามารถแก้ไขปัญหาข้อหนึ่งข้อใดที่เกิดขึ้นระหว่างเขาได้เลย

ในด้านหนึ่ง ถ้าลูกสะใภ้ใส่ร้ายแม่สามีของตนให้กับคนในครอบครัวและเพื่อนบ้านฟังและแม่สามีพูดไม่ดีเกี่ยวกับลูกสะใภ้ของตนต่อหน้าคนอื่น การโต้เถียงและความขัดแย้งจะไม่ยุติและจะไม่มีความสงบสุขภายในบ้าน

ในอีกด้านหนึ่งจะเกิดอะไรขึ้นกับทั้งสองคนถ้าเขากลับใจจากความผิดของตน เข้าใจซึ่งกันและกันโดยเอาใจเขามาใส่ใจเรา ยกโทษ และรักซึ่งกันและกัน ในบ้านก็จะแต่มีความสงบสุข แม่สามีจะพูดสิ่งที่ดีเกี่ยวกับลูกสะใภ้ของเธอไม่ว่าต่อหน้าหรือลับหลัง ลูกสะใภ้จะยกย่องและให้เกียรติแม่สามีของเธอด้วยความจริงใจทั้งสองคนจะมีความสัมพันธ์ที่สงบสุขและเต็มไปด้วยความรัก นี่เป็นหนทางที่เราจะได้รับความรักจากพระเจ้าเช่นกัน

## ขั้นตอนช่วงต้นของความเชื่อในระดับที่สาม

เหตุผลที่บางคนไม่สามารถเชื่อฟังพระคำแม้คนเหล่านั้นจะรู้ว่าพระคำเป็นความจริงก็เพราะเขามีความเท็จหลงเหลืออยู่ในจิตใจซึ่งต่อสู้กับน้ำพระทัย

ของพระเจ้าและความเท็จเหล่านี้ดับความปรารถนาของพระวิญญาณบริสุทธิ์ ดังนั้นเมื่อท่านเข้าสู่ขั้นตอนช่วงต้นของความเชื่อในระดับที่สามท่านก็เริ่มต่อสู้กับความบาปจนถึงกับเลือดไหล (ฮีบรู 12:4)

เพื่อกำจัดความบาปเหล่านี้ออกไป ท่านต้องมุ่งมั่นด้วยการอธิษฐานและอดอาหารอย่างร้อนรนเหมือนที่พระเยซูทรงบอกเราไว้ว่า *"ผีอย่างนี้จะขับให้ออกไม่ได้เลยเว้นแต่โดยการอธิษฐานเท่านั้น"* (มาระโก 9:29) เมื่อทำเช่นนี้แล้วท่านก็จะได้รับกำลังและพระคุณอย่างเพียงพอจากพระเจ้าเพื่อดำเนินชีวิตด้วยพระคำของพระองค์ ในทำนองเดียวกัน ถ้าท่านมีความเชื่อในระดับที่สามท่านจะมีความกระตือรือร้นที่จะกำจัดสิ่งที่พระเจ้าบอกให้ท่านกำจัดให้หมดไปและทำในสิ่งที่พระองค์ต้องการให้ท่านทำตามที่พระคัมภีร์สั่งไว้

สิ่งนี้หมายความว่าทุกคนที่รักษาวันขององค์พระผู้เป็นเจ้าให้บริสุทธิ์และถวายสิบอย่างครบถ้วนมีความเชื่ออยู่ในระดับที่สามกระนั้นหรือ ไม่ใช่ ไม่ได้หมายความเช่นนั้นเลย บางคนอาจเข้าร่วมนมัสการในวันอาทิตย์และถวายสิบลดด้วยท่าทีอย่างคนหน้าซื่อใจคด—เขาอาจทำสิ่งเหล่านี้เพียงเพราะความกลัวการทดลองและปัญหาซึ่งเป็นผลของการไม่รักษาคำบัญชาเหล่านี้ หรือเพราะเขาต้องการให้ศิษยาภิบาลและผู้รับใช้พระเจ้าพูดถึงเขาในทางที่ดี

ถ้าท่านนมัสการพระเจ้าด้วยจิตวิญญาณและความจริงพระคำของพระองค์จะมีรสหวานยิ่งกว่าน้ำผึ้ง แต่เมื่อท่านลังเลที่จะเข้าร่วมนมัสการท่านก็ผูกติดอยู่กับความรู้สึกเบื่อพระคำและคิดกับตนเองว่า "เมื่อไหร่น่ะการนมัสการนี้จะจบลงเสียที..." ที่เป็นเช่นนี้ก็เพราะว่าถึงแม้ร่างกายของท่านจะอยู่ในสถานนมัสการของพระเจ้าแต่จิตใจของท่านวนเวียนอยู่ที่อื่น

ถ้าท่านเข้าร่วมนมัสการแต่ปล่อยให้จิตใจของท่านล่องลอยไปในโลกท่านก็ไม่ได้รักษาวันขององค์พระผู้เป็นเจ้าให้บริสุทธิ์เพราะพระเจ้าทรงสำรวจจิตใจของผู้นมัสการ ในกรณีนี้ ท่านยังคงอยู่ในความเชื่อระดับที่สองถึงแม้ท่านจะถวายสิบลดอย่างครบถ้วน

ขนาดแห่งความเชื่อของบุคคลจะแตกต่างกันออกไปถึงแม้คนเหล่านี้อาจ
อยู่ในความเชื่อระดับเดียวกัน   ถ้าขนาดที่สมบูรณ์แบบของความเชื่อในแต่ละ
ระดับอยู่ที่ 100% ความเชื่อของท่านก็จะค่อย ๆ เลื่อนขึ้นจากขนาดแห่งความ
เชื่อ 1% ไปสู่ขนาดแห่งความเชื่อ 10% 20% และเลื่อนขึ้นไปจนถึง 100% ของ
ความเชื่อในแต่ละระดับ   ถ้าความเชื่อของท่านเลื่อนขึ้นไปจนถึงขนาด 100%
สิ่งนี้จะทำให้ระดับความเชื่อของท่านเพิ่มขึ้น

ยกตัวอย่าง  สมมุติว่าเราแยกขนาดของความเชื่อในระดับที่สองจาก  1%
ไปจนถึง   100%   เมื่อความเชื่อของท่านเลื่อนขึ้นไปใกล้ขนาดแห่งความเชื่อ
100% ในความเชื่อระดับที่สอง ท่านก็บรรลุถึงความเชื่อระดับที่สามในทำนอง
เดียวกัน ถ้าความเชื่อของท่านเลื่อนขึ้นไปถึงขนาด 100% ในความเชื่อระดับที่
สาม  ท่านก็อยู่ในความเชื่อระดับที่สี่  ด้วยเหตุนี้  ท่านต้องสำรวจว่าขณะนี้ท่าน
อยู่ในความเชื่อระดับใดและความเชื่อของท่านในระดับนี้เลื่อนขึ้นไปมากน้อย
เพียงใด

## ศิลาแห่งความเชื่อ

ถ้าความเชื่อของท่านเลื่อนขึ้นไปมากกว่า  60%  ในระดับที่สามของความ
เชื่อ  ท่านก็ยืนอยู่บนศิลาแห่งความเชื่อ  ในมัทธิว 7:24-25 *"เหตุฉะนั้นผู้ใด
ที่ได้ยินคำเหล่านี้ของเราและประพฤติตามเขาก็เปรียบเสมือนผู้คนที่มีสติ
ปัญญาสร้างเรือนของตนไว้บนศิลา ฝนก็ตกและน้ำก็ไหลเชี่ยว ลมก็พัดปะทะ
เรือนนั้น แต่เรือนมิได้พังลงเพราะว่ารากตั้งอยู่บนศิลา"*

"ศิลา" ในที่นี้หมายถึงพระเยซูคริสต์ (1 โครินธ์ 10:4) และ "ศิลาแห่งความ
เชื่อ" หมายถึงการยืนหยัดมั่นคงอยู่บนความจริงซึ่งได้แก่พระเยซูคริสต์ ดังนั้น
ถ้าท่านยืนอยู่บนศิลาแห่งความเชื่อหลังจากท่านเลื่อนขึ้นไปเกิน 60% ในความ
เชื่อระดับที่สาม ท่านจะไม่มีวันล้มลงต่อการทดลองและปัญหาใด ๆ ที่เกิดขึ้น
ท่านจะเชื่อฟังน้ำพระทัยของพระเจ้าไปจนถึงที่สุดเพราะท่านยืนหยัดมั่นคงอยู่

บนศิลาแห่งความเชื่อหลังจากท่านพบว่าสิ่งนี้เป็นหนทางที่ถูกต้องหรือเป็นน้ำพระทัยของพระเจ้า

ดังนั้น ท่านจึงสามารถดำเนินชีวิตด้วยชัยชนะและถวายสง่าราศีแด่พระเจ้าโดยไม่มีการทดลองจากผีมารซาตาน ยิ่งกว่านั้น ความชื่นชมยินดีและการขอบพระคุณจะหลั่งไหลออกมาจากจิตใจของท่านแม้จะมีการทดลองและปัญหา ท่านมีสันติสุขและรับการหยุดพักด้วยการอธิษฐานอย่างไม่หยุดหย่อน

สมมุติว่าลูกชายของท่านเกือบเสียชีวิตในอุบัติเหตุ แม้ในท่ามกลางโศกนาฏกรรมนี้ท่านยังหลั่งตาแห่งการขอบพระคุณจากจิตใจของท่านและชื่นชมยินดีได้เพราะท่านยืนหยัดมั่นคงในความจริงแม้ท่านจะกลายเป็นคนพิการเพราะอุบัติเหตุ ท่านก็จะไม่รู้สึกโกรธเคืองพระเจ้าด้วยการพูดว่า "ทำไมพระองค์จึงไม่ปกป้องข้าพระองค์" ตรงกันข้าม ท่านจะขอบคุณพระเจ้าที่ทรงปกป้องอวัยวะส่วนอื่น ๆ ในร่างกายของท่าน

แท้ที่จริง จากความจริงอันเรียบง่ายที่ว่าความผิดบาปของเราได้รับการยกโทษและเราจะไปอยู่สวรรค์ก็เพียงพอที่จะทำให้เราขอบพระคุณพระเจ้าถึงแม้ท่านจะกลายเป็นคนพิการ สิ่งนี้จะไม่ขัดขวางจากการไปสวรรค์เพราะเมื่อท่านเข้าสู่แผ่นดินสวรรค์ ร่างกายที่พิการของท่านจะเปลี่ยนเป็นกายสวรรค์ที่สมบูรณ์แบบ

กล่าวคือ ไม่มีเหตุผลใดที่ท่านต้องบ่นหรือรู้สึกโศกเศร้า แน่นอน พระเจ้าทรงปกป้องท่านเสมอถ้าท่านมีความเชื่อประเภทนี้ ถึงแม้พระเจ้าทรงอนุญาตให้ท่านได้รับบาดเจ็บในอุบัติเหตุเพื่อท่านจะได้รับพระพร ท่านก็สามารถรับการรักษาให้หายตามความเชื่อของท่าน

## ชีวิตแห่งชัยชนะบนศิลาแห่งความเชื่อ

แม้ผู้คนที่อยู่ในช่วงต้นของความเชื่อในระดับที่สามมีความปรารถนาที่

จะเชื่อฟังพระคำ  บางครั้งคนเหล่านี้เชื่อฟังพระคำด้วยความยินดีและบางครั้ง
คนเหล่านี้เชื่อฟังโดยไม่เต็มใจที่เป็นเช่นนี้ก็เพราะว่ากลุ่มคนที่เชื่อฟังโดย
ไม่เต็มใจยังไม่ได้รับการชำระให้บริสุทธิ์อย่างสมบูรณ์และยังมีความขัดแย้ง
ระหว่างความจริงและความเท็จภายในจิตใจของตน
       ยกตัวอย่างท่านพยายามที่จะรับใช้คนอื่นและไม่เกลียดชังคนเหล่านั้น
เพราะพระเจ้าทรงสอนท่านไม่ให้เกลียดชังคนอื่นแต่ให้รักศัตรูของท่าน    ถึง
กระนั้น   แม้จะดูเหมือนว่าท่านกำลังรับใช้คนอื่น   แต่ท่านอาจรู้สึกเป็นภาระ
ภายในจิตใจเพราะท่านไม่ได้รักคนเหล่านั้นจากใจของท่านแต่ถ้าท่านยืน
หยัดมั่นคงบนศิลาแห่งความเชื่อผีมารซาตานจะไม่ประสบความสำเร็จในการ
ทดลองหรือการก่อกวนท่านเพราะท่านมีจิตใจแห่งความจริงที่จะทำตามความ
ปรารถนาของพระวิญญาณบริสุทธิ์และท่านไม่มีสิ่งใดที่ต้องกลัวเพราะท่าน
ดำเนินอยู่ท่ามฤทธิ์อำนาจของพระเจ้าผู้ยิ่งใหญ่

       เหมือนที่เด็กหนุ่มดาวิดกล่าวด้วยความเชื่ออย่างกล้าหาญต่อโกลิอัทว่า
*"เพราะในการรบครั้งนี้เป็นของพระเจ้าพระองค์จะทรงมอบท่านไว้ในมือของ
เราทั้งหลาย"* (1 ซามูเอล 17:47) ท่านเองก็สามารถกล่าวด้วยความเชื่ออย่าง
กล้าหาญเช่นกันเมื่อพระเจ้าประทานชัยชนะแก่ท่านตามความเชื่อของท่าน
ไม่มีสิ่งใดสามารถขัดขวางหรือบั่นทอนท่านได้เพราะพระเจ้าผู้ยิ่งใหญ่ทรง
เป็นพระผู้ช่วยของท่าน

       ถ้าท่านมีสามัคคีธรรมกับพระเจ้าและมีส่วนในความรักของพระองค์  ท่าน
ก็จะได้รับคำตอบของปัญหาและความต้องการทุกอย่างของท่านในวินาทีที่
ท่านทูลขอจากพระองค์ด้วยความเชื่อ  แต่สิ่งนี้จะไม่เกิดขึ้นกับผู้คนที่อธิษฐาน
เป็นบางครั้งบางคราวและไม่มีสามัคคีธรรมกับพระเจ้าเมื่อคนเหล่านี้เผชิญกับ
ปัญหาจึงเป็นการยากที่เขาจะได้รับคำตอบจากพระเจ้าแม้คนเหล่านี้จะกล่าว
อ้างว่า "พระเจ้าจะประทานคำตอบให้กับเรา" เสมือนหนึ่งว่าคนเหล่านี้กำลัง

รอคอยให้ลูกแอปเปิลหล่นลงมาจากต้นแอปเปิลด้วยตัวมันเอง นี่คือสาเหตุที่เราต้องอธิษฐานอย่างไม่หยุดหย่อน

## วิธีการบรรลุถึงศิลาแห่งความเชื่อ

ไม่ใช่เรื่องง่ายสำหรับนักมวยที่จะกลายเป็นแชมป์โลก ความสำเร็จนี้ต้องอาศัยความพยายามอย่างไม่หยุดหย่อน ความอดกลั้น และการควบคุมตนเองอย่างแข็งแกร่ง ช่วงแรก นกมวยที่เริ่มฝึกฝนอาจพ่ายแพ้ในการแข่งขันอย่างไม่มีทางสู้เพราะเขายังขาดทักษะ

แต่เมื่อเขาฝึกฝนตนเองและขัดเกลาทักษะของตนอย่างต่อเนื่อง อย่างน้อยต้องมีสักครั้งหนึ่งที่เขาสามารถเอาชนะคู่ต่อสู้ได้แม้เขาเคยพ่ายแพ้มาก่อนสองหรือสามครั้ง ถ้าเขาพัฒนาทักษะและพละกำลังของตนด้วยการพยายามมากยิ่งขึ้นด้วยความอดทน เขาจะมีชัยชนะมากยิ่งขึ้นและความมั่นใจของเขาก็จะเพิ่มพูนขึ้น

ในทำนองเดียวกัน นักเรียนที่เก่งภาษาอังกฤษจะเฝ้ารอคอยให้ชั่วโมงเรียนภาษาอังกฤษมาถึงโดยไวและเมื่อเวลานั้นมาถึงเขาจะสนุกกับการเรียนภาษาอังกฤษอย่างมาก ในทางตรงกันข้าม นักเรียนที่ไม่เก่งภาษาอังกฤษมักจะรู้สึกเบื่อและเป็นภาระในช่วงการเรียนภาษาอังกฤษ

การทำสงครามฝ่ายวิญญาณกับผีมารซาตานก็เช่นเดียวกัน ถ้าท่านมีความเชื่ออยู่ในระดับที่สองความปรารถนาของพระวิญญาณบริสุทธิ์ที่อยู่ในท่านจะทำสงครามต่อสู้กับความปรารถนาที่เป็นบาปอย่างดุเดือดเพราะความปรารถนาทั้งสองอย่างมีพลังอำนาจเหมือนกัน คล้ายกับการต่อสู้ของบุคคลสองคนที่มีพละกำลังและทักษะเท่าเทียมกัน ถ้าฝ่ายหนึ่งโจมตี อีกฝ่ายหนึ่งก็จะโจมตีกลับ ถ้าฝ่ายหนึ่งโจมตีห้าครั้ง อีกฝ่ายหนึ่งก็จะโจมตีกลับด้วยจำนวนเท่ากัน การทำสงครามฝ่ายวิญญาณกับผีมารซาตานก็เช่นเดียวกัน บางครั้งท่าน

เอาชนะผีมารซาตาน หรือบางครั้งท่านพ่ายแพ้ต่อผีมารซาตาน

แต่ถ้าท่านอธิษฐานและพยายามเชื่อฟังพระคำอย่างต่อเนื่องโดยไม่รู้สึกท้อแท้หรือไม่มีความขุ่นเคืองใจ พระเจ้าจะทรงเทพระคุณและพระกำลังของพระองค์ให้กับท่าน พระวิญญาณบริสุทธิ์จะทรงช่วยเหลือท่าน ผลลัพธ์ก็คือความปรารถนาของพระวิญญาณบริสุทธิ์จะขยายเพิ่มพูนขึ้นในจิตใจของท่านและความเชื่อของท่านจะเลื่อนขึ้นไปสู่ความเชื่อในระดับที่สามอย่างต่อเนื่อง

เมื่อท่านเข้าสู่ความเชื่อระดับที่สามความปรารถนาของเนื้อหนังก็จะอันตรธานไปและท่านจะดำเนินชีวิตในความเชื่อง่ายยิ่งขึ้น เมื่อท่านอธิษฐานอย่างต่อเนื่องตามที่พระคำของพระเจ้าบัญชาไว้ท่านก็จะมีความเพลิดเพลินกับการอธิษฐานต่อพระเจ้า ถ้าครั้งแรกท่านอธิษฐานได้นานที่สุด 10 นาที ท่านจะสามารถอธิษฐานได้นานถึง 20 นาที จากนั้นก็เป็น 30 นาที และต่อไปท่านจะสามารถอธิษฐานเป็นเวลาอย่างน้อย 2 หรือ 3 ชั่วโมงได้โดยไม่ยาก

ไม่ใช่เรื่องง่ายสำหรับผู้เชื่อใหม่ที่จะอธิษฐานได้นานกว่า 10 นาทีเพราะเขายังไม่มีเรื่องราวหรือข้อเสนอมากพอที่จะอธิษฐานเผื่อ ดังนั้นคนเหล่านี้จะรู้สึกว่าการอธิษฐานเป็นภาระหนักและจะอิจฉาผู้คนที่อธิษฐานได้อย่างคล่องแคล่วโดยโดยไม่ติดขัดถ้าท่านอธิษฐานด้วยความอดทนอย่างต่อเนื่องด้วยสุดจิตสุดใจของท่าน ท่านจะได้รับกำลังจากเบื้องบนเพื่อทำให้ท่านอธิษฐานได้เป็นเวลาหลายชั่วโมงต่อวัน พระเจ้าประทานพระคุณและพระกำลังที่จะอธิษฐานแก่ท่านเมื่อท่านพยายามอย่างเต็มสุดกำลังที่จะอธิษฐานต่อพระองค์อย่างต่อเนื่อง

ในกรณีนี้ ความเชื่อของท่านจะจำเริญขึ้นพร้อมกับการอธิษฐานอย่างต่อเนื่อง เมื่อท่านบรรลุถึงขนาดแห่งความเชื่อที่สูงขึ้นในความเชื่อระดับที่สาม ท่านจะมีความเชื่อที่ไม่หวั่นไหวและไม่หันไปทางซ้ายหรือทางขวาไม่ว่าท่านอยู่ในการทดลองและปัญหาใดก็ตาม

## ก้าวเลยผ่านศิลาแห่งความเชื่อ

ถ้าท่านยืนหยัดอยู่บนศิลาแห่งความเชื่อ พระเจ้าจะทรงรักท่าน แก้ปัญหา
ของท่าน และให้คำตอบกับทุกสิ่งที่ท่านทูลขอ นอกจากนั้น ท่านจะได้ยิน
พระสุรเสียงของพระวิญญาณบริสุทธิ์ชื่นชมยินดีและขอบพระคุณในทุก
สถานการณ์ตามที่พระเจ้าทรงบัญชาท่าน และตื่นตัวอยู่เสมอด้วยการอธิษฐาน
โดยไม่หยุดหย่อนเพราะท่านดำรงอยู่ในพระคำที่บันทึกไว้ในหนังสือทั้ง 66
เล่มของพระคัมภีร์

ถ้าท่านเป็นผู้รับใช้ ผู้ปกครอง ศิษยาภิบาล หรือผู้นำคริสตจักรแต่ท่านไม่
สามารถได้ยินพระสุร เสียงของพระวิญญาณบริสุทธิ์ ท่านต้องรู้ว่าท่านยังไม่
ได้ยืนหยัดอยู่บนศิลาแห่งความเชื่อ แต่สิ่งนี้ไม่ได้หมายความว่าท่านจะได้ยิน
พระสุรเสียงของพระวิญญาณบริสุทธิ์ได้ก็ต่อเมื่อท่านยืนอยู่บนศิลาแห่งความ
เชื่อเท่านั้น

แม้แต่ผู้เชื่อใหม่ก็สามารถได้ยินพระสุรเสียงของพระองค์เมื่อคนเหล่านี้
เชื่อฟังพระคำของพระเจ้าในขณะที่เขาเรียนรู้พระคำ เนื่องจากคนเหล่านี้เชื่อ
ฟังพระคำ ดังนั้นการที่ความเชื่อของเขาจะเติบโตจากระดับที่หนึ่งไปสู่ขนาด
ของศิลาแห่งความเชื่อจึงใช้เวลาไม่นาน

นับตั้งแต่ข้าพเจ้าต้อนรับเอาองค์พระผู้เป็นเจ้าข้าพเจ้าเริ่มเข้าใจถึงพระคุณ
ของพระเจ้าในจิตใจของข้าพเจ้าและพยายามเชื่อฟังพระคำในขณะที่ข้าพเจ้า
เรียนรู้พระคำเนื่องจากความพยายามเหล่านี้จึงทำให้ข้าพเจ้าสามารถได้ยิน
พระสุรเสียงของพระวิญญาณบริสุทธิ์และรับการทรงนำจากพระองค์เพราะ
ข้าพเจ้าเชื่อฟังพระคำอย่างสุดหัวใจด้วยสำนึกของความมุ่งมั่นที่ว่าข้าพเจ้า
พร้อมสละชีวิตของข้าพเจ้าเพื่อองค์พระผู้เป็นเจ้าถ้ามีความจำเป็น

ข้าพเจ้าใช้เวลาถึง 3 ปีกว่าที่จะได้ยินพระสุรเสียงของพระวิญญาณบริสุทธิ์
อย่างชัดเจน แน่นอน ท่านสามารถได้ยินพระสุรเสียงของพระองค์ในเวลา

หนึ่งหรือสองปีถ้าท่านอ่านพระคำของพระองค์อย่างขยันหมั่นเพียร จดจำพระ
คำนั้นไว้ และเชื่อฟังพระคำนั้น ถึงกระนั้น ในฐานะผู้เชื่อไม่ว่าท่านจะใช้เวลา
ยาวนานสักเท่าใดก็ตาม ท่านจะไม่ได้ยินพระสุรเสียงของพระวิญญาณบริสุทธิ์
ถ้าท่านดำเนินชีวิตตามความคิดของตนเองโดยไม่เชื่อฟังพระคำของพระเจ้า

มีผู้เชื่อบางคนที่พูดว่า "ผมเคยเต็มล้นด้วยพระวิญญาณบริสุทธิ์และมีความ
เชื่อที่มั่นคง ผมเคยรับใช้ในคริสตจักรอย่างร้อนรน แต่ความเชื่อของผมเริ่ม
ถดถอยนับตั้งแต่ผมสะดุดล้มลงในฝ่ายวิญญาณเพราะสมาชิกคริสตจักรบาง
คน" ในกรณีดังกล่าว บุคคลนี้ไม่อาจพูดว่าตนเคยมีความเชื่อที่มั่นคงและเคย
รับใช้ในคริสตจักรอย่างร้อนรนมาก่อน

ยิ่งกว่านั้น ถ้าคนเหล่านี้มีความเชื่อที่มั่นคงอย่างแท้จริงเบื้องต้นเขาต้อง
ไม่ล้มลงเพราะเหตุสมาชิกบางคนและคนเหล่านี้คงไม่ละทิ้งความเชื่อของตน
เป็นไปได้ที่คนเหล่านี้กระทำเช่นนั้นเพราะเขามีเพียงความเชื่อฝ่ายเนื้อหนัง
โดยปราศจากการประพฤติตามแม้เขาจะมีความรู้ในพระคำของพระเจ้าก็ตาม

เราไม่ควรแสดงความโง่เขลาด้วยการละทิ้งคริสตจักรหลังจากมีความขัด
แย้งกับสมาชิกคริสตจักรบางคน คงเป็นเรื่องที่น่าเศร้ามากถ้าท่านจะทรยศต่อ
พระเจ้าผู้ทรงไถ่ท่านจากความบาปและประทานชีวิตที่แท้จริงแก่ท่านเพียง
เพราะท่านเกิดความขัดแย้งกับผู้รับใช้ ผู้นำ หรือพี่น้องชายหญิงบางคนในค
ริสตจักรท่าน

ท่านควรยอมรับว่าท่านอยู่ห่างไกลจากศิลาแห่งความเชื่อถ้าท่านอธิษฐาน
อย่างคนหน้าซื่อใจคดเพียงเพื่อแสดงให้คนอื่นเห็นว่าตนเป็นคนที่อธิษฐาน
อย่างร้อนรน หรือรู้สึกโกรธเคืองและเป็นศัตรูกับผู้คนที่ใส่ร้ายหรือนินทาท่าน
ถ้าท่านยืนหยัดอยู่บนศิลาแห่งความเชื่อท่านไม่ควรเป็นศัตรูกับคนเหล่านั้นแต่
ควรอธิษฐานเผื่อเขาด้วยความรักและด้วยน้ำตา

ตลอดการทำพันธกิจของข้าพเจ้านับตั้งแต่ปี 1982 ข้าพเจ้าประสบกับ
ช่วงเวลาและเหตุการณ์รุนแรงที่เกินกว่าจะยอมรับได้มากมายในคริสตจักร

ผู้รับใช้หรือสมาชิกบางชั่วร้ายเกินกว่าที่จะยกโทษให้ได้ในทัศนะของมนุษย์ แต่ข้าพเจ้าไม่เคยรู้สึกเกลียดชังหรือมีความเป็นปฏิปักษ์กับคนเหล่านั้นเมื่อ ข้าพเจ้าคาดหวังถึงการรับการเปลี่ยนแปลงของคนเหล่านั้น   ข้าพเจ้าพยายาม มองดูส่วนที่ดีและน่ารักของเขาแทนที่จะมองดูความชั่วร้ายของเขา

ด้วยวิธีการนี้  ท่านก็สามารถเชื่อฟังพระคำได้อย่างครบถ้วนและชื่นชมกับ เสรีภาพที่พระคำแห่งความจริงมอบให้กับท่านถ้าท่านมีความเชื่อในระดับที่ สามอย่างเต็มขนาดและยืนหยัดมั่นคงอยู่ในพระคำของพระเจ้า จากนั้น ท่าน ก็จะชื่นบานอยู่เสมอ ขอบพระคุณตลอดเวลา และอธิษฐานอย่างต่อเนื่อง ท่าน จะไม่สูญเสียสำนึกแห่งการขอบพระคุณหรือไม่รู้สึกเศร้าใจ ยิ่งกว่านั้น ท่าน จะยืนหยัดมั่นคงอยู่บนศิลาของพระเยซูคริสต์โดยไม่หวั่นไหวหรือหันเหไป ทางซ้ายหรือทางขวา

## 3. การต่อสู้กับความบาปจนเลือดไหล

ความปรารถนาของพระวิญญาณบริสุทธิ์จะต่อสู้กับความปรารถนาของ เนื้อหนังในจิตใจของผู้ที่อยู่ในความเชื่อระดับที่สองแต่ผู้ที่อยู่ในความเชื่อ ระดับที่สามจะขับไล่ความปรารถนาของเนื้อหนังออกไปและดำเนินชีวิตอย่าง มีชัยชนะในพระคำเพราะคนเหล่านี้ทำตามความปรารถนาของพระวิญญาณ บริสุทธิ์

ในความเชื่อระดับที่สามเป็นการง่ายที่จะดำเนินชีวิตในพระเยซูคริสต์ เพราะท่านได้ละทิ้งการงานของเนื้อหนังซึ่งท่านเคยมีเมื่ออยู่ในความเชื่อ ระดับที่สอง   แต่ถ้าท่านเข้าสู่ความเชื่อในระดับที่สามท่านก็เริ่มต่อสู้กับความ ปรารถนาของเนื้อหนัง (ซึ่งเป็นการผสมผสานกันของเนื้อหนังและร่างกายที่ เป็นเนื้อหนังซึ่งฝังลึกอยู่ในท่าน) จนถึงเลือดไหล

ผลลัพธ์ก็คือ   เมื่อท่านบรรลุถึงขนาดที่สมบูรณ์ของความเชื่อในระดับที่
สาม   ท่านไม่ได้คิดตามความคิดที่เป็นบาปอีกต่อไปแต่ท่านจะเชื่อฟังพระคำ
อย่างครบถ้วนและชื่นชมกับเสรีภาพในความจริงเพราะท่านได้กำจัดสันดาน
และเนื้อหนังทุกชนิดออกไปแล้ว

## ความสำคัญของการกำจัดเนื้อหนัง

ถ้าท่านรักพระเจ้าและเชื่อฟังพระคำของพระองค์ท่านก็สามารถยกระดับ
ขนาดแห่งความเชื่อของท่านจากระดับที่สองไปสู่ระดับที่สามได้ในเวลาไม่
นาน ในทางตรงกันข้าม ถ้าท่านเข้าร่วมนมัสการเป็นประจำแต่ไม่ได้พยายาม
เชื่อฟังพระคำท่านก็ไม่สามารถยกระดับความเชื่อของท่านไปสู่ระดับที่สูงกว่า
ได้และท่านต้องอยู่ในระดับความเชื่อปัจจุบัน—ซึ่งได้แก่ความเชื่อระดับที่สอง
เมล็ดพันธุ์พืชที่ถูกเก็บไว้เป็นเวลานานโดยไม่ถูกนำไปหว่านก็เช่น
เดียวกันถ้าเมล็ดพันธุ์พืชถูกเก็บไว้นานโดยไม่นำไปหว่านลงดินเมล็ดนั้น
ก็จะสูญเสียชีวิตของตนไปวิญญาณจิตของท่านจะเจริญเติบโตได้ก็ต่อเมื่อ
ท่านเข้าใจพระคำของพระเจ้าและเชื่อฟังพระคำเท่านั้น   ท่านต้องพยายามให้
มากที่สุดที่จะเข้าใจพระคำและเชื่อฟังพระคำเพื่อวิญญาณจิตของท่านจะมี
พลานามัยสมบูรณ์

เมื่อเมล็ดพันธุ์พืชถูกหว่านลงไปในดินแล้วก็เป็นการง่ายที่เมล็ดนั้นจะแตก
หน่อออกมา ในด้านหนึ่ง หน่อที่แตกออกมาอาจตายถ้ามีฝนตกหนักหรือถ้า
ผู้คนเหยียบย่ำบนหน่อนั้น ด้วยเหตุนี้หน่ออ่อนที่แตกออกมาจึงต้องได้รับการ
เอาใจใส่ดูแลอย่างทะนุถนอม ในทำนองเดียวกัน ผู้คนที่มีความเชื่อในระดับที่
สามควรเอาใจใส่ดูแลคนที่มีความเชื่อในระดับที่หนึ่งหรือที่สองเพื่อคนเหล่า
นั้นจะเติบโตขึ้นในความเชื่อ
ในอีกด้านหนึ่ง   ถ้าท่านเติบโตเป็นต้นไม้ขนาดใหญ่ในความเชื่อด้วยการ

เข้าไปสู่ความเชื่อระดับที่สาม ท่านจะไม่ล้มลงไม่ว่าการทดลองหรือหายนะที่เกิดขึ้นกับท่านจะหนักหนาหรือรุนแรงสักเพียงใดก็ตาม ต้นไม้ใหญ่จะโค่นล้มได้ยากเพราะรากของมันหยั่งลึกลงไปในพื้นดินถึงแม้ว่ากิ่งก้านสาขาของต้นไม้นั้นอาจจะหักหรือคดงอบ้างก็ตาม ในทำนองเดียวกัน อาจดูเหมือนว่าในชั่วขณะหนึ่งที่ท่านเผชิญกับการทดลองและปัญหาท่านกำลังจะล้มลง แต่ท่านสามารถฟื้นฟูกำลังของท่านขึ้นมาใหม่และเติบโตขึ้นในความเชื่ออย่างต่อเนื่องเพราะความเชื่อของท่านที่หยั่งรากลึกจะไม่หวั่นไหวภายใต้สถานการณ์ใด ๆ

## ความพยายามอย่างไม่หยุดหย่อนเพื่อมุ่งสู่ความเชื่อที่เต็มขนาด

การที่ต้นไม้จะเติบโต ผลิดอก และออกผลหรือเติบโตเป็นต้นไม้ขนาดใหญ่ที่นกสามารถอยู่อาศัยได้นั้นต้องใช้เวลานาน ในทำนองเดียวกัน ไม่ใช่เรื่องยากที่จะเลื่อนความเชื่อของท่านจากระดับที่สองไปสู่ระดับที่สามเมื่อท่านตัดสินใจอย่างแน่วแน่ที่จะกระทำเช่นนั้น แต่การทำให้ความเชื่อของท่านเติบโตจากระดับที่สามไปสู่ระดับที่สี่เป็นสิ่งที่ต้องใช้เวลามากที่เป็นเช่นนี้ก็เพราะท่านต้องรับฟังพระคำของพระเจ้าและเข้าใจพระคำด้วยวิญญาณของการเชื่อฟังพระคำที่บันทึกไว้ในหนังสือทั้ง 66 เล่มของพระคัมภีร์ แต่การที่จะเข้าใจน้ำพระทัยที่สมบูรณ์แบบของพระเจ้าพระบิดาในช่วงเวลาอันสั้นไม่ใช่เรื่องง่าย

ยกตัวอย่าง แม้นักเรียนจะเรียนเก่งในระดับมัธยมศึกษาตอนต้น แต่เขาไม่สามารถเข้าเรียนในมหาวิทยาลัยหรือทำธุรกิจของตนได้หลังจากเขาจบจากชั้นมัธยมต้น

ถึงกระนั้น มีคนเก่งบางคนที่เข้าเรียนในมหาวิทยาลัยด้วยการสอบผ่านการ

สอบคัดเลือกเมื่ออายุยังน้อย ในขณะที่คนอื่นเข้าเรียนในมหาวิทยาลัยหลังจาก
ใช้ความพยายามอยู่หลายครั้ง

ในทำนองเดียวกัน    การที่ท่านจะสามารถบรรลุถึงความเชื่อระดับที่สี่ได้
อย่างช้า ๆ หรืออย่างรวดเร็วนั้นขึ้นอยู่กับความพยายามของท่าน  แน่นอน
ตัวแปรที่สำคัญที่สุดอยู่ที่ว่าบุคคลนั้นเป็นภาชนะขนาดใด  ความพยายามของ
ภาชนะขนาดเล็กไม่มีพลังมากพอที่จะทำให้ความเชื่อเติบโตไปสู่ระดับที่สูง
กว่าได้แม้บุคคลนั้นจะเข้าใจพระคำ  มีความหวังสำหรับสวรรค์  และมีความ
เชื่อ ในทางตรงกันข้าม  ภาชนะขนาดใหญ่จะเข้าใจถึงสิ่งที่ถูกต้องและตัดสิน
ใจทำในสิ่งที่ถูกต้องพร้อมทั้งพยายามอย่างต่อเนื่องจนกว่าเขาจะบรรลุเป้า
หมายของตน

ด้วยเหตุนี้    ท่านต้องเข้าใจว่าการใช้ความพยายามทุกวิถีทางและการต่อสู้
กับความบาปของท่านจนถึงเลือดไหลเพื่อยกระดับความเชื่อของท่านจาก
ระดับที่สามไปสู่ความเชื่อในระดับที่สี่ให้เร็วที่สุดเท่าที่จะเร็วได้นั้นเป็นสิ่งที่
สำคัญมากเพียงใด

## ทำหน้าที่ของท่านพร้อมกับละทิ้งความผิดบาปในขณะเดียวกัน

ท่านต้องไม่ละเลยหน้าที่ที่พระเจ้าประทานให้ในขณะที่ท่านกำลังต่อสู้
กับความบาปของตน ยกตัวอย่าง มีมัคนายิกาอาวุโสคนหนึ่งในคริสตจักรของ
ข้าพเจ้าที่อยู่กับข้าพเจ้ามาตั้งแต่เริ่มก่อตั้งคริสตจักรเธอและสามีของเธอมายัง
คริสตจักรในขณะที่ป่วยเป็นโรคร้ายทั้งสองรับเอาคำอธิษฐานของข้าพเจ้าและ
ได้รับการรักษา

นับจากนั้นเป็นต้นมาสุขภาพของเธอได้รับการฟื้นฟูขึ้นมาใหม่และเธอ
พยายามยกระดับความเชื่อของเธอขึ้นแต่เธอไม่ได้ทำหน้าที่ของมัคนายิกา
อาวุโสอย่างครบถ้วน    เธอไม่ได้พยายามต่อสู้กับความบาปจนเลือดไหลและ
ความชั่วร้ายยังคงอยู่ในจิตใจของเธอแม้เธอจะเข้าร่วมนมัสการในคริสตจักร

และฟังพระคำของพระเจ้าอย่างต่อเนื่องมาเป็นเวลา 15 ปี การกระทำและคำ
พูดของเธอชวนให้รำลึกถึงการกระทำและคำพูดของคนที่มีความเชื่อในระดับ
ที่สอง

ขอบคุณพระเจ้าที่เธอได้รับการฟื้นฟูฝ่ายวิญญาณในช่วงสองสามเดือน
ก่อนการเสียชีวิตของเธอและพยายามทำให้พระเจ้าพอพระทัยด้วยการแจกจ่าย
สูจิบัตรข่าวสารของคริสตจักร เมื่อเธอรับเอาคำอธิษฐานของข้าพเจ้า 3 ครั้งเธอ
ก็ก้าวสู่ความเชื่อในระดับที่สามในช่วงเวลาอันสั้น

ด้วยเหตุนี้ท่านจึงไม่เพียงแต่ต่อสู้กับความบาปของตนจนถึงเลือดไหล
เพื่อขับไล่ความชั่วร้ายทุกชนิดออกไปเท่านั้น แต่ท่านต้องทำหน้าที่ที่พระเจ้า
ประทานให้ด้วยสุดจิตสุดใจของท่านด้วยเช่นกันเพื่อท่านจะสามารถบรรลุถึง
ขนาดแห่งความเชื่อที่สูงขึ้น

การละทิ้งความผิดบาปของท่านด้วยกำลังของตัวท่านเองเป็นสิ่งที่ทำได้
ยากมาก แต่สิ่งนี้จะทำได้ง่ายขึ้นถ้าท่านได้รับพระกำลังของพระเจ้าจากสวรรค์
ขอให้ท่านเป็นคริสเตียนที่ฉลาดในสายพระเนตรของพระเจ้าเมื่อท่าน
ระลึกว่าฤทธิ์อำนาจของพระองค์จะมาเหนือผู้คนที่ละทิ้งความผิดบาปและ
ความชั่วร้ายทุกชนิดของตนด้วยการต่อสู้กับสิ่งเหล่านี้จนถึงเลือดไหลและมา
ถึงผู้คนที่ทำหน้าที่ของตนตามที่พระเจ้าทรงมอบหมายให้ ข้าพเจ้าอธิษฐานใน
พระนามขององค์พระผู้เป็นเจ้า

บทที่ 7

# ความเชื่อที่จะรักองค
# ระผู้เป็นเจ้ามากที่สุด

ขนาดแห่ง ความเชื่อ

ผู้ใดที่มีบัญญัติของเราและประพฤติตามบัญญัตินั้น ผู้นั้น
แหละเป็นผู้ที่รักเราและผู้ที่รักเรานั้นพระบิดาของเราจะ
ทรงรักเขาและเราจะรักเขาและจะสำแดงตัวให้ปรากฏแก่
เขา (ยอห์น 14:21)

ในการเดินขึ้นบันไดท่านต้องก้าวขึ้นทีละขั้นฉันใดในการเติบโต
ของความเชื่อท่านต้องเติบโตขึ้นทีละระดับด้วยฉันนั้นจนกว่าท่าน
จะบรรลุถึงความเชื่ออย่างเต็มขนาด 1 เธสะโลนิกา 5:16-18 บอกเราว่า *"จง
ชื่นบานอยู่เสมอ จงอธิษฐานอย่างสม่ำเสมอ จงขอบพระคุณในทุกกรณี เพราะ
นี่แหละเป็นน้ำพระทัยของพระเจ้าซึ่งปรากฏอยู่ในพระเยซูคริสต์เพื่อท่านทั้ง
หลาย"* ขนาดของการเชื่อฟังต่อคำบัญชานี้ของบุคคลจะแตกต่างกันไปตาม
ขนาดของความเชื่อของแต่ละคน

ถ้าท่านอยู่ในความเชื่อระดับที่สองท่านจะรู้สึกท้อแท้ใจมากกว่าจะ
ชื่นบานและขอบพระคุณเมื่อท่านพบกับการทดลองและปัญหาเพราะท่านยัง
ไม่มีกำลังมากพอที่จะดำเนินชีวิตโดยพระคำของพระเจ้า   เมื่อท่านเข้าสู่ความ
เชื่อระดับที่สามและละทิ้งความผิดบาปด้วยการต่อสู้กับความบาปเหล่านั้น
จนถึงเลือดไหล  ท่านก็จะสามารถชื่นชมยินดีและขอบพระคุณในการทดลอง
และปัญหาได้ในระดับหนึ่ง

ถึงแม้ท่านยังอยู่ในความเชื่อระดับที่สามและเผชิญกับปัญหาอย่างรุนแรง
ท่านอาจมีความสงสัยหรือเคลือบแคลงใจบ้างเล็กน้อยหรือท่านอาจพยายาม
จะชื่นบานและขอบพระคุณเพราะท่านยังไม่เข้าใจพระทัยของพระเจ้าอย่าง
ครบถ้วน

แต่ถ้าท่านยืนหยัดมั่นคงบนศิลาแห่งความเชื่อซึ่งหยั่งรากลึกลงไปใน
ขนาดแห่งความเชื่อระดับที่สาม ท่านก็จะมีความชื่นบานและขอบพระคุณจาก
จิตใจของท่านแม้ท่านเผชิญกับการทดลองและปัญหา  นอกจากนั้น  ถ้าท่าน

บรรลุถึงขนาดแห่งความเชื่อในระดับที่สูงกว่า—ซึ่งได้แก่ระดับที่สี่—ความชื่นบานและการขอบพระคุณจะหลั่งไหลออกมาจากจิตใจของท่านอยู่เสมอ ดังนั้นในความเชื่อระดับที่สี่ท่านจึงอยู่ห่างไกลจากความเศร้าใจหรือความใจร้อนเมื่อท่านถูกรุมเร้าด้วยการทดลองและปัญหา แต่ท่านจะสำรวจตนเองอย่างถ่อมใจด้วยการถามตนเองว่า “ผมทำสิ่งใดผิดหรือไม่” ผลลัพธ์ก็คือ ผู้ที่บรรลุถึงความเชื่อระดับที่สี่ (ซึ่งเป็นระดับที่ช่วยให้ท่านรักองค์พระผู้เป็นเจ้ามากที่สุด) จะมีความเจริญรุ่งเรืองในทุกสิ่งเขาทำ

## 1. ความเชื่อระดับที่สี่

เมื่อผู้เชื่อพูดว่า “องค์พระผู้เป็นเจ้าของข้าพระองค์ ข้าพระองค์รักพระองค์” คำพูดของผู้คนที่มีความเชื่อในระดับที่สองหรือระดับที่สามจะแตกต่างจากคำพูดของคนที่มีความเชื่อในระดับที่สี่ ที่เป็นเช่นนี้ก็เพราะว่าการมีจิตใจที่จะรักองค์พระผู้เป็นเจ้าแบบครึ่ง ๆ กลาง ๆ แตกต่างจากการมีจิตใจที่จะรักพระองค์อย่างสุดหัวใจ เหมือนที่สุภาษิต 8:17 สัญญากับเราไว้ว่า *“เรารักบรรดาผู้ที่รักเราและบรรดาผู้ที่แสวงเราก็พบเรา”* ผู้คนที่รักองค์พระผู้เป็นเจ้ามากที่สุดจะได้รับทุกสิ่งที่ตนทูลขอ

### การรักองค์พระผู้เป็นเจ้ามากที่สุด

บรรพบุรุษแห่งความเชื่อที่รักพระเจ้ามากที่สุดต่างก็เต็มล้นด้วยความชื่นชมยินดีและการขอบพระคุณอย่างจริงใจแม้คนเหล่านั้นประสบกับความทุกข์ยากลำบากโดยที่เขาไม่ได้ทำสิ่งใดผิด ยกตัวอย่าง ผู้เผยพระวจนะดาเนียลขอบพระคุณพระเจ้าและอธิษฐานต่อพระองค์ด้วยความเชื่อแม้ท่านกำลังจะถูกโยนเข้าไปในถ้ำสิงห์เพราะแผนการอันชั่วร้ายของบางคน

แต่พระเจ้าทรงพอพระทัยกับความเชื่อของท่าน พระองค์ทรงส่งทูตสวรรค์ไปปิดปากสิงห์และให้ทูตเหล่านั้นปกป้องคุ้มครองดาเนียลจากสิงโต ผลก็คือดาเนียลถวายสง่าราศีอันยิ่งใหญ่แด่พระเจ้า (ดาเนียล 6:10-27)

ในอีกเหตุการณ์หนึ่งเพื่อนทั้งสามคนของดาเนียลประกาศถึงความเชื่อของตนในพระเจ้าต่อกษัตริย์เนบูคัดเนสซาร์แม้คนเหล่านั้นกำลังจะถูกโยนลงไปในกองเพลิงด้วยข้อหาที่ว่าคนเหล่านั้นไม่ได้ก้มกราบและนมัสการรูปปั้นทองคำ

คนเหล่านั้นประกาศไว้ในดาเนียล 3:17-18 ว่า *"ถ้าพระเจ้าของพวกข้าพระบาทผู้ซึ่งพวกข้าพระบาทปรนนิบัติพอพระทัยจะช่วยกู้พวกข้าพระบาทให้พ้นจากเตาที่ไฟลุกอยู่ข้าแต่พระราชาพระองค์ก็จะทรงช่วยกู้พวกข้าพระบาทให้พ้นพระหัตถ์ของฝ่าพระบาท ถึงแม้ไม่เป็นเช่นนั้น ข้าแต่พระราชาขอฝ่าพระบาททรงทราบว่าพวกข้าพระบาทก็ไม่ปรนนิบัติพระของฝ่าพระบาทหรือนมัสการปฏิมากรทองคำซึ่งฝ่าพระบาทได้ทรงตั้งขึ้น"*

บุคคลทั้งสามไว้วางใจในพระเจ้าผู้ทรงฤทธิ์อำนาจที่ทำให้ทุกสิ่งเป็นไปได้โดยไม่หวั่นไหวและประกาศอย่างหนักแน่นว่าเขาพร้อมสละชีวิตของตนเพื่อพระเจ้าที่เขาปรนนิบัติแม้ว่าพระองค์จะไม่ทรงช่วยเขาให้รอดพ้นจากเปลวไฟที่ลุกโชนอยู่ก็ตาม

คนเหล่านั้นสัตย์ซื่อต่อหน้าที่ของตนโดยไม่ปรารถนาสิ่งใดตอบแทนและไม่ได้บ่นต่อว่าพระเจ้าแม้เขาจะเผชิญกับการทดลองที่คุกคามเอาชีวิตของเขาอย่างไร้เหตุผล บุคคลทั้งสามยังสามารถชื่นชมยินดีและขอบพระคุณพระเจ้าสำหรับพระคุณของพระองค์เพราะเขารู้ดีว่าเขาจะได้อยู่ในอ้อมแขนของพระบิดาแห่งความรักในสวรรค์อย่างแน่นอนถึงแม้เขาจะถูกเผาจนเสียชีวิตในกองเพลิง

พระเจ้าทรงปกป้องคนเหล่านั้นจากกองเพลิงตามคำประกาศแห่งความเชื่อของเขาแม้แต่ผมที่ศีรษะของเขาก็ไม่งอจากเหตุการณ์อันอัศจรรย์นี้กษัตริย์เนบูคัดเนสซาร์ตกใจกลัวมากและท่านได้ถวายสง่าราศีอันยิ่งใหญ่แด่พระเจ้าพร้อมกับแต่งตั้งให้เพื่อนทั้งสามคนของดาเนียลมีตำแหน่งสูงขึ้นกว่าแต่ก่อน

ขอให้ดูตัวอย่างต่อไปนี้ อัครทูตเปาโลและสิลาสถูกเฆี่ยนอย่างทารุณและถูกขังไว้ในคุกมืดโดยผู้คนที่ชั่วร้ายเมื่อท่านทั้งสองเดินทางไปประกาศพระกิตติคุณในสถานที่ต่าง ๆ ในตอนกลางคืน เมื่อสองคนสรรเสริญพระเจ้าและขอบพระคุณพระองค์อยู่นั้น ในทันใดนั้น ก็เกิดแผ่นดินไหวและประตูของคุกก็เปิดออก (กิจการ 16:19-26)

สมมุติว่าท่านประสบกับความทุกข์ลำบากอย่างไม่เป็นธรรมเหมือนคนเหล่านี้ท่านคิดว่าท่านจะสามารถชื่นชมยินดีและขอบพระคุณพระเจ้าจากส่วนลึกแห่งจิตใจของท่านได้หรือไม่ ถ้าท่านพบว่าตัวท่านยังเศร้าใจ โกรธเคืองหรือใจร้อนท่านต้องรู้ว่าท่านอยู่ห่างไกลจากศิลาแห่งความเชื่อ ถ้าท่านก้าวเลยผ่านศิลาแห่งความเชื่อไปท่านจะชื่นชมยินดีและขอบพระคุณจากส่วนลึกแห่งจิตใจของท่านอยู่เสมอแม้จะอยู่ท่ามกลางปัญหาและการทดลองเพราะท่านเข้าใจถึงการจัดเตรียมของพระเจ้า ถ้าท่านพบกับความเจ็บปวดอันเกิดจากความทุกข์อย่างไม่เป็นธรรม ความทุกข์ที่เกิดขึ้นกับท่านนั้นต้องมีเหตุผลบางอย่าง เนื่องจากท่านสามารถระบุถึงเหตุแห่งทุกข์ด้วยความช่วยเหลือของพระวิญญาณบริสุทธิ์ ท่านจึงชื่นชมยินดีและขอบพระคุณได้

แล้วดาวิดกษัตริย์ผู้ยิ่งใหญ่ที่สุดของอิสราเอลล่ะจากการก่อกบฏของอับซาโลมราชโอรสของดาวิดทำให้กษัตริย์ดาวิดถูกโค่นบัลลังก์และหลบหนีพร้อมกับมีชีวิตอยู่โดยไม่มีอาหารและที่พักอาศัย นอกเหนือจากการที่พระองค์ต้องสละราชสมบัติแล้วดาวิดยังถูกชาวบ้านชั้นต่ำคนหนึ่งชื่อชิเมอีเอาหินขว้างและแช่งด่า คนรับใช้คนหนึ่งของดาวิดทูลขอให้ประหารชีวิตชิเมอี แต่ดาวิด

ปฏิเสธคำขอร้องนี้โดยตรัสว่า "สิ่งเหล่านี้อยู่ภายใต้การอนุญาตของพระเจ้าช่างเขาเถิด"

ยิ่งกว่านั้น ดาวิดไม่เคยบ่นต่อว่าแม้แต่คำเดียวในช่วงของการทดลองของท่านเลยท่านยังรักและพึ่งพิงพระเจ้าอย่างเหนียวแน่นและยืนหยัดมั่นคงในความเชื่อของท่าน ในท่ามกลางการทดลองเหล่านั้น ดาวิดสามารถร้อยเรียงถ้อยคำแห่งการสรรเสริญที่เต็มไปด้วยความงดงามและความสงบนิ่งเหมือนที่ปรากฏอยู่ในสดุดีบทที่ 23

ด้วยวิธีการนี้ดาวิดเชื่ออยู่เสมอว่าพระเจ้าทรงทำให้ท่านเกิดผลดีในทุกสิ่ง (แม้ในยามที่ท่านตกอยู่ในความสูญเสียอันเนื่องมาจากปัญหาและการทดลอง) เพราะดาวิดเข้าใจน้ำพระทัยของพระเจ้าตลอดเวลา ขอบพระคุณพระองค์ และหลั่งน้ำตาด้วยความชื่อชมยินดี

หลังจากดาวิดผ่านพ้นการทดลองเหล่านี้ท่านกลายเป็นกษัตริย์ที่พระเจ้าทรงรักมากยิ่งขึ้น ยิ่งกว่านั้น ท่านยังสามารถทำให้อิสราเอลมีแสนยานุภาพมากจนบรรดาประเทศเพื่อนบ้านส่งเครื่องบรรณาการให้กับอิสราเอล ดังนั้นเมื่อพระเจ้าทอดพระเนตรเห็นความเชื่อของดาวิดพระองค์จึงทรงทำให้ทุกสิ่งทุกเกิดผลอันดีสำหรับดาวิดและประทานพระพรแก่ท่าน

## เชื่อฟังองค์พระผู้เป็นเจ้าอย่างชื่นบานด้วยความรักสุดหัวใจ

สมมุติว่ามีผู้ชายและผู้หญิงคู่หนึ่งที่กำลังจะแต่งงานกัน ทั้งสองคนรักกันอย่างดูดดื่มมากจนเขาพร้อมที่จะสละชีวิตของตนเพื่อคนที่ตนรักได้ถ้าหากจำเป็นแต่ละฝ่ายต้องการให้ทุกสิ่งที่ตนให้ได้กับอีกฝ่ายหนึ่งและต้องการทำให้อีกฝ่ายหนึ่งพอใจตลอดเวลาแม้ตนเองต้องสูญเสีย

ทั้งสองคนเฝ้าปรารถนาที่จะอยู่ด้วยกันให้บ่อย นาน และมากที่สุดเท่าที่จะทำได้ ทั้งสองคนไม่สนใจกับอากาศที่หนาวเย็นเมื่อเขาเดินด้วยกันบนถนนที่เต็มไปด้วยหิมะหรือในยามที่มีพายุลมแรง คนรักคู่นี้ไม่รู้สึกเหน็ดเหนื่อยหรือ

หมดเรี่ยวแรงแม้เขาจะคุยโทรศัพท์กันตลอดทั้งคืน

ในทำนองเดียวกัน  ถ้าท่านรักองค์พระผู้เป็นเจ้ามากที่สุดเหมือนความรัก
ของหนุ่มสาวซึ่งกำลังจะแต่งงานกันคู่นั้นและมีจิตใจที่ไม่เปลี่ยนแปลงให้กับ
พระองค์  ท่านก็จะบรรลุถึงความเชื่อในระดับที่สี่  ท่านจะแสดงความรักของ
ท่านที่มีต่อพระองค์ได้อย่างไรองค์พระผู้เป็นเจ้าทรงวัดขนาดความรักของ
ท่านที่มีต่อพระองค์อย่างไร

พระเยซูตรัสกับเราในยอห์น  14:21  ว่า *"ผู้ใดที่มีบัญญัติของเราและ
ประพฤติตามบัญญัตินั้น   ผู้นั้นแหละเป็นผู้ที่รักเราและผู้ที่รักเรานั้นพระบิดา
ของเราจะทรงรักเขาและเราจะรักเขาและจะสำแดงตัวให้ปรากฏแก่เขา"*

ถ้าท่านรักพระเจ้าท่านต้องเชื่อฟังพระบัญชาของพระองค์เพราะนี่คือหลัก
ฐานของความรักที่ท่านมีต่อองค์พระผู้เป็นเจ้า  ถ้าท่านรักพระองค์อย่างแท้จริง
พระเจ้าก็จะทรงรักท่านและองค์พระผู้เป็นเจ้าจะทรงสถิตกับท่านและสำแดง
ให้ท่านเห็นถึงหลักฐานของการสถิตอยู่ด้วยของพระองค์  ในทางตรงกันข้าม
ถ้าท่านไม่เชื่อฟังพระบัญชาของพระองค์  ท่านก็จะไม่ได้รับความโปรดปราน
การรับรอง หรือพระพรจากพระเจ้า


ท่านรักองค์พระผู้เป็นเจ้าอย่างแท้จริงหรือไม่ถ้าท่านรักพระองค์อย่าง
แท้จริง  ท่านก็จะเชื่อฟังพระบัญชาของพระองค์และนมัสการพระองค์ด้วยจิต
วิญญาณและความจริงอย่างแน่นอน  ท่านจะไม่รู้สึกง่วงเหงาหาวนอนในขณะ
ที่ท่านฟังคำเทศนา   ท่านจะบอกว่าท่านรักใครบางคนได้อย่างไรถ้าท่านหลับ
ๆ ตื่น ๆ ในขณะที่คนนั้นพูดกับท่าน  ถ้าท่านรักคู่สมรสของท่านอย่างแท้จริง
การได้ยินน้ำเสียงของเธอเพียงอย่างเดียวก็เป็นเหตุของความชื่นชมยินดีอันยิ่ง
ใหญ่ได้

ในทำนองเดียวกัน ถ้าท่านรักพระเจ้าอย่างแท้จริง  ท่านก็จะมีความสุขและ
ความชื่นชมยินดีที่จะรับฟังพระคำของพระองค์  ถ้าท่านรู้สึกง่วงนอนหรือเบื่อ
หน่าย ก็เป็นที่ชัดเจนว่าท่านไม่ได้รักพระเจ้า 1 ยอห์น 5:3 เตือนเราว่า *"เพราะ*

*นี่แหละเป็นความรักต่อพระเจ้าคือที่เราทั้งหลายประพฤติตามพระบัญญัติของพระองค์และพระบัญญัติของพระองค์นั้นไม่เป็นภาระ"*

แท้จริงสำหรับผู้คนที่รักพระเจ้านั้นการเชื่อฟังพระบัญชาของพระองค์ไม่ใช่เรื่องยากเลย ดังนั้นท่านจึงสามารถเชื่อฟังคำบัญชาทั้งสิ้นของพระองค์ถ้าท่านบรรลุถึงความเชื่อที่จะรักพระเจ้าอย่างแท้จริง ท่านเชื่อฟังคำบัญชาเหล่านั้นในความเชื่อด้วยความรักจากส่วนลึกแห่งจิตใจของท่าน แทนที่จะเชื่อฟังอย่างฝืนใจหรือด้วยความรู้สึกเป็นภาระ

นอกจากนั้น ถ้าท่านเข้าสู่ความเชื่อในระดับที่สี่ท่านก็จะเชื่อฟังพระคำของพระเจ้าทุกถ้อยคำด้วยความชื่นชมยินดีเพราะท่านรักพระองค์มากเหมือนดังสามีหรือภรรยาที่ต้องการให้ทุกสิ่งที่คู่สมรสของตนขอมาและพร้อมที่จะทำทุกอย่างที่เขา/เธอต้องการ

## ผีมารซาตานไม่อาจทำร้ายท่าน

ผู้คนที่รักพระเจ้ามากที่สุดจะได้รับการชำระให้บริสุทธิ์อย่างสมบูรณ์ด้วยการเชื่อฟังพระคำอย่างครบถ้วน เหมือนดัง 1 เธสะโลนิกา 5:21-22 บอกเราไว้ว่า *"จงพิสูจน์ทุกสิ่ง สิ่งที่ดีนั้นจงยึดถือไว้ให้มั่น จงเว้นเสียจากสิ่งที่ชั่วทุกอย่าง"*

พระเจ้าจะประทานบำเหน็จรางวัลแก่ท่านได้อย่างไรเมื่อท่านไม่ยอมจัดการกับความบาปด้วยการต่อสู้กับบาปเหล่านั้นจนเลือดไหลและกำจัดความชั่วร้ายทุกชนิดออกไปพระองค์ทรงแสดงหลักฐานแห่งความรักของพระองค์ที่มีต่อท่านอย่างไร พระเจ้าประทานพระสัญญาแห่งพระพรมากมายต่อผู้คนที่มีความบริสุทธิ์เพราะพระองค์ทรงตอบแทนท่านตามที่ท่านหว่านและกระทำ

เหมือนที่ 1 ยอห์น 5:18 กล่าวไว้ว่า *"เราทั้งหลายรู้ว่าคนที่เกิดจากพระเจ้า*

*ไม่ทำบาป   แต่พระบุตรของพระเจ้าได้ทรงคุ้มครองรักษาเขาและมารร้ายไม่
แตะต้องเขา"* ประการแรก ท่านต้องบังเกิดจากพระเจ้า ท่านจะเป็นมนุษย์ฝ่าย
วิญญาณเมื่อท่านไม่ทำบาปอีกต่อไปเพราะท่านพยายามดำเนินชีวิตด้วยพระ
คำของพระเจ้าและละทิ้งความบาปด้วยการต่อสู้กับบาปเหล่านั้นจนเลือดไหล
จากนั้นผีมารซาตานจะไม่สามารถแตะต้องท่านได้อีกต่อไปเพราะพระเจ้าทรง
คุ้มครองรักษาท่านให้ปลอดภัย

　　1 ยอห์น 3:21-22 สัญญาไว้ว่า *"ท่านที่รักทั้งหลาย ถ้าใจของเราไม่ได้กล่าว
โทษเรา เราก็มีความมั่นใจที่จะเข้าเฝ้าพระเจ้า และเราขอสิ่งใด ๆ เราก็ได้สิ่งนั้น
ๆ จากพระองค์เพราะเราประพฤติตามพระบัญญัติของพระองค์และปฏิบัติตาม
ชอบพระทัยพระองค์"* จิตใจของท่านจะไม่กล่าวโทษท่านเมื่อท่านปฏิบัติตาม
ชอบพระทัยพระองค์ด้วยการเชื่อฟังคำบัญชาของพระองค์และการกำจัดความ
ชั่วร้ายทุกชนิดออกไป
　　ท่านมีความมั่นใจต่อพระพักตร์พระเจ้าและได้รับทุกสิ่งที่ท่านทูลขอจาก
พระองค์ตามที่พระองค์ทรงสัญญาท่านไว้พระองค์ไม่ทรงโกหกหรือทรง
เปลี่ยนแปลงความคิดของพระองค์   แต่พระองค์ทรงกระทำตามทุกสิ่งที่ทรง
ตรัสและสัญญาไว้ (กันดารวิถี 23:19) ดังนั้นพระองค์จะประทานทุกสิ่งตามที่
ท่านทูลขอถ้าท่านรักพระองค์มากที่สุดและรับการชำระให้บริสุทธิ์

　　แม้ในสมัยที่ข้าพเจ้าเป็นผู้เชื่อใหม่ข้าพเจ้ายังรู้สึกผิดหวังเมื่อคำเทศนาหรือ
การนมัสการสั้นเกินไปเพราะข้าพเจ้าต้องการรู้จักน้ำพระทัยของพระเจ้าและ
รับเอาพระคุณของพระองค์มากขึ้นข้าพเจ้าสามารถบรรลุถึงความเชื่อที่เต็ม
ขนาดในช่วงเวลาสั้น ๆ เพราะข้าพเจ้าพยายามอย่างมากที่จะดำเนินชีวิตด้วย
พระคำทันทีที่ข้าพเจ้าเข้าใจพระคำนั้น
　　ผลลัพธ์ก็คือ   ปัจจุบันนี้ข้าพเจ้าถวายสิ่งสารพัดแด่พระเจ้าแม้กระทั่งชีวิต
ของข้าพเจ้าเองด้วยสิ้นสุดใจ   วิญญาณ   และความคิดของข้าพเจ้าพร้อมกับ

ดำเนินชีวิตด้วยพระคำเพื่อจะรักพระองค์และปฏิบัติตัวให้เป็นที่พอพระทัย
พระองค์ให้มากที่สุดแม้ข้าพเจ้าจะถวายทุกสิ่งที่ข้าพเจ้ามีอยู่แด่พระองค์
ข้าพเจ้าก็ปรารถนาอยู่เสมอที่จะถวายมากยิ่งขึ้น ภรรยาและลูกสาวของข้าพเจ้า
ได้อุทิศตนให้กับพระเจ้าด้วยสุดใจของเขานับตั้งแต่ข้าพเจ้าสอนคนเหล่า
นั้นให้ดำเนินชีวิตตามแนวทางนี้ถ้าท่านรู้สึกเป็นภาระในการดำเนินชีวิต
คริสเตียน  ท่านจำเป็นต้องหิวกระหายพระคำของพระเจ้า  พยายามนมัสการ
พระองค์ด้วยจิตวิญญาณและความจริงและพยายามดำเนินชีวิตโดยพระคำ
เท่านั้น

## 2. วิญญาณจิตของท่านกำลังจำเริญขึ้น

ผู้คนที่มีความเชื่อในระดับที่สี่จะดำเนินชีวิตโดยพระคำเสมอเพราะคน
เหล่านี้ใคร่ครวญพระคำอยู่ตลอดเวลา เขาจะพูดออกมาจากใจของตนว่า "เรา
จะทำอะไรเพื่อให้พระเจ้าพอพระทัย"  การประพฤติที่แสดงถึงการเชื่อฟังจะ
เกิดขึ้นตามมาซึ่งสอดคล้องกับคำพูดที่ออกมาจากส่วนลึกแห่งจิตใจของเขา ที่
เป็นเช่นนี้ก็เพราะคนเหล่านี้รักพระเจ้ามากที่สุด

พระเจ้าจึงทรงสัญญากับคนเหล่านี้ใน 3 ยอห์น 1:2 ว่า *"ท่านที่รัก ข้าพเจ้า
อธิษฐานขอให้ท่านมีพลานามัยสมบูรณ์และเจริญสุขทุกประการ         อย่างจิต
วิญญาณของท่านจำเริญอยู่นั้น"* วลีที่ว่า "จิตวิญญาณของท่านจำเริญ" หมายถึง
อะไร พระพรชนิดใดที่พระเจ้าทรงประทานให้

### จิตวิญญาณของท่านจำเริญ

เมื่อมนุษย์ถูกสร้างขึ้นครั้งแรกพระเจ้าทรงระบายลมปราณแห่งชีวิตเข้าไป
ในมนุษย์และมนุษย์จึงกลายเป็นวิญญาณที่มีชีวิต มนุษย์ประกอบด้วยวิญญาณ

(ซึ่งทำให้เขาสามารถมีสามัคคีธรรมกับพระเจ้า) จิตใจ (ซึ่งถูกควบคุมโดยวิญญาณ) และร่างกาย (ซึ่งเป็นที่อาศัยของวิญญาณและจิตใจ) และมนุษย์สามารถมีชีวิตอยู่ชั่วนิรันดร์ในฐานะวิญญาณที่มีชีวิต (ปฐมกาล 2:7; 1 เธสะโลนิกา 5:23)

ด้วยเหตุนี้บุคคลที่จิตวิญญาณของตนกำลังจำเริญขึ้นจึงสามารถครอบครองเหนือสิ่งสารพัดและมีชีวิตอยู่ชั่วนิรันดร์เหมือนที่อาดัมเคยสื่อสารกับพระเจ้าและเชื่อฟังน้ำพระทัยของพระองค์อย่างสมบูรณ์

แต่อาดัมไม่เชื่อฟังพระบัญชาของพระเจ้าและสูญเสียพระพรทั้งสิ้นที่พระเจ้าประทานให้กับตน พระเจ้าทรงบัญชาอาดัมว่า *"บรรดาผลไม้ทุกอย่างในสวนนี้เจ้ากินได้ทั้งหมดเว้นแต่ต้นไม้แห่งความสำนึกในความดีและความชั่ว ผลของต้นไม้นั้นอย่ากิน เพราะในวันใดที่เจ้าขืนกิน เจ้าจะต้องตายแน่"* (ปฐมกาล 2:16-17) อาดัมไม่เชื่อฟังคำบัญชาของพระเจ้าและกินผลจากต้นไม้แห่งความรู้ ในที่สุด วิญญาณของอาดัม—ซึ่งเป็นสิ่งที่เขาใช้สื่อสารกับพระเจ้า—ก็ตายลงและเขาถูกขับไล่ออกไปจากสวนเอเดน

การพูดว่า "วิญญาณของเขาตาย" ในที่นี้ไม่ได้หมายความว่าวิญญาณของอาดัมดับสูญแต่หมายความว่าวิญญาณนั้นสูญเสียความสามารถดั้งเดิมไป วิญญาณควรทำหน้าที่ของผู้มีอำนาจควบคุม แต่จิตใจได้เข้ามาทำหน้าที่แทนวิญญาณนับตั้งแต่วิญญาณตาย (หรือหมดความสามารถควบคุมลง) ในฐานะวิญญาณที่มีชีวิตอาดัมเคยสื่อสารกับพระเจ้าผู้ทรงเป็นพระวิญญาณ

แต่วิญญาณของอาดัมตายเพราะความไม่เชื่อฟังของเขา ผลก็คืออาดัมไม่สามารถสื่อสารกับพระเจ้าได้อีกต่อไป ดังนั้น อาดัมจึงกลายเป็น "จิตบุคคล" (ที่ถูกควบคุมด้วยจิตใจของตน) ซึ่งเข้ามาแทนที่วิญญาณเพื่อใช้อำนาจควบคุมเหนืออาดัม

"จิต" ในที่นี้หมายถึงระบบความทรงจำในสมอง และเป็นความทรงจำและความคิดทุกชนิดซึ่งใช้ในการคัดลอกความทรงจำที่สะสมไว้ การเป็น "จิต

บุคคล" หมายความว่าบุคคลนั้นไม่ได้พึ่งพิงพระเจ้าอีกต่อไปแต่พึ่งพิงความรู้
และทฤษฎีของมนุษย์ จากการทำงานอย่างต่อเนื่องของผีมารซาตานในความ
คิด—จิต—ของมนุษย์ ความอธรรมและความชั่วร้ายจึงเข้าครอบครองเหนือ
มนุษย์และโลกจึงเต็มไปด้วยความชั่วร้ายเป็นอันมากที่มนุษย์รับเอาไว้ ผู้คน
ในแต่ละยุคจึงเปรอะเปื้อนด้วยความบาปและความชั่วร้ายมากยิ่งขึ้น

ในฐานะมนุษย์แห่งวิญญาณและผู้มีอำนาจครอบครองสิ่งสารพัด อาดัม
เคยชื่นชมอยู่กับชีวิตนิรันดร์เพราะวิญญาณของอาดัมทำหน้าที่เป็นเจ้านาย
ของเขาและสามารถสื่อสารกับพระเจ้า เมื่อความมืดแทรกซึมเข้าไปในจิตใจ
ของอาดัมซึ่งเคยเต็มไปด้วยความจริงเพียงอย่างเดียวโดยการไม่เชื่อฟังของเขา
จิตใจของอาดัมจึงค่อย ๆ ตกอยู่ภายใต้การควบคุมของผีมารซาตานผู้ครอบ
ครองเหนืออำนาจแห่งความมืด

ผลลัพธ์ก็คือ ลูกหลานของอาดัมที่ไม่เชื่อฟังจึงไม่แตกต่างไปจากสัตว์ซึ่ง
ประกอบด้วยจิตใจและร่างกายโดยไม่มีวิญญาณ คนเหล่านี้ดำเนินชีวิตอยู่ใน
ความเท็จทุกชนิด เช่น การโกหก การล่วงประเวณี ความเกลียดชัง การฆาต
รกรรม การอิจฉา และการริษยาซึ่งล้วนต่อสู้กับพระคำของพระเจ้า (ปัญญา
จารย์ 3:18)

ถึงกระนั้น พระเจ้าแห่งความรักยังทรงเปิดหนทางแห่งความรอดผ่านทาง
พระเยซูคริสต์พระบุตรของพระองค์และประทานพระวิญญาณบริสุทธิ์เป็น
ของขวัญกับทุกคนที่ต้อนรับพระเยซูคริสต์เพื่อว่าวิญญาณที่ตายไปของเขาจะ
ได้รับการรื้อฟื้นขึ้นใหม่ ถ้าบุคคลใดรับเอาพระวิญญาณบริสุทธิ์เป็นของขวัญ
ด้วยการต้อนรับพระเยซูคริสต์ วิญญาณที่ตายไปของเขาจะฟื้นขึ้นมาใหม่ ยิ่ง
กว่านั้น ถ้าเขายอมให้พระวิญญาณบริสุทธิ์ให้กำเนิดกับวิญญาณที่อยู่ภายใน
เขา บุคคลนั้นก็จะกลายเป็นมนุษย์แห่งวิญญาณ

บุคคลนั้นสามารถชื่นชมกับพระพรนานาประการเหมือนที่อาดัมเคย
ชื่นชมในฐานะวิญญาณที่มีชีวิตเพราะวิญญาณของเขากำลังจำเริญขึ้นซึ่ง

หมายความว่าวิญญาณของเขามีอำนาจครอบครองและเวลานี้จิตของเขาจะเชื่อ
ฟังวิญญาณ นี่เป็นขั้นตอนแห่งการเจริญเติบโตของความเชื่อและเป็นขั้นตอน
ของการจำเริญขึ้นของวิญญาณของท่าน

เมื่อท่านต้อนรับพระเยซูคริสต์และได้รับพระวิญญาณบริสุทธิ์ท่านอยู่
ในความเชื่อระดับที่หนึ่งจากนั้นท่านสามารถยืนหยัดอยู่บนศิลาแห่งความ
เชื่อและดำเนินชีวิตโดยพระคำเท่านั้น โดยผ่านการต่อสู้อย่างดุเดือดระหว่าง
วิญญาณของท่านที่ทำตามความปรารถนาของพระวิญญาณและจิตใจของท่าน
ที่ทำตามความปรารถนาของเนื้อหนัง ถ้าท่านมีความเชื่อในระดับที่สี่ ท่านก็
เป็นคนที่บริสุทธิ์และเป็นเหมือนองค์พระผู้เป็นเจ้าเพราะวิญญาณของท่านมี
อำนาจครอบครองเหนือท่าน

## วิญญาณของท่านควบคุมจิตใจของท่าน

เมื่อวิญญาณของท่านมีอำนาจควบคุมจิตใจของท่านและจิตใจของท่าน
ยอมอยู่ภายใต้การควบคุมของวิญญาณ เราจึงพูดว่า "จิตวิญญาณของท่าน
จำเริญขึ้น" จากนั้นจิตใจและท่าทีของท่านจะเป็นเหมือนจิตใจและท่าทีของ
องค์พระผู้เป็นเจ้า ดังที่ฟีลิปปี 2:5 บอกกับเราว่า *"ท่านจงมีน้ำใจ (ท่าที) ต่อกัน*
*เหมือนอย่างที่มีในพระเยซูคริสต์"*

เมื่อวิญญาณของท่านควบคุมจิตใจของท่าน พระวิญญาณบริสุทธิ์จะทรง
ควบคุมจิตใจของท่านอย่างสมบูรณ์เพราะพระคำแห่งความจริงของพระเจ้า
จะควบคุมจิตใจของท่าน ผลก็คือท่านจะไม่พึ่งพิงความคิดของท่านอีกต่อไป
กล่าวคือ ท่านสามารถเชื่อฟังพระคำของพระเจ้าได้อย่างครบถ้วนเพราะท่าน
ได้ทำลายความคิดฝ่ายเนื้อหนังทุกชนิดและจิตใจของท่านก็กลายเป็นจิตใจ
แห่งความจริง

ด้วยแนวทางนี้ เมื่อท่านเป็นมนุษย์แห่งวิญญาณและได้รับการทรงนำโดย
พระวิญญาณบริสุทธิ์ ท่านจึงสามารถหลีกหนีจากปัญหาหรือการทดลองทุก

ชนิดและรับการปกป้องจากอันตรายในทุกสถานการณ์  ยกตัวอย่าง  แม้จะมี
ภัยพิบัติทางธรรมชาติหรืออุบัติเหตุที่ไม่คาดคิดบางอย่างเกิดขึ้น  ท่านจะได้ยิน
พระสุรเสียงของพระวิญญาณบริสุทธิ์ที่กระตุ้นให้ท่านหลีกเลี่ยงสถานที่แห่ง
นั้นและรับการปกป้องคุ้มครองให้ปลอดภัย
      ดังนั้น  ถ้าวิญญาณจิตของท่านจำเริญขึ้น  ท่านจะมอบวิถีทั้งสิ้นของท่าน
ไว้กับพระเจ้าด้วยจิตใจที่เชื่อฟังจากนั้นพระองค์จะทรงควบคุมดูแลจิตใจ
และความคิดของท่าน  นำวิถีทั้งสิ้นของท่าน  และอวยพรท่านให้มีพลานามัย
สมบูรณ์ เฉลยธรรมบัญญัติบทที่ 28 บรรยายถึงเรื่องนี้ไว้โดยละเอียดว่า

> *พระพรเหล่านี้จะตามมาทันท่านถ้าท่านทั้งหลายฟังพระสุรเสียง*
> *ของพระเยโฮวาห์พระเจ้าของท่าน  ท่านทั้งหลายจะรับพระพรในเมือง*
> *ท่านทั้งหลายจะรับพระพรในทุ่งนา  พงศ์พันธุ์ของตัวท่านเอง  ผลแห่ง*
> *พื้นดินของท่านและพงศ์พันธุ์แห่งสัตว์ของท่านจะรับพระพร    คือฝูง*
> *วัวของท่านที่เพิ่มขึ้น  ฝูงแกะของท่านที่เพิ่มลูกขึ้น  กระจาดของท่าน*
> *และรางนวดแป้งของท่านจะรับพระพร    ท่านจะรับพระพรเมื่อท่าน*
> *เข้ามาและท่านจะรับพระพรเมื่อท่านออกไป (ข้อ 2-6)*

      ด้วยเหตุนี้ผู้คนที่เชื่อฟังพระคำของพระเจ้าเพราะว่าจิตวิญญาณของเขา
กำลังจำเริญขึ้นไม่เพียงแต่จะได้รับชีวิตนิรันดร์ในสวรรค์เท่านั้น  แต่เขาจะได้
ชื่นชมกับพระพรนานาชนิดที่เกี่ยวกับสุขภาพร่างกาย  วัตถุสิ่งของ  และความ
เจริญรุ่งเรืองในโลกนี้ด้วยเช่นกัน

## ทุกสิ่งจะดำเนินไปอย่างราบรื่นสำหรับท่าน

      โยเซฟบุตรชายของยาโคบตกอยู่ในสถานการณ์ที่สิ้นหวัง  พี่ชายของท่าน
ขายท่านในขณะที่ท่านยังเด็กและท่านถูกนำตัวไปยังอียิปต์  ที่นั่นโยเซฟถูกจำ

คุกอย่างไม่เป็นธรรมโดยที่ท่านไม่ได้ทำสิ่งใดผิด

ในท่ามกลางสถานการณ์ที่ยากลำบากเหล่านั้นโยเซฟไม่ได้ท้อแท้แต่ท่าน
ได้อุทิศตนเองไว้ภายใต้การทรงนำของพระเจ้าผู้ยิ่งใหญ่เนื่องจากความเชื่ออัน
หนักแน่นของท่านพระเจ้าจึงทรงควบคุมดูแลทุกสิ่งให้กับโยเซฟและทรงจัด
เตรียมทุกสิ่งที่ท่านต้องการ ผลลัพธ์ก็คือ ทุกสิ่งดำเนินไปอย่างราบรื่นสำหรับ
โยเซฟและท่านได้รับเกียรติอย่างสูงด้วยการกลายเป็นนายกรัฐมนตรีของ
ประเทศอียิปต์

ดังนั้น แม้โยเซฟถูกขายไปเป็นทาสในอียิปต์ตั้งแต่ยังเด็ก แต่ในบั้นปลาย
ท่านได้รับการแต่งตั้งให้เป็นผู้บริหารประเทศอียิปต์และสามารถช่วยทั้ง
ครอบครัวท่านและประชาชนชาวอียิปต์ให้รอดพ้นจากการกันดารอาหารเป็น
เวลาเจ็ดปี ยิ่งกว่านั้น ท่านได้วางรากฐานให้กับคนอิสราเอลอาศัยอยู่ในอียิปต์
ด้วยเช่นกัน

ปัจจุบันมีผู้คนอาศัยอยู่บนโลกใบนี้มากกว่า 6 พันล้าน ในหมู่คนเหล่านี้
มีผู้คนมากกว่า 1 พันล้านคนเชื่อในพระเยซูคริสต์ ในคริสเตียนจำนวน 1 พัน
ล้านนี้ถ้ามีลูกของพระเจ้าที่ปราศจากตำหนิและไร้มลทินคนเหล่านี้จะเป็น
ลูกที่น่ารักสำหรับพระองค์มากสักเพียงใด พระเจ้าทรงสถิตอยู่กับคนเหล่านี้
เสมอและทรงอวยพรวิถีทั้งสิ้นของเขา เมื่อความยากลำบากคอยท่าคนเหล่านี้
พระเจ้าจะทรงทำงานในจิตใจเขาเพื่อให้เขาหลีกหนีจากความยากลำบากเหล่า
นั้นหรือนำเขาให้อธิษฐาน ในการทรงนำเขาให้อธิษฐานนั้นพระเจ้าจะทรงรับ
เอาคำอธิษฐานของเขาและกำจัดความยากลำบากเหล่านั้นให้หมดไปเพราะ
พระองค์ทรงเป็นพระเจ้าที่ยุติธรรม

เมื่อสองสามปีก่อนข้าพเจ้าได้รับเชิญให้ไปเทศนาในการประชุมเพื่อการ
ประกาศที่นครลอสแองเจลิส ก่อนออกเดินทาง ข้าพเจ้าสัมผัสถึงเสียงเรียก
ร้องของพระเจ้าเพื่อให้ข้าพเจ้าอธิษฐานเผื่อการประชุมครั้งนั้นข้าพเจ้าจึง
ทุ่มเทอธิษฐานเผื่อการประกาศที่ภูเขาอธิษฐานเป็นเวลาสองสัปดาห์ ข้าพเจ้า

ไม่ทราบว่าทำไมพระเจ้าจึงทรงเรียกร้องให้ข้าพเจ้าอธิษฐานเผื่อการประชุมดัง
กล่าวจนกระทั่งข้าพเจ้าเดินทางไปถึงลอสแองเจลิส

ผีมารซาตานยุยงคนชั่วบางคนให้ขัดขวางการประชุมที่จะมีขึ้น        การ
ประชุมดังกล่าวเกือบถูกยกเลิกไป     แต่หลังจากการอธิษฐานของข้าพเจ้าและ
ของสมาชิกคริสตจักร พระเจ้าทรงทำลายแผนการอันแยบยลของผีมารซาตาน
ไว้ล่วงหน้า

ด้วยเหตุนี้  เมื่อข้าพเจ้าเดินทางไปถึงลอสแองเจลิสข้าพเจ้าพบว่าทุกสิ่งทุก
อย่างถูกจัดเตรียมไว้พร้อมสำหรับการประชุม  ข้าพเจ้าจัดการประชุมขึ้นอย่าง
ประสบความสำเร็จโดยไม่มีความยากลำบาก นอกจากกว่านั้น ข้าพเจ้ายังถวาย
พระสิริอันยิ่งใหญ่แด่พระเจ้าด้วยการกล่าวคำอธิษฐานขอพระพรให้กับสภา
แห่งนครลอสแองเจลิสและเป็นคนเชื้อชาติเกาหลีคนแรกที่ได้รับมอบการเป็น
พลเมืองกิตติมศักดิ์จากผู้บริหารเทศบาลนครลอสแองเจลิส

บุคคลที่จิตวิญญาณของตนจำเริญขึ้นจะมอบสิ่งสารพัดไว้กับพระเจ้า  เมื่อ
ท่านมอบสิ่งสารพัดไว้ในคำอธิษฐาน โดยไม่พึ่งพาความคิด การตัดสินใจ หรือ
แผนการของตนเอง  พระเจ้าจะทรงควบคุมความคิดของท่านและทรงนำท่าน
เพื่อทุกสิ่งจะดำเนินไปอย่างราบรื่นสำหรับท่าน

แม้ในยามที่ท่านเผชิญกับปัญหา พระเจ้าจะทรงทำให้ทุกสิ่งเกิดผลอันดีกับ
ท่านเมื่อท่านขอบพระคุณพระองค์แม้ในขณะที่เผชิญกับสถานการณ์ยุ่งยาก
เพราะท่านเชื่ออย่างมั่นคงว่าพระเจ้าทรงอนุญาตสิ่งนั้นให้เกิดขึ้นกับท่านตาม
น้ำพระทัยของพระองค์บางครั้งท่านอาจเผชิญกับปัญหาเมื่อท่านทำบางสิ่งบาง
อย่างตามประสบการณ์หรือความคิดของตนเอง โดยไม่ได้พึ่งพิงพระเจ้าแม้ใน
เวลาเช่นนี้พระเจ้าก็ทรงพร้อมที่จะช่วยท่านทันทีเมื่อท่านตระหนักความผิด
พลาดของตนและกลับใจเสียใหม่

## รับการควบคุมอย่างเต็มที่โดยพระวิญญาณบริสุทธิ์

ถ้าท่านยืนอยู่บนศิลาแห่งความเชื่อความสงสัยทุกชนิดจะหมดไปจากท่าน
และท่านจะเชื่ออย่างหนักแน่นในการทรงพระชนม์อยู่ของพระเจ้าและการ
ทำงานของพระองค์ เช่น การเป็นขึ้นมาและการเสด็จกลับมาขององค์พระผู้
เป็นเจ้า การทรงสร้างสิ่งสารพัดจากความว่างเปล่า และการตอบคำอธิษฐาน
ของพระองค์

ดังนั้น ท่านจึงสามารถชื่นชมยินดี อธิษฐาน และขอบพระคุณพระเจ้า
ในทุกปัญหาและการทดลองเพราะท่านไม่เคยมีความสงสัย ถึงกระนั้น พระ
วิญญาณบริสุทธิ์ก็ไม่ได้ควบคุมจิตใจของท่าน 100% เพราะท่านยังไม่บรรลุ
ถึงการชำระให้บริสุทธิ์อย่างเต็มขนาดบางครั้งท่านไม่อาจบอกได้ว่าสิ่งที่ท่าน
ได้ยินนั้นเป็นพระสุรเสียงของพระวิญญาณบริสุทธิ์หรือไม่และท่านรู้สึก
สับสนเพราะความคิดฝ่ายเนื้อหนังยังหลงเหลืออยู่ในท่าน

ยกตัวอย่าง ในขณะที่ท่านกำลังอธิษฐานเผื่อการเริ่มต้นธุรกิจของท่านอยู่
นั้นท่านค้นพบธุรกิจด้านหนึ่งและเริ่มต้นทำธุรกิจนั้นโดยคิดว่านี่เป็นคำตอบ
ของพระเจ้าต่อคำอธิษฐานของท่าน ในช่วงแรกธุรกิจดูจะประสบความสำเร็จ
แต่ต่อมาธุรกิจเริ่มย่ำแย่ลงเรื่อย ๆ จากนั้นท่านตระหนักว่าสิ่งที่ท่านได้ยินนั้น
ไม่ใช่พระสุรเสียงของพระวิญญาณบริสุทธิ์ หากแต่เป็นการพึ่งพาความคิด
ของท่านเอง

ด้วยเหตุนี้ ในหลายกรณี ผู้คนที่ยืนหยัดอยู่บนศิลาแห่งความเชื่อจะประสบ
ความสำเร็จเพราะคนเหล่านี้เข้าใจความจริงและดำเนินชีวิตด้วยพระคำแต่
คนเหล่านี้ยังไม่สมบูรณ์แบบในความเชื่อเนื่องจากเขายังไม่ได้เข้าสู่ระดับที่
สามารถมอบถวายทุกสิ่งไว้กับพระเจ้าอย่างสิ้นเชิงและพึ่งพิงพระองค์แต่ผู้
เดียว

ผู้คนที่มีความเชื่อในระดับที่สี่จะมีลักษณะอย่างไรถ้าท่านมีความเชื่อ
ในระดับที่สี่ จิตใจของท่านจะรับการเปลี่ยนแปลงไปสู่ความจริง ชีวิตของ
ท่านสอดคล้องกับพระคำของพระเจ้า และจิตใจและร่างกายของท่านมีความ
กลมกลืนกับความจริง จิตใจของท่านได้รับการเปลี่ยนแปลงเป็นวิญญาณและ

วิญญาณของท่านควบคุมจิตใจของท่าน ดังนั้นท่านจึงไม่ได้ดำเนินชีวิตตามความคิดของตนเองอีกต่อไปเพราะเวลานี้พระวิญญาณบริสุทธิ์ทรงควบคุมจิตใจของท่าน 100% ต่อจากนั้นท่านจะมั่งคั่งรุ่งเรืองในทุกสิ่งที่ท่านทำเพราะพระเจ้าทรงนำท่านเมื่อท่านเชื่อฟังพระองค์ในขณะที่ท่านทำตามการทรงนำของพระวิญญาณบริสุทธิ์

เมื่อท่านอธิษฐานเผื่อความสำเร็จของบางสิ่งบางอย่างท่านจะได้รับการทรงนำไปสู่หนทางแห่งความเจริญรุ่งเรืองและความสำเร็จโดยไม่มีข้อผิดพลาดด้วยการรอคอยอย่างอดกลั้นจนกระทั่งพระวิญญาณบริสุทธิ์จะควบคุมท่านไว้อย่างสมบูรณ์ ปฐมกาลบทที่ 12 บอกให้เรารู้ว่าอับราฮัมเชื่อฟังพระเจ้าและละทิ้งบ้านเมืองของท่านทันทีที่พระเจ้าทรงบัญชาท่านแม้ท่านไม่ทราบว่าท่านกำลังเดินทางไป ณ ที่ใด การเชื่อฟังของอับราฮัมที่มีต่อน้ำพระทัยของพระเจ้าทำให้ท่านได้รับพระพรให้เป็นบิดาแห่งความเชื่อและเป็นมิตรสหายของพระเจ้า

ด้วยเหตุนี้ ท่านจึงไม่มีสิ่งใดต้องกังวลเมื่อพระเจ้าทรงควบคุมดูแลวิถีชีวิตของท่านท่านจะชื่นชมกับพระพรในวิถีทั้งสิ้นของท่านได้ก็ต่อเมื่อท่านไว้วางใจและทำตามพระองค์เพราะพระเจ้าผู้ยิ่งใหญ่ทรงสถิตกับท่าน

## การประพฤติอย่างเชื่อฟังที่สมบูรณ์แบบ

ถ้าท่านเข้าสู่ความเชื่อในระดับที่สี่ท่านจะเชื่อฟังคำบัญชาทั้งสิ้นของพระเจ้าด้วยความยินดีเพราะท่านรักพระเจ้ามากที่สุดท่านไม่ได้เชื่อฟังพระองค์อย่างฝืนใจหรือเพราะถูกบังคับแต่เชื่อฟังอย่างอิสระและชื่นชมยินดีจากส่วนลึกแห่งจิตใจของท่านเพราะท่านรักพระองค์

ข้าพเจ้าขอยกตัวอย่างเพื่อให้ท่านเข้าใจประเด็นนี้มากขึ้น สมมุติว่าท่านมีหนี้สินมากมาย ถ้าท่านไม่จ่ายหนี้ทันทีท่านจะถูกลงโทษตามกฎหมาย ที่เลวร้ายยิ่งกว่านั้นสมมุติว่าสมาชิกคนหนึ่งในครอบครัวของท่านต้องเข้ารับการ

ผ่าตัดด่วน ท่านจะรู้สึกท้อใจถ้าท่านไม่มีเงินในสถานการณ์ที่เลวร้ายเช่นนี้

จากนั้นท่านจะมีปฏิกิริยาโต้ตอบอย่างไรถ้าท่านพบเพชรเม็ดใหญ่บนท้องถนนโดยบังเอิญ ปฏิกิริยาโต้ตอบของท่านจะแตกต่างออกไปตามขนาดแห่งความเชื่อของท่าน

ถ้าท่านมีความเชื่อในระดับที่หนึ่ง(ซึ่งทำให้ท่านได้รับความรอดอย่างหวุดหวิด) ท่านอาจคิดว่า "เราสามารถจ่ายหนี้และจ่ายค่าหมอทั้งหมดได้ด้วยเพชรเม็ดนี้" ที่ท่านคิดเช่นนี้ก็เพราะว่าท่านยังไม่รู้จักพระคำของพระเจ้าเป็นอย่างดี ท่านจะมองไปรอบ ๆ เพื่อดูว่ามีคนอยู่แถวนั้นหรือไม่แล้วก็เก็บเอาเพชรเม็ดนั้นเอาไว้ถ้าไม่มีคนเห็น

ถ้าท่านมีความเชื่อในระดับที่สอง(ซึ่งท่านกำลังพยายามดำเนินชีวิตด้วยพระคำ)ท่านอาจพบกับสงครามฝ่ายวิญญาณซึ่งเกิดขึ้นระหว่างความปรารถนาของเนื้อหนังที่พูดว่า "นี่คือคำตอบของพระเจ้าต่อคำอธิษฐานของเรา" และความปรารถนาของพระวิญญาณบริสุทธิ์ที่พูดว่า "ไม่ใช่ นี่เป็นการขโมย เราต้องส่งคืนเพชรเม็ดนี้ให้กับเจ้าของ"

ในช่วงแรกท่านอาจลังเลและใคร่ครองว่าท่านควรเก็บเพชรเม็ดนี้ไว้เองหรือนำเพชรเม็ดนี้ไปให้เจ้าหน้าที่ตำรวจ แต่สุดท้ายท่านก็เก็บเพชรเม็ดนี้ใส่กระเป๋าของตนเพราะความชั่วร้ายที่อยู่ในท่านยังแข็งแกร่งกว่าความดีงามที่อยู่ในท่าน ถ้าท่านไม่มีหนี้สินหรือไม่ได้อยู่ในสถานการณ์ฉุกเฉินท่านอาจลังเลอยู่ชั่วระยะหนึ่งแต่ในที่สุดท่านอาจนำเพชรเม็ดนั้นไปให้ตำรวจ แต่ไม่นานความชั่วร้ายภายในท่านจะมีชัยชนะเหนือความดีงามเพราะท่านเห็นว่าตนเองอยู่ในสถานการณ์ที่สิ้นหวัง

ถ้าท่านมีความเชื่อในระดับที่สามหรือยืนอยู่บนศิลาแห่งความเชื่อซึ่งพร้อมทำตามความปรารถนาของพระวิญญาณบริสุทธิ์ ท่านจะนำเพชรเม็ดนั้นไปให้เจ้าหน้าที่ตำรวจเพราะท่านต้องการส่งคืนเพชรเม็ดนั้นให้กับเจ้าของ ถึงกระนั้น ท่านอาจคิดเสียดายเพชรเม็ดนั้นในจิตใจของท่านโดยคิดว่า "เพชรเม็ดนั้นอาจช่วยให้เราจ่ายหนี้และจ่ายค่าผ่าตัดได้ทั้งหมด" ดังนั้น ความประพฤติ

ของท่านจึงไม่สมบูรณ์แบบเพราะความปรารถนาที่ไม่ถูกต้องดังกล่าวยังคง
หลงเหลืออยู่ภายในท่าน

ท่านจะประพฤติตนอย่างไรในสถานการณ์ที่ละเอียดอ่อนเช่นนั้นถ้าท่าน
มีความเชื่อในระดับที่สี่ ท่านต้องไม่คิดถึงความปรารถนาของตนแม้เมื่อท่าน
มองเห็นเพชรที่มีค่าเม็ดนั้นเพราะในใจของท่านไม่มีความเท็จและแนวคิดชั่ว
ร้ายเช่นนั้น ไม่เคยครอบงำความคิดของท่านเลย

แต่ท่านจะรู้สึกเสียใจแทนเจ้าของเพชรเม็ดนั้น โดยคิดว่า "หัวใจของเขาคง
แตกสลายแน่ เราเชื่อว่าเขาคงกำลังมองหาเพชรเม็ดนี้ทั่วทุกหนแห่ง เราจะนำ
เพชรเม็ดนี้ไปให้ตำรวจทันที" ท่านจะทำตามที่ท่านคิดและนำเพชรเม็ดนั้นไป
ให้ตำรวจ

ด้วยแนวทางนี้ถ้าท่านรักองค์พระผู้เป็นเจ้ามากที่สุดและมีความเชื่อใน
ระดับที่สี่ ท่านจะเชื่อฟังพระบัญญัติของพระเจ้าเสมอไม่ว่าคนอื่นจะเห็นหรือ
ไม่ก็ตามเพราะชีวิตของท่านดำเนินตามธรรมบัญญัติ ในสถานการณ์นี้ ท่านไม่
จำเป็นต้องแยกแยะระหว่างพระสุรเสียงของพระวิญญาณบริสุทธิ์กับความคิด
ที่เป็นบาปของท่านเอง

ก่อนที่ท่านยืนอยู่บนศิลาแห่งความเชื่อหลายครั้งท่านพบกับความยาก
ลำบากเพราะไม่ใช่เรื่องง่ายสำหรับท่านที่จะแยกแยะระหว่างความคิดของ
ท่านเองกับพระสุรเสียงของพระวิญญาณบริสุทธิ์ แม้ท่านจะยืนอยู่บนศิลาแห่ง
ความเชื่อ ท่านก็ไม่สามารถบอกความแตกต่างระหว่างความคิดของท่านเอง
กับพระสุรเสียงของพระวิญญาณบริสุทธิ์ได้อย่างครบถ้วน

แต่เมื่อท่านบรรลุถึงขนาดแห่งความเชื่อในระดับที่สี่ ท่านไม่มีเหตุผลที่จะ
รู้สึกเป็นภาระหนักและท่านต้องทำตามพระสุรเสียงของพระวิญญาณบริสุทธิ์
เท่านั้นเพราะพระองค์ทรงกำกับดูแลและควบคุมจิตใจและความคิดของท่าน
ไว้ 100%

ยิ่งกว่านั้น เมื่อท่านมีความเชื่อในระดับที่สี่ ท่านไม่ได้พึ่งพิงความคิด สติ
ปัญญา หรือประสบการณ์ของมนุษย์ แต่องค์พระผู้เป็นเจ้าทรงนำท่านในวิถี
ทั้งสิ้นของท่าน ผลลัพธ์ก็คือ ท่านสามารถชื่นชมกับพระพรของ "พระเยโฮ
วาห์ยีเรห์" (องค์พระผู้เป็นเจ้าผู้ทรงจัดเตรียม) และทุกสิ่งจะดำเนินไปอย่าง
ราบรื่นสำหรับท่าน

## 3. การรักพระเจ้าอย่างไม่มีเงื่อนไข

ถ้าท่านมีความเชื่ออยู่ในระดับที่สี่ ความรักของท่านที่มีต่อพระเจ้าจะไม่มี
เงื่อนไข ท่านจะประกาศพระกิตติคุณหรือทำงานของพระเจ้าอย่างสัตย์ซื่อโดย
ไม่คาดหวังพระพรหรือคำตอบจากพระเจ้าเป็นสิ่งตอบแทนเพราะท่านเห็นว่า
สิ่งนั้นเป็นหน้าที่ที่ท่านต้องทำ เมื่อท่านรับใช้เพื่อนบ้านของท่านด้วยความรัก
อย่างเสียสละก็เหมือนกัน ท่านรับใช้เพื่อนบ้านโดยไม่คาดหวังสิ่งตอบแทนใด
ๆ จากคนเหล่านั้นเพราะท่านรักดวงวิญญาณของเขา

มีพ่อแม่คนใดบ้างที่เรียกร้องสิ่งตอบของความรักที่ตนมีต่อลูก พ่อแม่ไม่
เคยขอสิ่งใดตอบแทนเพราะความรักคือการให้พ่อแม่เพียงแต่รู้สึกขอบคุณ
และยินดีกับความจริงที่ว่าเขามีลูกที่ตนรัก ถ้ามีพ่อแม่คนใดที่ต้องการให้ลูก
ของตนเชื่อฟังหรือเลี้ยงดูลูกของตนเพียงเพื่อเอาไว้โอ้อวดคนเหล่านี้กำลังคาด
หวังสิ่งตอบของความรักที่ตนมีต่อลูก

ในทำนองเดียวกัน ถ้าลูกรักพ่อแม่ของตนด้วยหัวใจอย่างแท้จริง เขาก็ไม่
ปรารถนาสิ่งตอบแทนใดจากพ่อแม่เมื่อลูกทำหน้าที่ของตนอย่างเต็มที่และ
พยายามทำให้พ่อแม่พอใจ พ่อแม่ก็เริ่มใคร่ครวญว่า "เราควรจะให้สิ่งใดกับลูกดี"

เช่นเดียวกันถ้าท่านบรรลุถึงขนาดแห่งความเชื่อที่ทำให้ท่านรักพระเจ้า
มากที่สุดการที่ท่านได้รับพระคุณแห่งความรอดถือเป็นสิ่งที่เพียงพอที่จะ
ทำให้ท่านขอบคุณพระเจ้าได้ท่านรู้ว่าไม่มีวิธีการใดที่ท่านจะตอบแทน

พระคุณของพระองค์ได้ ดังนั้นท่านจึงรักความจริงและรักพระเจ้าอย่างไม่มี
เงื่อนไข

ด้วยเหตุนี้ ถ้าท่านมีความเชื่อที่จะรักพระเจ้าโดยไม่มีเงื่อนไข ท่านก็จะ
อธิษฐาน ทำงาน และรับใช้ทั้งกลางวันและกลางคืนเพื่อแผ่นดินของพระเจ้า
และความชอบธรรมของพระองค์และไม่หวังสิ่งใดตอบแทน

## การรักพระเจ้าด้วยจิตใจที่ไม่เปลี่ยนแปลง

ในกิจการ 16:19-26 เปาโลและสิลาสถูกคนชั่วร้ายจับกุมและลากตัวไปยัง
ตลาดแม้ท่านทั้งสองทำแต่ความดี เช่น การประกาศพระกิตติคุณกับคนต่าง
ชาติและการขับผีออกจากผู้คน ท่านทั้งสองถูกเปลือยกาย ถูกเฆี่ยนตี และถูก
ขังคุก เปาโลและสิลาสถูกขังไว้ในห้องชั้นในพร้อมกับเอาเท้าใส่ขื่อไว้อย่าง
แน่นหนา ถ้าท่านอยู่ในสภาพเช่นนั้น ท่านจะทำอย่างไร

ถ้าท่านมีความเชื่ออยู่ในระดับที่หนึ่งหรือที่สองท่านอาจบ่นหรือ
คร่ำครวญว่า "พระเจ้า พระองค์ทรงพระชนม์อยู่จริงหรือ พวกเราทำงานเพื่อ
พระองค์อย่างสัตย์ซื่อมาโดยตลอด แล้วทำไมพระองค์จึงยอมให้ข้าพระองค์
ทั้งสองถูกขังคุกเล่า"

ถ้าท่านมีความเชื่ออยู่ในระดับที่สาม ท่านอาจไม่บ่นออกมาเป็นคำพูดแต่
ท่านอาจอธิษฐานด้วยน้ำเสียงที่หดหู่เล็กน้อยว่า "ข้าแต่พระเจ้า พระองค์ทรง
เห็นว่าข้าพระองค์ทั้งสองถูกลบหลู่เช่นนี้ในขณะที่กำลังประกาศพระกิตติคุณ
เพื่อพระองค์ สิ่งนี้เจ็บปวดมาก ขอทรงรักษาข้าพระองค์ทั้งสองและช่วยข้า
พระองค์ทั้งสองให้เป็นอิสระด้วยเถิด"

แต่เปาโลและสิลาสขอบพระคุณพระเจ้าและร้องเพลงสรรเสริญพระองค์
แม้ทั้งสองคนตกอยู่ในสถานการณ์ที่เลวร้ายและสิ้นหวังและทั้งสองคนก็
ไม่รู้ว่าอะไรจะเกิดขึ้นกับตน ในทันใดนั้น ก็เกิดแผ่นดินไหวใหญ่จนรากคุก

สะเทือนสะท้านและประตูคุกถูกเปิดออกหมดทุกบาน เครื่องจำจองก็หลุดจาก
นักโทษสิ้นทุกคน จากการอัศจรรย์ในครั้งนี้ ผู้คุมคุกและครอบครัวของท่าน
ได้ต้อนรับเอาพระกิตติคุณของพระเยซูคริสต์และได้รับความรอด
        ดังนั้น ผู้คนที่มีความเชื่ออยู่ในระดับที่สี่จึงสามารถถวายพระสิริแด่พระเจ้า
ในทันทีเพราะคนเหล่านี้มีความเชื่อเข้มแข็งซึ่งทำให้เขาสามารถอธิษฐานและ
สรรเสริญพระเจ้าอย่างชื่นชมยินดีในทุกปัญหาและการทดลอง

## การเชื่อฟังในทุกเรื่องด้วยความยินดี

        ในปฐมกาล 22 พระเจ้าทรงบัญชาให้อับราฮัมถวายอิสอัคบุตรชายคนเดียว
ของท่าน (ซึ่งเป็นบุตรชายแห่งพันธสัญญา) เป็นเครื่องเผาบูชาแด่พระองค์
เครื่องเผาบูชาหมายถึงเครื่องบูชาที่ถวายแด่พระเจ้าด้วยการนำสัตว์ที่ถูกหั่น
ออกเป็นชิ้น ๆ มาวางไว้บนกองฟืนบนแท่นบูชา และเผาเครื่องบูชาเหล่านั้น
        อับราฮัมใช้เวลาสามวันกว่าที่ท่านจะเดินทางไปถึงแคว้นโมริยาห์ซึ่งท่าน
จะถวายอิสอัคเป็นเครื่องเผาบูชาที่นั่นอันเป็นการเชื่อฟังต่อพระบัญชาของ
พระเจ้า ท่านคิดว่าอับราฮัมคิดอะไรในช่วงสามวันของการเดินทาง
        บางคนโต้แย้งว่าอับราฮัมเดินทางไปที่นั่นพร้อมกับความขัดแย้งที่ผุดขึ้น
มาในความคิดของท่านว่า "เราควรจะเชื่อฟังพระองค์หรือเปล่าน่ะ" แต่อับรา
ฮัมไม่ได้ทำเช่นนั้น ท่านต้องรู้ว่าคนที่มีความเชื่อในระดับที่สามพยายามจะรัก
พระเจ้าเพราะคนเหล่านี้รู้ว่าเขาควรรักพระเจ้า

        แต่ผู้คนที่มีความเชื่อในระดับที่สี่เพียงแต่รักพระเจ้าโดยไม่ต้องใช้ความ
พยายามเพื่อจะรักพระองค์พระเจ้าทรงทราบล่วงหน้าว่าอับราฮัมจะเชื่อ
ฟังพระองค์ด้วยความยินดีและพระองค์ทรงทดสอบความเชื่อของท่าน        ถึง
กระนั้น พระเจ้าจะไม่อนุญาตให้การทดลองที่ยากลำบากเช่นนั้นเกิดขึ้นกับคน
ที่ไม่สามารถเชื่อฟังพระองค์

เพราะเหตุนี้ ฮีบรู 11:19 จึงอธิบายว่า *"ท่าน (อับราฮัม) เชื่อว่าพระเจ้าทรง ฤทธิ์สามารถชุบคนตายให้ฟื้นได้ ฉะนั้นกล่าวโดยอุปมาได้ว่าท่านได้รับบุตร (อิสอัค) กลับคืนมา"* อับราฮัมสามารถเชื่อฟังพระบัญชาของพระองค์ได้ด้วย ความยินดีเพราะท่านเชื่อว่าพระเจ้าทรงสามารถทำให้ลูกชายของท่านเป็นขึ้น มาจากความตาย ในที่สุด อับราฮัมก็ผ่านการทดสอบแห่งความเชื่อและได้รับ พระพรอย่างมหาศาล อับราฮัมกลายเป็นบิดาแห่งความเชื่อ เป็นพรสำหรับ บรรดาประชาชาติ และท่านถูกเรียกว่า "มิตรสหาย" ของพระเจ้า

ถ้าท่านเป็นบุคคลที่เชื่อฟังพระเจ้าด้วยความยินดี ท่านจะขอบพระคุณและ ชื่นบานอยู่เสมอในปัญหาและการทดลองทุกชนิด ท่านสามารถขอบพระคุณ พระเจ้าและอธิษฐานจากส่วนลึกแห่งจิตใจของท่านได้เพราะท่านรู้ว่าพระเจ้า จะทรงช่วยท่านให้เกิดผลอันดีในทุกสิ่งและประทานพระพรแก่ท่านผ่าน ทางการทดลองและการข่มเหงเหล่านั้น

พระเจ้าทรงพอพระทัยกับความเชื่อของท่านและทรงให้กับท่านตามที่ ท่านทูลขอ เพราะเหตุนี้ มัทธิว 8:13 จึงบอกเราว่า *"ท่านมีศรัทธาแล้ว จงได้ผล ตามศรัทธานั้น"* และในมัทธิว 21:22 ว่า *"สิ่งสารพัดซึ่งท่านอธิษฐานขอด้วย ความเชื่อ ท่านจะได้"*

ถ้าท่านยังมีหัวข้ออธิษฐานที่ยังไม่ได้รับคำตอบ สิ่งนั้นก็พิสูจน์ว่าท่านยัง ไม่ได้ไว้วางใจในพระองค์อย่างเต็มที่แต่มีความสงสัย ด้วยเหตุนี้ ท่านต้อง บรรลุถึงขั้นตอนของการรักพระเจ้าอย่างไม่เงื่อนไขโดยเชื่อฟังพระองค์ด้วย ความยินดีจากจิตใจของท่านภายใต้ทุกสถานการณ์

## โอบอุ้มทุกสิ่งไว้ด้วยความรักและความเมตตา

ท่านจะทำอย่างไรถ้ามีคนตำหนิและกล่าวหาท่าน โดยปราศจากเหตุผล ถ้า ท่านมีความเชื่ออยู่ในระดับที่สองท่านจะไม่สามารถทนกับสิ่งนั้นได้และจะ

บ่นหรือทะเลาะวิวาทในเรื่องนั้น นอกจากนั้น ถ้าความคิดของท่านมีความชั่วร้ายมากขึ้นท่านก็จะมีอารมณ์ร้อนและท่านอาจดูหมิ่นคนที่กล่าวหาท่าน แต่ไม่ใช่สิ่งถูกต้องสำหรับผู้เชื่อในพระเจ้าที่จะแสดงความชั่วร้ายอย่างความโกรธ การมีอารมณ์ร้อน หรือการใช้คำพูดที่ไม่เหมาะสมออกมา เหมือนที่ 1 เปโตร 1:16 บอกเราว่า *"ท่านทั้งหลายจงเป็นคนบริสุทธิ์เพราะเราบริสุทธิ์"*

ถ้าท่านมีความเชื่อในระดับที่สาม ท่านจะมีปฏิกิริยาโต้ตอบอย่างไร ท่านจะรู้สึกเจ็บปวดและเป็นทุกข์เพราะซาตานกำลังทำงานในความคิดของท่านโดยม่หยุดหย่อน ที่เป็นเช่นนี้ก็เพราะว่าแม้ท่านจะคิดว่าท่านควรชื่นชมยินดี แต่ท่านไม่มีความชื่นชมยินดีและการขอบพระคุณไม่สามารถหลั่งไหลออกมาจากจิตใจของท่าน

ถ้าท่านมีความเชื่อในระดับที่สี่ ความคิดของท่านจะมั่นคงและท่านจะไม่รู้สึกกังวลแม้คนอื่นจะเกลียดชังท่านหรือข่มเหงท่าน โดยไม่มีเหตุผลเพราะท่านได้กำจัดความชั่วร้ายทุกชนิดออกไปจากจิตใจของท่านแล้ว

พระเยซูไม่รู้สึกเป็นทุกข์หรือเจ็บปวดแม้พระองค์เผชิญกับการข่มเหงอันตราย การลบหลู่ และการปฏิบัติอย่างไม่ถูกต้องจากผู้คนในขณะที่พระองค์กำลังประกาศพระกิตติคุณ พระองค์ไม่เคยตรัสว่า "เราไม่เคยทำสิ่งใดเลยนอกจากสิ่งที่ดี แต่คนชั่วกลับข่มเหงเราและพยายามฆ่าเรา เราเสียใจเหลือเกิน" พระองค์ไม่ตรัสสิ่งใดเลยเว้นแต่ตรัสถ้อยคำที่ให้ชีวิตกับคนเหล่านั้น

ถ้าท่านมีความเชื่อในระดับที่สี่ท่านจะมีจิตใจเหมือนพระทัยขององค์พระผู้เป็นเจ้าบัดนี้ท่านจะไว้ทุกข์ให้กับผู้คนที่ข่มเหงท่านและอธิษฐานเผื่อคนเหล่านั้นแทนที่ทานจะเกลียดชังหรือรู้สึกเป็นปฏิปักษ์กับเขา ท่านจะยกโทษและเข้าใจคนเหล่านั้นด้วยการโอบอุ้มเขาไว้ด้วยความรักและความเมตตา

ด้วยเหตุนี้ ข้าพเจ้าจึงหวังว่าท่านจะเข้าใจสิ่งนี้ในสถานการณ์ที่คล้ายคลึงกัน คนที่ใจร้อนหรือเกลียดชังผู้อื่นจะรู้สึกเจ็บปวดและเป็นทุกข์ในขณะที่คนที่ยกโทษและโอบอุ้มผู้อื่นด้วยความรักและความเมตตาจะไม่รู้สึกทุกข์ใจและ

เขาจะเอาชนะความชั่วด้วยความดี

## 4. การรักพระเจ้าเหนือสิ่งอื่นใด

ถ้าท่านบรรลุถึงระดับที่จะรักองค์พระผู้เป็นเจ้ามากที่สุดท่านก็พร้อมที่
จะเชื่อฟังพระบัญชาของพระองค์อย่างสมบูรณ์และวิญญาณจิตของท่านจะ
จำเริญขึ้น เป็นเรื่องธรรมชาติสำหรับท่านที่จะรักพระเจ้าเหนือสิ่งอื่นใด เพราะ
เหตุนี้ อัครทูตเปาโลจึงประกาศไว้ในฟีลิปปี 3:7-9 ว่าท่านถือว่าทุกสิ่งที่ท่านมี
เป็นสิ่งที่ไร้ประโยชน์และท่านพร้อมที่จะสละสิ่งสารพัดเพราะท่านเห็นว่าสิ่ง
เหล่านั้นเป็นเหมือน "หยากเยื่อ"

*แต่ว่าสิ่งใดที่เคยเป็นคุณประโยชน์แก่ข้าพเจ้า   ข้าพเจ้าถือว่าสิ่ง*
*นั้นไร้ประโยชน์แล้วเพื่อเห็นแก่พระคริสต์ที่จริงข้าพเจ้าถือว่าสิ่ง*
*สารพัดไร้ประโยชน์เพราะเห็นแก่ความประเสริฐแห่งความรู้ถึงพระ*
*เยซูคริสต์องค์พระผู้เป็นเจ้าของข้าพเจ้า เพราะเหตุพระองค์ ข้าพเจ้าจึง*
*ได้ยอมสละสิ่งสารพัดและถือว่าสิ่งเหล่านั้นเป็นเหมือนหยากเยื่อเพื่อ*
*ข้าพเจ้าจะได้พระคริสต์และจะได้ปรากฏอยู่ในพระองค์ไม่มีความ*
*ชอบธรรมของข้าพเจ้าเองซึ่งได้มาโดยธรรมบัญญัติแต่มีมาโดยความ*
*เชื่อในพระคริสต์  เป็นความชอบธรรมซึ่งมาจากพระเจ้าซึ่งขึ้นอยู่กับ*
*ความเชื่อ*

### เมื่อท่านรักพระเจ้าเหนือสิ่งอื่นใด

ในพระกิตติคุณทั้งสี่เล่มพระเยซูทรงสอนเราเกี่ยวกับพระพรชนิดต่าง   ๆ
ที่พระองค์ทรงมอบให้กับผู้คนที่สละทุกสิ่งที่ตนมีอยู่และรักพระเจ้าเหนือสิ่ง

อื่นใดเหมือนที่อัครทูตเปาโลได้กระทำ  พระองค์ทรงสัญญากับเราในมาระโก
10:29-30    ว่าในโลกนี้พระองค์จะประทานพระพรแก่เขาหนึ่งร้อยเท่าและใน
ยุคที่จะมาถึงเขาจะได้รับชีวิตนิรันดร์

> เราบอกความจริงแก่ท่านว่าถ้าผู้ใดได้สละบ้านหรือพี่น้องชาย
> หญิงหรือบิดามารดาหรือลูกหรือไร่นาเพราะเห็นแก่เราและข่าว
> ประเสริฐของเรา  ในยุคนี้ผู้นั้นจะได้รับตอบแทนร้อยเท่า คือ บ้าน  พี่
> น้องชายหญิง มารดา ลูก  ไร่นา ทั้งจะถูกการข่มเหงด้วยและในยุคหน้า
> จะได้ชีวิตนิรันดร์วลีที่ว่า

“สละบ้านหรือพี่น้องชายหญิงหรือบิดามารดาหรือลูกหรือไร่นาเพราะ
เห็นแก่เราและข่าวประเสริฐของเรา”  ในแง่วิญญาณจิตหมายความว่าท่านไม่
ปรารถนาสิ่งของฝ่ายโลกเหล่านี้อีกต่อไป    ท่านได้ตัดขาดความสัมพันธ์ฝ่าย
เนื้อหนัง และเหนือสิ่งอื่นใดท่านรักพระเจ้าผู้ทรงเป็นพระวิญญาณ

แน่นอนสิ่งนี้ไม่ได้หมายความว่าท่านไม่ต้องรักคนอื่นเพราะท่านรัก
พระเจ้าเป็นอันดับแรก  ในเรื่องนี้ 1 ยอห์น 4:20-21 บอกเราว่า “ถ้าผู้ใดว่า
‘ข้าพเจ้ารักพระเจ้า’ และใจยังเกลียดชังพี่น้องของตน  ผู้นั้นก็เป็นคนพูดมุสา
เพราะว่าผู้ที่ไม่รักพี่น้องของตนที่แลเห็นแล้วจะรักพระเจ้าที่ไม่เคยเห็นไม่ได้
พระบัญญัตินี้เราทั้งหลายก็ได้มาจากพระองค์ คือว่าให้คนที่รักพระเจ้านั้นรักพี่
น้องของตนด้วย”

ผู้คนพูดว่าพ่อแม่ให้กำเนิดลูกของตนในฝ่ายร่างกาย    มนุษย์ก่อตัวขึ้นใน
ครรภ์โดยการผสมพันธุ์กันระหว่างน้ำเชื้ออสุจิของพ่อกับเซลล์สืบพันธุ์ของ
แม่   แต่น้ำเชื้ออสุจิและเซลล์สืบพันธุ์ของพ่อแม่ถูกสร้างขึ้นโดยพระเจ้าพระผู้
สร้าง ไม่ใช่สร้างโดยพ่อแม่

ยิ่งกว่านั้น ร่างกายที่เรามองเห็นอยู่ในขณะนี้จะกลับไปเป็นผงคลีดินหลัง
จากความตาย ที่จริงร่างกายเป็นเพียงที่อยู่อาศัยของจิตใจและวิญญาณ เจ้า
นายที่แท้จริงของมนุษย์คือวิญญาณและพระเจ้าทรงเป็นผู้ควบคุมวิญญาณ ดัง
นั้น เราต้องรักพระเจ้ามากกว่าทุกสิ่งทุกอย่างถ้าเราเข้าใจว่าพระเจ้าเท่านั้นที่
สามารถประทานชีวิตนิรันดร์ที่แท้จริงและสวรรค์แก่เรา

ข้าพเจ้าเคยวนเวียนอยู่ใกล้กับประตูแห่งความตายเพราะข้าพเจ้าทนทุกข์
ทรมานอยู่กับโรคร้ายนานาชนิดที่ไม่มีทางรักษาเป็นเวลาถึง 7 ปี ข้าพเจ้าได้
รับการรักษาให้หายจากโรคร้ายเหล่านั้นอย่างอัศจรรย์เมื่อข้าพเจ้าพบพระเจ้า
ผู้ทรงพระชนม์อยู่ นับจากนั้นเป็นต้นมา ข้าพเจ้ารักพระองค์มากกว่าสิ่งอื่นใด
และพระองค์ทรงตอบแทนข้าพเจ้าด้วยพระพรมากมาย

เหนือสิ่งอื่นใด ข้าพเจ้าได้รับการยกโทษบาปทั้งสิ้นของข้าพเจ้าพร้อมทั้ง
ได้รับความรอดและชีวิตนิรันดร์ ทุกสิ่งดำเนินไปอย่างราบรื่นสำหรับข้าพเจ้า
และข้าพเจ้ามีสุขภาพแข็งแรงในขณะที่วิญญาณจิตของข้าพเจ้ากำลังจำเริญขึ้น
ต่อมาพระเจ้าทรงเรียกข้าพเจ้าให้เป็นผู้รับใช้ของพระองค์เพื่อทำให้พันธกิจ
โลกสำเร็จและพระองค์ทรงประทานฤทธิ์อำนาจแก่ข้าพเจ้า

พระเจ้าทรงเปิดเผยสิ่งต่าง ๆ ที่จะเกิดขึ้นให้ข้าพเจ้าเห็น นอกจากนั้น
พระองค์ทรงส่งผู้รับใช้ที่ดีและคนงานคริสตจักรที่สัตย์ซื่อหลายคนมาให้กับ
ข้าพเจ้าและทรงอนุญาตให้คริสตจักรของข้าพเจ้าขยายเพิ่มพูนขึ้นอย่างคงที่
เพื่อข้าพเจ้าจะบรรลุถึงการจัดเตรียมของพระเจ้า

ในขณะเดียวกันพระเจ้าทรงทำให้ข้าพเจ้าเป็นที่รักของสมาชิกคริสต
จักรและของคนที่ไม่เชื่อเช่นกันพระองค์ทรงนำครอบครัวของข้าพเจ้าให้รัก
พระองค์มากกว่าคนอื่นหรือสิ่งอื่นใดและทรงปกป้องดูแลคนในครอบครัว
ของข้าพเจ้าจากโรคร้ายและอุบัติเหตุทุกชนิดนับตั้งแต่คนเหล่านั้นต้อนรับเอา
องค์พระผู้เป็นเจ้า ไม่มีใครในครอบครัวของข้าพเจ้าเคยกินยาหรือเข้ารับการ
รักษาในโรงพยาบาลพระเจ้าทรงอวยพระพรข้าพเจ้ามากมายจนข้าพเจ้าไม่
ขาดแคลนสิ่งใด

## ทำให้ความรักฝ่ายวิญญาณสำเร็จ

ถ้าท่านรักพระเจ้ามากกว่าสิ่งอื่นใดท่านจะอยู่ในความอุดมสมบูรณ์เพราะ
พระองค์ทรงนำท่านในทุกสถานการณ์และความสุขอย่างแท้จริงจากเบื้องบน
จะหลั่งไหลเข้าสู่จิตใจของท่านอย่างบริบูรณ์
          ผลลัพธ์ก็คือ  ท่านจะแบ่งปันความรักที่หลั่งไหลออกมานั้นกับผู้อื่นเพราะ
ความรักฝ่ายวิญญาณจะเข้าสู่จิตใจของท่านอย่างบริบูรณ์  ท่านสามารถรักทุก
คนด้วยความรักนิรันดร์ที่ไม่เปลี่ยนแปลงเพราะไม่มีความชั่วร้ายใด ๆ อยู่ใน
ความคิดของท่านเลย

1 โครินธ์ 13:4-7 อธิบายถึงความรักฝ่ายวิญญาณไว้โดยละเอียดว่า:

> ความรักนั้นก็อดทนทานและกระทำคุณให้ ความรักไม่อิจฉา ไม่
> อวดตัว ไม่หยิ่งผยอง
> ไม่หยาบคาย ไม่คิดเห็นแก่ตนเองฝ่ายเดียว ไม่ฉุนเฉียว ไม่ช่าง
> จดจำความผิด ไม่ชื่นชมยินดีเมื่อมีการประพฤติผิด แต่ชื่นชมยินดีเมื่อ
> ประพฤติชอบ ความรักทนได้ทุกอย่างแม้ความผิดของคนอื่นและเชื่อ
> ในส่วนดีของเขาอยู่เสมอและมีความหวังอยู่เสมอและทนต่อทุกอย่าง

ในปัจจุบันมีความขัดแย้ง  ความบาดหมาง  และการโต้แย้งกันอยู่อย่าง
มากมายในโลกนี้ สามีกับภรรยาทะเลาะวิวาทกันหรือสมาชิกในครอบครัวไม่
ถูกกันอยู่อย่างต่อเนื่องเพราะไม่มีความรักฝ่ายวิญญาณอยู่ในคนเหล่านี้  การก
ระทบกระทั่งกันเกิดขึ้นอยู่เสมอและคนเหล่านี้ไม่สามารถสร้างและรักษา
บ้านเรือนให้สงบสุขและมีความรักต่อกันได้เพราะทุกคนต่างก็ยืนกรานว่าตน
เท่านั้นที่เป็นฝ่ายถูกและคนอื่นต้องให้ความรักกับตนแต่ผู้เดียว
          แต่เมื่อผู้คนรักพระเจ้าเหนือสิ่งอื่นใด  คนเหล่านี้จะบรรลุถึงความรักฝ่าย

วิญญาณด้วยการกำจัดความรักฝ่ายเนื้อหนังออกไป ความรักฝ่ายเนื้อหนังแปรเปลี่ยนและมองหาประโยชน์ให้กับตนเองในขณะที่ความรักฝ่ายวิญญาณมุ่งให้ความสำคัญกับคนอื่นก่อนอย่างถ่อมใจและเห็นแก่ประโยชน์ของคนอื่นก่อนประโยชน์ของตนเอง ถ้าท่านมีความรักฝ่ายวิญญาณประเภทนี้ครัวเรือนของท่านจะเต็มล้นไปด้วยความสุขและความกลมเกลียวกัน

บ่อยครั้งสิ่งที่มักเกิดขึ้นก็คือท่านจะถูกข่มเหงจากคนในครอบครัวหรือเพื่อนฝูงของท่านที่ไม่เชื่อในพระเจ้าเมื่อท่านเริ่มต้นรักพระเจ้า(มาระโก 10:29-30) แต่สิ่งนี้จะไม่ยืนนาน ถ้าวิญญาณจิตของท่านจำเริญขึ้นและท่านบรรลุถึงความเชื่อในระดับที่สี่การข่มเหงก็จะเปลี่ยนเป็นพระพรและผู้ที่ข่มเหงจะหันมารักและยอมรับท่าน

2 โครินธ์ 11:23-28 บรรยายให้ทราบว่าอัครทูตเปาโลถูกข่มเหงอย่างรุนแรงเพียงใดในขณะที่ท่านกำลังประกาศพระกิตติคุณเพื่อองค์พระผู้เป็นเจ้า ท่านทำงานหนักกว่าทุกคนเพื่อองค์พระผู้เป็นเจ้า ถูกจำคุกอยู่บ่อยครั้งถูกเฆี่ยนตีอย่างทารุณ และเผชิญกับความตายครั้งแล้วครั้งเล่า แต่เปาโลยังขอบพระคุณและชื่นชมยินดีแทนท่านที่จะรู้สึกเป็นทุกข์

ดังนั้น ถ้าท่านบรรลุถึงความเชื่อในระดับที่สี่ซึ่งทำให้ท่านรักพระเจ้าเหนือสิ่งอื่นใด แม้ท่านจะเดินผ่านหุบเขาแห่งความตาย สถานที่แห่งนั้นจะกลายเป็นสวรรค์สำหรับท่านและในไม่ช้าการข่มเหงจะเปลี่ยนเป็นพระพรเพราะพระเจ้าทรงสถิตอยู่กับท่าน

ในมัทธิว 5:11-12 พระเยซูตรัสกับเราว่า *"เมื่อเขาจะติเตียนข่มเหงและนินทาว่าร้ายท่านทั้งหลายเป็นความเท็จเพราะเรา ท่านก็เป็นสุข จงชื่นชมยินดีเพราะว่าบำเหน็จของท่านมีบริบูรณ์ในสวรรค์ เพราะเขาได้ข่มเหงผู้เผยพระวจนะทั้งหลายที่อยู่ก่อนท่านเหมือนกัน"*

ด้วยเหตุนี้ ท่านต้องเข้าใจว่าถึงแม้ปัญหาและการทดลองจะเกิดขึ้นกับท่านเพราะเห็นแก่องค์พระผู้เป็นเจ้า เมื่อท่านชื่นชมยินดี ท่านไม่เพียงแต่จะได้รับความรัก การยอมรับ และบำเหน็จรางวัลของพระเจ้าในสวรรค์เท่านั้น แต่ท่าน

ยังได้รับสิ่งเหล่านี้เป็นร้อยเท่าในยุคนี้ด้วยเช่นกัน

## ผลของพระวิญญาณบริสุทธิ์และลักษณะของผู้เป็นสุข

เมื่อท่านบรรลุถึงความเชื่อในระดับที่สี่ท่านจะมีผลของพระวิญญาณบริสุทธิ์ทั้งเก้าชนิดอย่างบริบูรณ์และลักษณะของผู้เป็นสุขก็จะปรากฏขึ้นในตัวท่าน กาลาเทีย 5:22-23 บอกเราเกี่ยวกับผลของพระวิญญาณบริสุทธิ์ทั้งเก้าชนิด *"ฝ่ายผลของพระวิญญาณนั้นคือความรัก ความปลาบปลื้มใจ สันติสุข ความอดกลั้นใจ ความปรานี ความดี ความสัตย์ซื่อ ความสุภาพอ่อนน้อม การรู้จักบังคับตน เรื่องอย่างนี้ไม่มีธรรมบัญญัติห้ามไว้เลย"*

ผลของพระวิญญาณบริสุทธิ์คือความรักของพระเยซูคริสต์ที่หยิบยื่นน้ำให้กับศัตรูเมื่อเขากระหายและให้อาหารเขากินเมื่อเขาหิวเมื่อท่านมีความปลาบปลื้มใจสันติสุขและความสุขที่แท้จริงจะเกิดขึ้นกับท่านเพราะท่านแสวงหาและสร้างเฉพาะความดีและความงดงามเท่านั้นเมื่อท่านมีสันติสุขท่านจะอยู่อย่างสงบกับทุกคนในความบริสุทธิ์ด้วยเช่นกัน

นอกจากนั้นท่านจะอธิษฐานอยู่เสมอด้วยการขอบพระคุณและความชื่นชมยินดีเมื่อท่านมีความอดกลั้นใจแม้ท่านจะพบกับความทุกข์ยากและการทดลอง เมื่อท่านมีความปรานีท่านจะยกโทษให้กับผู้คนและสิ่งต่าง ๆ ที่ยากต่อการยกโทษ เข้าใจสิ่งที่ท่านไม่อาจเข้าใจได้ และเอาใจใส่ดูแลคนอื่นเพื่อคนเหล่านั้นจะเจริญรุ่งเรืองมากกว่าท่าน เมื่อท่านมีความดีท่านจะละทิ้งความชั่วร้ายทุกชนิด แสวงหาความดีงาม และไม่ละเลยหรือสร้างความเจ็บปวดให้กับความรู้สึกของคนอื่น

เมื่อท่านมีความสัตย์ซื่อท่านจะเชื่อฟังพระคำของพระเจ้าอย่างครบถ้วนและจะสัตย์ซื่อต่อองค์พระผู้เป็นเจ้าจนถึงจุดที่ท่านสละชีวิตของตนเองเพราะ

ท่านปรารถนามงกุฎแห่งชีวิตเมื่อท่านมีความสุภาพอ่อนน้อมที่นุ่มนวลดังสำลี ท่านจะสามารถหันแก้มซ้ายให้กับผู้คนที่ตบแก้มขวาท่านและโอบอุ้มทุกคน ไว้ด้วยความรักและความเมตตา

สุดท้าย    เมื่อท่านมีการรู้จักบังคับตนท่านจะทำตามกฎระเบียบที่พระเจ้า ประทานให้โดยไม่มีความเย่อหยิ่งหรือความลำเอียงและทำให้น้ำพระทัยของ พระเจ้าสำเร็จด้วยวิธีการที่งดงามและกลมเกลียว

นอกจากนั้น ท่านจะเห็นว่าลักษณะของผู้เป็นสุขที่บรรยายไว้ในมัทธิวบท ที่ 5 (ซึ่งไม่เสื่อมสูญ ไม่เปลี่ยนแปลง และถาวรนิรันดร์) จะเริ่มปรากฏขึ้นใน ชีวิตท่านเช่นเดียวกัน

เมื่อท่านมีผลของพระวิญญาณบริสุทธิ์อย่างบริบูรณ์และลักษณะของผู้ เป็นสุขเริ่มปรากฏขึ้นกับท่านเช่นนี้   ท่านกำลังเข้าใกล้ความเชื่อในระดับที่ห้า ซึ่งจะนำท่านไปสู่หนทางแห่งความมั่งคั่งรุ่งเรืองและท่านจะได้รับในสิ่งที่ ท่านคิดหวังไว้อย่างรวดเร็ว

เพื่อขึ้นไปให้ถึงยอดเขา ท่านต้องปีนภูเขาขึ้นไปทีละขั้น บนยอดเขาท่าน จะรู้สึกมีชีวิตชีวาและสบายใจแม้การเดินทางจะเป็นไปด้วยความยากลำบาก ชาวนาทำงานหนักด้วยความหวังว่าจะได้เก็บเกี่ยวพืชผลอย่างอุดมสมบูรณ์ เพราะคนเหล่านี้เชื่อว่าเขาสามารถเก็บเกี่ยวได้มากพอๆ กับหยาดเหงื่อแรงงาน ที่ตนทุ่มเทลงไป ในทำนองเดียวกัน เราสามารถเก็บเกี่ยวพระพรที่พระเจ้าทรง สัญญากับเราในพระคัมภีร์ได้เมื่อเราดำเนินชีวิตในความจริง

ขอให้ท่านมีความเชื่อที่ทำให้ท่านรักพระเจ้าเหนือสิ่งอื่นใดด้วยการละทิ้ง ความบาปของท่านโดยการต่อสู้กับความบาปเหล่านั้นอย่างแข็งขันและดำเนิน ชีวิตตามน้ำพระทัยของพระเจ้าข้าพเจ้าอธิษฐานในพระนามขององค์พระผู้ เป็นเจ้า

บทที่ 8

# ความเชื่อที่พอพระทัยพระเจ้า

ขนาดแห่งความเชื่อ

1
ความเชื่อที่พอพระทัยพระเจ้า

2
ความเชื่อที่จะสละชีวิตของตน

3
ความเชื่อที่สำแดงหมายสำคัญและการอัศจรรย์

4
ความสัตย์ซื่อต่อทุกสิ่งในชุมชนของพระเจ้า

ท่านที่รักทั้งหลาย ถ้าใจของเราไม่ได้กล่าวโทษเรา เราก็
มีความมั่นใจที่จะเข้าเฝ้าพระเจ้า และเราขอสิ่งใด ๆ เรา
ก็ได้สิ่งนั้น ๆ จากพระองค์เพราะเราประพฤติตามพระ
บัญญัติของพระองค์และปฏิบัติตามชอบพระทัยพระองค์

(1 ยอห์น 3:21-22)

พ่อแม่จะเต็มไปด้วยความยินดีและความภาคภูมิใจในลูกของตนเมื่อลูกเชื่อฟัง ให้เกียรติ และรักพ่อแม่จากส่วนลึกแห่งจิตใจของตน พ่อแม่ไม่เพียงแต่จะให้ในสิ่งที่ลูกเหล่านี้ขอเท่านั้นแต่พ่อแม่ยังพยายามที่จะให้สิ่งที่ลูกไม่ได้ขอเช่นกันด้วยการเสาะหาสิ่งที่ลูกของตนต้องการ

ในทำนองเดียวกันเมื่อท่านเชื่อฟังและทำให้พระเจ้าพอพระทัยท่านจะได้รับไม่เพียงแต่สิ่งที่ท่านทูลขอเท่านั้นแต่ท่านจะได้ในสิ่งที่ใจของท่านปรารถนาด้วยเช่นกันเพราะพระเจ้าทรงพอพระทัยกับความเชื่อของท่านและทรงรักท่านอย่างมาก ที่จริง ไม่มีสิ่งใดที่เป็นไปไม่ได้เมื่อท่านมีความสัมพันธ์เช่นนั้นกับพระองค์

บัดนี้ ขอให้เราเจาะลึกลงไปในความเชื่อที่จะทำให้พระเจ้าพอพระทัยและวิธีการที่เราจะบรรลุถึงความเชื่อประเภทนั้น

## 1. ความเชื่อระดับที่ห้า

ความเชื่อที่จะทำให้พระเจ้าพอพระทัยสูงส่งกว่าความเชื่อที่จะรักพระเจ้าเหนือสิ่งอื่นใด ความเชื่อที่จะทำให้พระองค์พอทัยคืออะไร เมื่อเรามองไปโดยรอบเราจะเห็นว่าลูก ๆ ที่รักและเชื่อฟังพ่อแม่ของตนอย่างแท้จริงนั้นเข้าใจจิตใจของพ่อแม่ของตนในทุกเรื่อง ยิ่งกว่านั้น ท่านจะเข้าใจความเชื่อที่ทำให้พระเจ้าพอพระทัยได้ก็ต่อเมื่อท่านเข้าใจมิติของความรักที่สามารถช่วยให้ท่าน

สร้างความพอใจให้กับพ่อแม่ของตน

## ความรักแบบใดที่สามารถทำให้พระเจ้าพอพระทัย

ในนิทานชาดกของเกาหลี มีเรื่องเล่าเกี่ยวกับลูกชาย ลูกสาว หรือลูกสะใภ้ที่รับผิดชอบต่อหน้าที่ของตนซึ่งความประพฤติของคนเหล่านี้ทำให้พ่อแม่ของตนพอใจและสร้างความประทับใจให้กับสวรรค์ ตัวอย่าง เช่น นิทานเรื่องหนึ่งพูดถึงลูกชายคนหนึ่งที่ดูแลแม่ของตนที่แก่ชราซึ่งนอนป่วยอยู่บนเตียง ลูกชายคนนี้พยายามทุกวิถีทางที่จะทำให้แม่ของตนมีสุขภาพแข็งแรง แต่ก็ไร้ผล

วันหนึ่ง ลูกชายคนนี้ได้ยินว่าแม่ของเขาที่นอนป่วยนั้นสามารถหายป่วยได้หากแม่ได้ดื่มเลือดจากนิ้วมือของตน ลูกชายคนนั้นจึงตัดนิ้วมือของเขาด้วยความเต็มใจและนำเลือดของตนไปให้คุณแม่ดื่ม ต่อมาไม่นานคุณแม่ของเขาก็หายจากอาการเจ็บป่วยแม้ไม่มีข้อพิสูจน์ทางการแพทย์ว่าเลือดของมนุษย์สามารถช่วยฟื้นฟูสุขภาพของคนป่วยได้ แต่ความรักอย่างเสียสละและความกระตือรือร้นของลูกชายคนนี้ทำให้พระเจ้าซาบซึ้งพระทัยและพระองค์ได้ประทานพระคุณแก่เขา เหมือนสุภาษิตภาษาเกาหลีที่ว่า “ความจริงใจทำให้สวรรค์ซึ้งฤทัย”

มีเรื่องราวที่น่าซาบซึ้งใจอีกเรื่องหนึ่งเกี่ยวกับลูกชายที่เอาใจใส่ดูแลพ่อแม่ที่ป่วยไข้ของตนลูกชายคนนี้เดินทางไปยังหุบเขาลึกในช่วงกลางฤดูหนาวพร้อมกับใช้มือขุดคุ้ยกองหิมะที่ทับถมกันสูงเลยเข่าของเขาเพื่อมองหาสมุนไพรและผลไม้ลึกลับที่หายากซึ่งผู้คนกล่าวว่าเป็นสิ่งที่ใช้รักษาพ่อแม่ที่เจ็บป่วยของเขาได้ดี

ยังมีเรื่องราวของสามีภรรยาคู่หนึ่งที่ดูแลปรนนิบัติพ่อแม่ที่แก่เฒ่าของตนอย่างสัตย์ซื่อด้วยอาหารอย่างดีทุกมื้อแม้ว่าบ่อยครั้งสามีภรรยาคู่นี้และลูกๆ ของเขาจะไม่มีอาหารกิน

แล้วผู้คนที่อยู่ในยุคของเราล่ะมีบางคนที่เก็บซ่อนอาหารที่ดีเอาไว้เพื่อ
เลี้ยงดูลูกของตนแต่กลับเจียดอาหารเพียงเล็กน้อยให้กับพ่อแม่ของเขาอย่าง
ไม่เต็มใจท่านคงไม่พูดว่านี่เป็นความรักในความหมายที่แท้จริงถ้าคนเหล่านี้
ทุ่มเทความรักให้กับลูกของเขาแต่กลับหลงลืมบุญคุณและความรักของพ่อ
แม่ตน  ผู้คนที่รักพ่อแม่ของตนอย่างแท้จริงจะเลี้ยงดูพ่อแม่ด้วยอาหารที่ดีและ
คนเหล่านี้อาจไม่ต้องการแพร่งพรายให้ใครรู้ว่ามีบ่อยครั้งที่ลูกของเขาเองก็
อดยากและหิวโหยเช่นกันท่านสามารถเสียสละตนเองในลักษณะนี้เพื่อพ่อแม่
ของท่านได้หรือไม่

ด้วยเหตุนี้เราควรรู้ถึงข้อแตกต่างอย่างชัดเจนระหว่างความรักที่เชื่อฟังด้วย
ความยินดีและการขอบพระคุณกับความรักที่ทำให้พ่อแม่พอใจ  ในอดีตไม่ใช่
เรื่องง่ายที่จะพบลูกที่มีความรักซึ่งทำให้พ่อแม่พอใจ  ในปัจจุบันเป็นการยาก
มากยิ่งขึ้นที่จะพบลูกซึ่งมีลักษณะเช่นนี้เพราะวันนี้โลกเราเต็มไปด้วยความ
บาปและความชั่วร้าย

ความรักของพ่อแม่ซึ่งถือว่าเป็นความรักที่บริสุทธิ์และงดงามที่สุดก็เช่น
เดียวกัน  แม้แต่คุณแม่ของข้าพเจ้าซึ่งรักข้าพเจ้ามากก็เคยบอกกับข้าพเจ้าอย่าง
ขมขื่นด้วยเสียงสะอึกสะอื้นว่า "ตายเถอะลูก  นั่นจะเป็นการทำหน้าที่ของเธอ
ในฐานะลูกชายของแม่"  เพราะข้าพเจ้าล้มป่วยหลายปีและไม่มีความหวังของ
การหายป่วย

แต่พระเจ้าแห่งความรักสำแดงความรักของพระองค์กับเราอย่างไร
พระองค์ไม่เพียงแต่ประทานพระบุตรองค์เดียวของพระองค์เพื่อให้
สิ้นพระชนม์บนกางเขนเพื่อเปิดหนทางแห่งความรอดและสวรรค์แก่เรา
เท่านั้น แต่พระองค์ทรงมอบความรักที่ไม่มีวันสูญสิ้นแก่เราด้วยเช่นกัน

ในกรณีของข้าพเจ้า  นับตั้งแต่ข้าพเจ้าพบพระเจ้า  ข้าพเจ้าสัมผัสและรู้ถึง
ความรักอันยิ่งใหญ่ของพระองค์อยู่เสมอเพื่อข้าพเจ้าจะเข้าใจความรักของ
พระองค์จากส่วนลึกแห่งจิตใจของข้าพเจ้าและเติบขึ้นสู่ความเชื่อที่เต็มขนาด

อย่างรวดเร็ว ข้าพเจ้ารักพระองค์เหนือสิ่งอื่นใดและมีความเชื่อที่พระเจ้าพอพระทัยด้วยเช่นกัน

## การมีความเชื่อที่พระเจ้าพอพระทัย

พระเจ้าทรงสัญญากับเราในสดุดี 37:4 ว่า *"จงปีติยินดีในพระเจ้าและพระองค์จะประทานตามใจปรารถนาของท่าน"* ถ้าท่านทำให้พระเจ้าพอพระทัย พระองค์ไม่เพียงแต่จะประทานทุกสิ่งที่ท่านทูลขอเท่านั้น แต่ทุกสิ่งที่ใจของท่านปรารถนาด้วยเช่นกัน

เมื่อข้าพเจ้ากำลังเริ่มต้นคริสตจักรข้าพเจ้ามีเงินเพียง 10 ดอลล่าร์ แต่พระเจ้าทรงอวยพรให้ข้าพเจ้าเช่าอาคารซึ่งมีพื้นที่เกือบ 900 ตารางฟุตเพื่อก่อตั้งคริสตจักรเมื่อข้าพเจ้าอธิษฐานด้วยความเชื่อ นอกจากนั้น พระเจ้าทรงโปรดให้มีการฟื้นฟูและพระพรที่ยิ่งใหญ่ชนิด "ถ้วนยัดสั่นแน่นพูนล้น" ได้เกิดขึ้นในคริสตจักรของข้าพเจ้าเมื่อข้าพเจ้าอธิษฐานด้วยนิมิตและความฝันอันยิ่งใหญ่สำหรับการทำพันธกิจโลกตั้งแต่เริ่มต้น

ในทำนองเดียวกัน ทุกสิ่งจะเป็นไปได้สำหรับท่านเมื่อท่านมีความเชื่อที่ทำให้พระเจ้าพอพระทัยเพราะพระเยซูทรงบอกเราไว้ในมาระโก 9:23 ว่า *"ถ้าช่วยได้น่ะหรือ ใครเชื่อก็ทำให้ได้ทุกสิ่ง"* นอกจากนั้น ท่านจะรับพระพรเมื่อท่านเข้ามาและท่านจะรับพระพรเมื่อท่านออกไป ท่านจะให้คนอื่นขอยืม แต่ท่านจะไม่ขอยืมจากเขา และพระเจ้าจะทรงกระทำให้ท่านเป็นหัว เหมือนที่กล่าวไว้ในเฉลยธรรมบัญญัติ 28 ยิ่งกว่านั้น หมายสำคัญต่าง ๆ ที่บันทึกไว้ในมาระโก 16 จะเกิดขึ้นตามมา

พระเยซูทรงสัญญากับท่านเช่นกันเกี่ยวกับพระพรที่เกินความคาดคิดในยอห์น 14:12-13 ขอให้เราอ่านข้อความเหล่านี้ด้วยกันเพื่อดูว่าท่านจะได้รับพระพรอะไรบ้างเมื่อท่านทำให้พระเจ้าพอพระทัยในความเชื่อ

*เราบอกความจริงแก่ท่านทั้งหลายว่าผู้ที่วางใจในเราจะกระทำ*
*กิจการซึ่งเราได้กระทำนั้นด้วยและเขาจะกระทำกิจที่ยิ่งใหญ่กว่านั้น*
*อีก เพราะว่าเราจะไปถึงพระบิดาของเรา สิ่งใดที่ท่านทั้งหลายจะขอ*
*ในนามของเราเราจะกระทำสิ่งนั้นเพื่อว่าพระบิดาจะทรงได้รับเกียรติ*
*อันยิ่งใหญ่ทางพระบุตร*

## พระพรที่ให้กับเอโนค

ในพระคัมภีร์เราเห็นบรรพบุรุษแห่งความเชื่อหลายคนที่ทำให้พระเจ้าพอ
พระทัย ในหมู่คนเหล่านั้น ฮีบรู 11 กล่าวว่าเอโนคทำให้พระเจ้าพอพระทัย
อย่างไรและพระพรใดบ้างที่ท่านได้รับ

*เพราะเอโนคมีความเชื่อ ฉะนั้นพระเจ้าจึงทรงรับท่านขึ้นไปเพื่อ*
*ไม่ให้ท่านประสบกับความตาย ไม่มีผู้ใดพบท่านเพราะพระเจ้าทรง*
*รับท่านไปแล้ว ก่อนที่ทรงรับท่านขึ้นไปนั้นมีผู้เป็นพยานว่าท่านเป็น*
*ที่พอพระทัยของพระเจ้า แต่ถ้าไม่มีความเชื่อแล้วจะเป็นที่พอพระทัย*
*ของพระเจ้าก็ไม่ได้เลยเพราะว่าผู้ที่จะมาเฝ้าพระเจ้าได้นั้นต้องเชื่อ*
*ว่าพระองค์ทรงดำรงพระชนม์อยู่และพระองค์ทรงเป็นผู้ประทาน*
*บำเหน็จให้แก่ทุกคนที่แสวงหาพระองค์ (ข้อ 5-6)*

ปฐมกาล 5:21-24 บรรยายว่าเอโนคเป็นคนที่พระเจ้าพอพระทัยเพราะท่าน
ได้รับการชำระให้บริสุทธิ์เมื่ออายุ 65 ปีและท่านเป็นคนที่สัตย์ซื่อในชุมชน
ของพระเจ้า เอโนคดำเนินชีวิตกับพระเจ้าเป็นเวลา 300 ปีโดยมีส่วนร่วม
ในความรักของพระองค์และท่านไม่พบกับความตายเพราะพระเจ้าทรงรับ
ท่านขึ้นไป ท่านได้รับพระพรอย่างบริบูรณ์มากจนเวลานี้ท่านได้อยู่เคียงข้าง
พระที่นั่งของพระเจ้าพร้อมกับมีส่วนร่วมในความรักของพระองค์มากที่สุด

ในทำนองเดียวกัน    เป็นไปได้ที่ท่านจะถูกรับขึ้นไปสู่สวรรค์โดยไม่ต้อง
พบกับความตายถ้าท่านมีความเชื่อที่ทำให้พระเจ้าพอพระทัย  ผู้เผยพระวจนะ
เอลียาห์ไม่พบกับความตายเช่นกันเพราะท่านถูกรับขึ้นไปสู่สวรรค์เนื่องจาก
ท่านเป็นพยานถึงพระเจ้าผู้ทรงพระชนม์อยู่และช่วยคนเป็นอันมากให้รอด
ด้วยการสำแดงให้คนเหล่านั้นเห็นถึงการทำงานอย่างอัศจรรย์แห่งฤทธิ์อำนาจ
ของพระเจ้าด้วยความเชื่อที่พระเจ้าพอพระทัย
         ท่านเชื่อหรือไม่ว่าพระเจ้าทรงดำรงอยู่และทรงประทานบำเหน็จแก่ทุกคน
ที่แสวงหาพระองค์    ถ้าท่านเชื่อเช่นนี้ท่านก็ควรรับการชำระให้บริสุทธิ์อย่าง
สิ้นเชิงและยอมสละชีวิตของท่านเพื่อทำหน้าที่ซึ่งท่านได้รับมอบหมายจาก
พระเจ้าให้สำเร็จ


## 2. ความเชื่อที่จะสละชีวิตของตน

พระเยซูทรงบัญชาเราไว้ในมัทธิว 22:37-40 ว่า

         "จงรักองค์พระผู้เป็นเจ้าของเจ้าด้วยสุดใจสุดจิตของเจ้าและด้วย
    สิ้นสุดความคิดของเจ้า  นั่นแหละเป็นพระบัญญัติข้อใหญ่และข้อต้น
    ข้อที่สองก็เหมือนกัน  คือ 'จงรักเพื่อนบ้านเหมือนรักตนเอง' ธรรม
    บัญญัติและคำของผู้เผยพระวจนะทั้งสิ้นก็ขึ้นอยู่กับพระบัญญัติสอง
    ข้อนี้"

         เหมือนที่พระเยซูตรัสไว้ว่าผู้คนที่รักพระเจ้าจะทำให้พระองค์พอพระทัย
ไม่ใช่ด้วยการรักพระเจ้าอย่างสุดจิตสุดใจและสุดความคิดของตนเท่านั้น   แต่
ด้วยการรักเพื่อนบ้านของตนเช่นกัน  ท่านสามารถเรียกความเชื่อที่พระเจ้าพอ
พระทัยนี้ว่า "ความเชื่อของพระคริสต์" หรือ "ความเชื่อฝ่ายวิญญาณที่สมบูรณ์

แบบ" เพราะความเชื่อนี้มั่นคงเพียงพอที่จะทำให้ท่านสละชีวิตของตนอย่างไม่
เสียดายเพื่อเห็นแก่พระเยซูคริสต์

## ความเชื่อแห่งการสละชีวิตของพระองค์เพื่อน้ำพระทัยของ
พระเจ้า

    พระเยซูทรงเชื่อฟังน้ำพระทัยของพระเจ้าอย่างครบถ้วน   พระองค์ถูกตรึง
บนกางเขน ทรงกลายเป็นผลแรกของการเป็นขึ้นมา และเวลานี้ทรงประทับ
อยู่ข้างพระที่นั่งของพระเจ้า ที่เป็นเช่นนี้ก็เพราะพระเยซูมีความเชื่อที่พร้อมจะ
สละชีวิตของพระองค์ด้วยความเชื่อฟังอย่างสมบูรณ์แบบ ด้วยเหตุนี้ พระเจ้า
จึงทรงเป็นพยานถึงพระเยซูว่า "ท่านผู้นี้เป็นบุตรที่รักของเรา เราชอบใจท่าน
มาก" (มัทธิว 3:17; 17:5) และ "ดูเถิด ผู้รับใช้ของเราซึ่งได้เลือกสรรไว้ ที่รัก
ของเราผู้ซึ่งเราโปรดปราน" (มัทธิว 12:18)
    ตลอดประวัติศาสตร์ของคริสตจักรมีบรรพบุรุษแห่งความเชื่อหลายคนที่
สละชีวิตของตนอย่างไม่เสียดายเพื่อน้ำพระทัยของพระเจ้าเหมือนที่พระเยซู
ได้กระทำ นอกจากเปโตร ยากอบ และยอห์นที่ติดตามพระเยซูตลอดเวลาแล้ว
มีบรรพบุรุษอีกหลายคนที่ได้สละชีวิตของตนเพื่อพระเยซูคริสต์โดยไม่ลังเล
หรือเสียดาย เปโตรเสียชีวิตบนกางเขนโดยเอาศีรษะลง ยากอบถูกตัดศีรษะ
และยอห์นถูกโยนลงไปในหม้อต้มน้ำมันที่กำลังเดือดแต่ไม่ตายก่อนที่ท่านจะ
ถูกเนรเทศไปอยู่ที่เกาะปัทมอส

    คริสเตียนหลายคนเสียชีวิตจากการถูกจับเป็นเหยื่อของสิงโตภายสนาม
โคโลเซียมที่ตั้งอยู่ในกรุงโรมในขณะที่คนเหล่านั้นกำลังร้องเพลงสรรเสริญ
พระเจ้า   คริสเตียนอีกหลายคนยืนหยัดมั่นคงในความเชื่อของตนด้วยการใช้
ชีวิตอยู่ในอุโมงค์ใต้ดิน "แคทธาโคม" โดยไม่มีโอกาสมองเห็นแม้กระทั่งแสง
ตะวัน    พระเจ้าทรงพอพระทัยกับความเชื่อของคนเหล่านั้นเพราะเขาดำเนิน

ชีวิตตามที่พระคัมภีร์กล่าวไว้ที่ว่า *"ถ้าเรามีชีวิตอยู่ ก็มีชีวิตอยู่เพื่อองค์พระผู้
เป็นเจ้าและถ้าเราตายก็ตายเพื่อองค์พระผู้เป็นเจ้า เหตุฉะนั้นไม่ว่าเรามีชีวิตอยู่
หรือตายไปก็ตาม เราก็เป็นคนขององค์พระผู้เป็นเจ้า"* (โรม 14:8)

     ในปี 1992 ข้าพเจ้าเริ่มมีเลือดไหลออกมาจากรูจมูกเพราะทำงานหนักโดย
ไม่ได้พักผ่อนและหลับนอนอย่างเพียงพอดูเหมือนว่าเลือดทั้งหมดได้ไหล
ออกไปจากร่างกายของข้าพเจ้า ผลก็คือในไม่ช้าอาการของข้าพเจ้าก็อยู่ในขั้น
วิกฤติ ข้าพเจ้าค่อย ๆ หมดสติลงและในที่สุดข้าพเจ้ารู้สึกว่าตนเองกำลังก้าว
เข้าสู่ประตูแห่งความตาย
     ในช่วงนั้นข้าพเจ้ารู้สึกว่าตนเองจะได้อยู่ในอ้อมแขนของพระเยซูอีกไม่
นาน แต่ข้าพเจ้าไม่มีเจตนาที่จะพึ่งพาการรักษาทางการแพทย์ ข้าพเจ้าไม่เคย
คิดถึงการไปหาหมอเพราะมีเลือดไหลออกทางจมูก ข้าพเจ้าไม่ได้ไปโรง
พยาบาลหรือพึ่งพาการรักษาของโลกเลยแม้ข้าพเจ้ากำลังเผชิญหน้ากับความ
ตายเพราะข้าพเจ้าเชื่อในพระเจ้าพระบิดาผู้ยิ่งใหญ่ของข้าพเจ้า ครอบครัวและ
สมาชิกคริสตจักรของข้าพเจ้าก็ไม่ได้ขอร้องให้ข้าพเจ้าไปรับการรักษาที่โรง
พยาบาลเช่นกันคนเหล่านั้นรู้จักข้าพเจ้าดีว่าข้าพเจ้าได้มอบชีวิตทั้งสิ้นของ
ข้าพเจ้าให้กับพระเจ้า ไม่ใช่กับโลกหรือกับมนุษย์คนหนึ่งคนใด
     แม้ในขณะที่ข้าพเจ้าหมดสติจากการเสียเลือดมาก วิญญาณของข้าพเจ้ายัง
ขอบพระคุณพระเจ้าในความจริงที่ว่าข้าพเจ้าจะได้แอบอิงอยู่ในอ้อมแขนของ
พระเยซูและพักผ่อนชั่วนิรันดร์ความหวังเดียวของข้าพเจ้าคือการได้พบกับ
พระเยซูองค์พระผู้เป็นเจ้า
     แต่ในนิมิตพระเจ้าทรงสำแดงให้ข้าพเจ้าเห็นว่าจะเกิดอะไรขึ้นกับคริสต
จักรของข้าพเจ้าหลังจากที่ข้าพเจ้าเสียชีวิต สมาชิกบางคนจะยืนหยัดอยู่ต่อไป
ในคริสตจักรและรักษาความเชื่อของตนเอาไว้ในขณะที่สมาชิกอีกหลายคน
จะหันกลับไปหาโลกพร้อมกับละทิ้งพระเจ้าและทำบาปต่อพระองค์
     เมื่อมองเห็นสิ่งเหล่านี้ ข้าพเจ้าไม่อาจพักผ่อนในอ้อมแขนของพระเยซู

ได้อีกต่อไป แต่ข้าพเจ้าทูลขอพระเจ้าให้ทรงเสริมกำลังข้าพเจ้าเพราะข้าพเจ้ารู้สึกเสียใจอย่างสุดซึ้งที่คนเหล่านั้นจะหันกลับไปหาโลก จากนั้นด้วยความช่วยเหลือของพระเจ้าผู้ทรงรักษาข้าพเจ้า ข้าพเจ้าจึงลุกขึ้นนั่งบนเตียงทันทีแม้ข้าพเจ้าเกือบเสียชีวิตและขาวซีดเหมือนหิมะ

เมื่อข้าพเจ้ามีสติกลับมาอีกครั้งหนึ่งข้าพเจ้าเห็นคนงานของคริสตจักรหลายคนร้องไห้ด้วยความยินดีคนเหล่านั้นจะไม่ร้องไห้ได้อย่างไรหลังจากที่เขามีประสบการณ์กับการทำงานอย่างอัศจรรย์ของพระเจ้าในการทำให้คนตายเป็นขึ้นมาใหม่

ฉะนั้นพระเจ้าจึงทรงพอพระทัยกับคนที่สำแดงออกถึงความเชื่อที่จะสละชีวิตของตนอย่างไม่เสียดายและพระองค์ทรงตอบคนเหล่านี้อย่างรวดเร็ว พระกิตติคุณแพร่กระจายออกไปทั่วโลกอย่างรวดเร็วในสมัยของคริสตจักรในยุคแรกเพราะมีผู้คนมากมายที่พร้อมสละชีวิตของตนเพื่อเห็นแก่ความเชื่อ แม้แต่ในประเทศเกาหลี เลือดของผู้คนที่สละชีวิตเพื่อความเชื่อได้ช่วยให้พระกิตติคุณแพร่กระจายออกไปอย่างรวดเร็วเช่นกัน

## ความเชื่อแห่งการเชื่อฟังน้ำพระทัยทั้งสิ้นของพระเจ้า

1 เธสะโลนิกา 5:23 กล่าวว่า *"ขอให้องค์พระเจ้าแห่งสันติสุขทรงให้ท่านเป็นคนบริสุทธิ์หมดจดและทรงรักษาทั้งวิญญาณ จิตใจ และร่างกายของท่านไว้ให้ปราศจากการติเตียน จนถึงวันที่พระเยซูคริสตเจ้าของเราเสด็จมา"* คำว่า "ทั้งวิญญาณ" ในที่นี้หมายถึงสถานะของการบรรลุถึงพระทัยทั้งสิ้นของพระเยซูคริสต์

บุคคลที่มี "ทั้งวิญญาณ" ได้แก่ผู้ที่ดำเนินชีวิตโดยน้ำพระทัยของพระเจ้าเพียงอย่างเดียวเพราะเขาสามารถได้ยินพระสุรเสียงของพระวิญญาณบริสุทธิ์ และจิตใจของเขากลายเป็นความจริงด้วยการทำให้พระคำทั้งสิ้นของพระเจ้าเป็นจริงในชีวิต ท่านสามารถเป็นบุคคลแห่งวิญญาณและบรรลุถึงการมีท่าที

ของพระเยซูได้เมื่อท่านรับการชำระให้บริสุทธิ์อย่างสมบูรณ์ด้วยการขับไล่
ความชั่วร้ายทุกชนิดออกไปโดยต่อสู้กับความบาปที่ปรากฏอยู่ในตัวท่าน
　　ยิ่งกว่านั้น เมื่อบุคคลฝ่ายวิญญาณตระเตรียมตนเองอย่างต่อเนื่องด้วยพระคำ
ของพระเจ้า ความจริงจะครอบครองจิตใจและชีวิตทั้งสิ้นของท่านด้วยเช่นกัน
　　ท่านสามารถเรียกความเชื่อประเภทนี้ว่า "ความเชื่ออย่างครบถ้วน
สมบูรณ์" หรือ "ความเชื่อฝ่ายวิญญาณที่สมบูรณ์แบบของพระเยซูคริสต์" ท่าน
สามารถบรรลุถึงความเชื่อเช่นนี้ได้เมื่อท่านมีความจริงใจ เหมือนที่ฮีบรู 10:22
บรรยายไว้ว่า "ก็ให้เราเข้าไปใกล้ด้วยความบริสุทธิ์ใจด้วยไว้ใจเต็มที่ มีใจที่ได้
รับการทรงชำระให้สะอาดแล้วและมีกายที่ล้างชำระด้วยน้ำบริสุทธิ์"
　　แต่สิ่งนี้ไม่ได้หมายความว่าท่านจะมีความเชื่อที่เท่าเทียมกับพระเยซู
คริสต์ถึงแม้ท่านจะมีท่าทีของพระเยซูและมีความเชื่อของพระคริสต์ สมมุติว่า
ลูกชายคนหนึ่งเคารพยกย่องบิดาของตนมากและพยายามที่จะเป็นเหมือนบิดา
ของตน　 เขาอาจมีลักษณะหรือบุคลิกภาพเหมือนบิดาของตนแต่เขาไม่มีวัน
เป็นดั่งบิดาของตนได้

　　ในทำนองเดียวกัน ท่านจะไม่มีวันเป็นเหมือนพระเยซูคริสต์ พระองค์ทรง
กำหนดลำดับขั้นฝ่ายวิญญาณเอาไว้ในมัทธิว 10:24-25 ว่า "ศิษย์ไม่ใหญ่กว่า
ครูและทาสไม่ใหญ่กว่านายของตน　 ซึ่งศิษย์จะได้รับการรับรองเสมอครูและ
ทาสเสมอนายของตนก็พออยู่แล้ว"

　　แล้วความสัมพันธ์ระหว่างโมเสสที่นำชนชาติอิสราเอลออกจากอียิปต์
และโยชูวาผู้สืบทอดการเป็นผู้นำต่อจากโมเสสและนำประชาชนของท่าน
เข้าสู่คานาอันล่ะ โมเสสเดินผ่านทะเลแดงและทำให้น้ำไหลออกมาจากหิน
แต่โยชูวาก็ไม่ด้อยไปกว่าโมเสสในการทำการอัศจรรย์ เช่น ท่านทำให้น้ำใน
แม่น้ำจอร์แดนไหลกลับมาท่วมฝั่งอย่างเดิมอีก ท่านทำให้เมืองเยรีโคล่มสลาย
และท่านทำให้ดวงอาทิตย์และดวงจันทร์หยุดนิ่งอยู่เกือบครึ่งวัน เป็นต้น ถึง

กระนั้น โยชูวาไม่ได้เหนือกว่าโมเสสซึ่งเคยสนทนากับพระเจ้าแบบหน้าต่อ
หน้าอย่างชัดเจนโดยไม่มีปริศนาใด ๆ
          ในโลกนี้ศิษย์อาจเป็นใหญ่กว่าครูของตน แต่สิ่งนี้ไม่อาจเกิดขึ้นได้ในโลก
ฝ่ายวิญญาณ ทั้งนี้ก็เพราะว่าการที่จะหยั่งรู้โลกฝ่ายวิญญาณได้เราต้องอาศัย
ความช่วยเหลือของพระเจ้าเท่านั้น ไม่ใช่อาศัยตำราหรือความรู้ฝ่ายโลก ด้วย
เหตุนี้ บุคคลที่ได้รับการสร้างวินัยฝ่ายวิญญาณโดยครูฝ่ายวิญญาณจึงไม่ใหญ่
ไปกว่าครูของตนซึ่งเป็นผู้ที่รู้และทำสิ่งต่าง ๆ ด้วยพระคุณของพระเจ้า
          ในพระคัมภีร์เอลีชาได้รับวิญญาณของเอลียาห์เป็นสองเท่าและทำการ
อัศจรรย์มากกว่า แต่เอลีชาด้อยกว่าเอลียาห์ผู้ซึ่งถูกรับขึ้นไปสู่สวรรค์ในขณะ
ที่มีชีวิตอยู่ ในคริสตจักรยุคแรกก็เช่นกัน ทิโมธีกระทำหลายสิ่งหลายอย่างเพื่อ
พระเยซูเจ้าแต่ท่านไม่ได้ใหญ่ไปกว่าอัครทูตเปาโลผู้เป็นครูของท่าน

          เนื่องจากในมิติฝ่ายวิญญาณไม่มีขอบเขตจำกัด ดังนั้นจึงไม่มีใครสามารถ
หยั่งรู้ความล้ำลึกของมิตินี้ได้อย่างครบถ้วนเรารู้ถึงมิติฝ่ายวิญญาณนี้ได้โดย
ผ่านคำสอนของพระเจ้าเท่านั้นไม่ใช่โดยตัวเราเองเช่นเดียวกับการที่เราไม่
สามารถหยั่งรู้ได้ว่ามหาสมุทรลึกเพียงใดหรือมีพืชและสัตว์ชนิดใดบ้าง
ที่อาศัยอยู่ในส่วนลึกที่สุดของมหาสมุทรนั้นแต่เมื่อเราลงไปภายใต้ท้อง
มหาสมุทรเราจะมองเห็นปลาและพืชพันธุ์ที่มีสีสันนานาชนิดอยู่จำนวน
มาก ยิ่งกว่านั้น ท่านจะเห็นถึงความลึกลับซับซ้อนของมหาสมุทรมากเท่าที่
ท่านต้องการเมื่อท่านสำรวจลึกลงไป ในทำนองเดียวกัน ยิ่งท่านเข้าสู่มิติฝ่าย
วิญญาณมากขึ้นเท่าใด ท่านยิ่งจะเรียนรู้เกี่ยวกับมิตินี้มากขึ้นเท่านั้น
          พระเจ้าทรงสอนและทรงอนุญาตให้ข้าพเจ้าเข้าใจมิติฝ่ายวิญญาณเพื่อ
ข้าพเจ้าจะสามารถเข้าไปถึงระดับที่ลึกกว่าของมิติฝ่ายวิญญาณพระองค์ยังทรง
นำข้าพเจ้าให้มีประสบการณ์กับมิติฝ่ายวิญญาณด้วยตนเองพระเจ้าทรงนำและ
ทรงสอนข้าพเจ้าเกี่ยวกับขนาดแห่งความเชื่อโดยละเอียดด้วยวิธีการนี้และ
ทรงใช้ข้าพเจ้าให้นำผู้คนมากมายไปสู่มิติฝ่ายวิญญาณในระดับที่ลึกกว่า เมื่อรู้

เช่นนี้แล้ว ท่านควรสำรวจตนเองอย่างถี่ถ้วนยิ่งขึ้นและพยายามบรรลุถึงความ
เชื่อที่เติบโตมากยิ่งขึ้น

## 3. ความเชื่อที่สำแดงหมายสำคัญและการอัศจรรย์

ถ้าท่านมีความเชื่ออย่างครบถ้วนเมื่อความจริงฝังแน่นอยู่ในจิตใจของท่าน
อย่างสมบูรณ์แล้วท่านก็จะอธิษฐานเพิ่มมากขึ้นในขณะที่ท่านพยายามดำเนิน
ชีวิตตามน้ำพระทัยของพระเจ้าทั้งนี้ก็เพราะว่าท่านต้องรับเอาฤทธิ์อำนาจ
เพื่อช่วยดวงวิญญาณมากมายให้รอดซึ่งวิญญาณแต่ละดวงเป็นสิ่งที่มีค่ากว่า
จักรวาลในสายพระเนตรของพระเจ้า

ทำไมพระเยซูจึงถูกตรึงเพราะพระองค์ต้องการช่วยดวงวิญญาณที่หลง
หายไปในเส้นทางของความบาปให้รอดและทำให้คนเหล่านั้นเป็นบุตรของ
พระเจ้า

ทำไมพระเยซูจึงตรัสว่า "เรากระหายน้ำ" ในขณะที่พระองค์ถูกตรึงบน
กางเขนพร้อมกับหลั่งพระโลหิตเป็นเวลาหลายชั่วโมงภายใต้ดวงอาทิตย์ที่
แผดเผาการที่พระองค์ตรัสเช่นนั้นพระเยซูไม่ได้ขอให้เราดับความกระหาย
ฝ่ายร่างกายของพระองค์ซึ่งเป็นผลจากการเสียเลือดของพระองค์    แต่ที่ตรัส
เช่นนั้นก็เพื่อบรรเทาความกระหายฝ่ายวิญญาณของพระองค์ด้วยการชดใช้ค่า
จ้างของความบาปด้วยพระโลหิตของพระองค์  พระเยซูทรงเรียกร้องอย่างเอา
จริงเอาจังเพื่อให้เราช่วยดวงวิญญาณที่หลงหายให้รอดและนำคนเหล่านั้นไป
สู่อ้อมแขนของพระองค์

### ช่วยคนจำนวนมากให้รอดด้วยฤทธิ์เดชอำนาจ

เมื่อบุคคลหนึ่งบรรลุถึงความเชื่อในระดับที่ห้าซึ่งทำให้เขาเป็นที่พอ

พระทัยพระเจ้า เขาจะใคร่ครวญอย่างเอาจริงเอาจังว่า "เราจะนำผู้คนจำนวน
มากมาสู่อ้อมแขนของพระบิดาได้อย่างไร เราจะขยายแผ่นดินของพระเจ้าและ
ความชอบธรรมของพระองค์ได้อย่างไร" และเขาจะทำทุกวิถีทางเพื่อให้บรรลุ
ผลสำเร็จ ด้วยเหตุนี้ เขาจึงพยายามที่จะทำให้พระเจ้าพอพระทัยด้วยการทำ
หน้าที่อื่น ๆ นอกเหนือจากหน้าที่ซึ่งเขาได้รับมอบหมายจากพระเจ้าให้สำเร็จ

อย่างไรก็ตามแม้แต่บุคคลที่อุทิศตนเช่นนี้ก็ไม่สามารถทำให้พระเจ้าพอ
พระทัยได้โดยที่เขาไม่ได้รับฤทธิ์เดชอำนาจ เหมือนที่ 1 โครินธ์ 4:20 กล่าวไว้
ว่า *"เพราะว่าแผ่นดินของพระเจ้ามิใช่เรื่องคำพูด แต่เป็นเรื่องฤทธิ์เดช"*
ท่านจะรับฤทธิ์เดชอำนาจเพื่อนำคนจำนวนมากมาสู่หนทางแห่งความ
รอดได้อย่างไร ท่านสามารถรับเอาฤทธิ์เดชอำนาจได้ด้วยการอธิษฐานอย่าง
ไม่หยุดหย่อนเท่านั้น การช่วยดวงวิญญาณให้รอดไม่อาจสำเร็จได้ด้วยการพูด
ความรู้ ประสบการณ์ ชื่อเสียง หรือสิทธิอำนาจของมนุษย์ แต่จะสำเร็จได้ด้วย
ฤทธิ์เดชอำนาจที่พระเจ้าประทานให้

ดังนั้น ผู้คนที่มีความเชื่อในระดับที่ห้าต้องอธิษฐานด้วยความร้อนรนอย่าง
ต่อเนื่องเพื่อรับเอาฤทธิ์เดชอำนาจซึ่งจะช่วยให้เขาสามารถนำผู้คนจำนวนมาก
ที่สุดเท่าที่จะมากได้มาสู่ความรอด

## แผ่นดินของพระเจ้าเป็นของเรื่องฤทธิ์เดชอำนาจ

ครั้งหนึ่งข้าพเจ้าพบกับศิษยาภิบาลคนหนึ่งซึ่งเป็นคนที่ไม่เพียงแต่มีจิตใจ
ที่สุภาพอ่อนน้อมเท่านั้นแต่เขายังพยายามทำหน้าที่ของตนให้สำเร็จและ
อธิษฐานเพื่อดำเนินชีวิตโดยพระคำของพระเจ้าเช่นกัน แต่ศิษยาภิบาลคนนี้ไม่
ได้เกิดผลมากอย่างที่เขาคาดไว้ สาเหตุคืออะไร ถ้าศิษยาภิบาลคนนี้รักพระเจ้า
อย่างแท้จริงเขาต้องมอบอุทิศความคิด จิตใจ ชีวิต และสติปัญญาทั้งสิ้นของเขา
ไว้กับพระเจ้า แต่เขาไม่ได้ทำเช่นนั้น ศิษยาภิบาลคนนี้ต้องรู้ว่าเขายังคงเป็นเจ้า
นายชีวิตของตนอยู่ แทนที่เขาจะยอมให้พระเจ้าเป็นผู้นำ

พระเจ้าไม่สามารถทำงานกับเขาได้เพราะเขาไม่ได้พึ่งพิงพระเจ้าอย่างสิ้น
เชิง แต่เขาทำทุกอย่างด้วยการพึ่งพิงความรู้และความคิดของตนเอง ดังนั้น เขา
จึงไม่สามารถสำแดงถึงการทำงานของพระเจ้าซึ่งอยู่เหนือความสามารถของ
มนุษย์ได้แม้เขาจะเห็นผลของการทำงานของตนก็ตาม

ด้วยเหตุนี้ เมื่อท่านทำพันธกิจของพระเจ้า ท่านจึงต้องอธิษฐาน ฟังพระ
สุรเสียงของพระวิญญาณบริสุทธิ์ และอยู่ภายใต้การควบคุมของพระวิญญาณ
บริสุทธิ์ แทนที่จะพึ่งพิงความคิด ความรู้ และประสบการณ์ของมนุษย์ ท่าน
จะมีประสบการณ์กับการทำงานอันอัศจรรย์ซึ่งสำแดงออกโดยฤทธิ์เดชอำนาจ
ของพระเจ้าที่มาจากเบื้องบนได้ก็ต่อเมื่อท่านเป็นบุคคลแห่งความจริงและอยู่
ภายใต้การควบคุมอย่างสมบูรณ์ของพระวิญญาณบริสุทธิ์

แต่เมื่อท่านพึ่งพิงความรู้และทฤษฎีของมนุษย์แม้ท่านคิดว่าท่านรู้จักพระ
คำของพระเจ้า อธิษฐาน และทำหน้าที่ของท่านอย่างดีที่สุด แต่พระเจ้าไม่
ได้สถิตอยู่กับท่านเพราะท่าทีเช่นนั้นเป็นความเย่อหยิ่งในสายพระเนตรของ
พระเจ้าด้วยเหตุนี้ ท่านต้องกำจัดเนื้อหนังทั้งสิ้นออกไป อธิษฐานอย่างร้อนรน
เพื่อให้ท่านกลายเป็นมนุษย์ฝ่ายวิญญาณที่สมบูรณ์แบบ ทูลขอฤทธิ์เดชอำนาจ
ของพระเจ้า และรู้ว่าทำไมอัครทูตเปาโลจึงประกาศว่า "ข้าพเจ้าตายทุกวัน"

## ถ้าท่านอธิษฐานด้วยการดลใจของพระวิญญาณบริสุทธิ์

ทุกคนที่ต้อนรับเอาพระเยซูองค์พระผู้เป็นเจ้าต้องอธิษฐานเพราะการ
อธิษฐานเป็นการหายใจฝ่ายวิญญาณ ถึงกระนั้น เนื้อหาของคำอธิษฐานจะแตก
ต่างกันออกไปตามความเชื่อในระดับต่าง ๆ คนที่มีความเชื่อในระดับที่หนึ่ง
หรือที่สองส่วนใหญ่จะอธิษฐานเผื่อตนเอง แต่เขาอธิษฐานได้ไม่เกิน 10 นาที
เพราะไม่มีสิ่งใดมากนักที่เขาจะอธิษฐานเผื่อ

นอกจากนั้น เขาไม่ได้อธิษฐานด้วยความเชื่อจากส่วนลึกแห่งจิตใจของตน
แม้เขาจะอธิษฐานเผื่อแผ่นดินและความชอบธรรมของพระเจ้า แต่เมื่อเขาเข้า

สู่ความเชื่อในระดับที่สามเขาจะสามารถอธิษฐานเผื่อแผ่นดินของพระเจ้าและความชอบธรรมของพระองค์มากกว่าการทูลขอบางสิ่งบางอย่างเพื่อตนเอง

เขาจะอธิษฐานอย่างไรเมื่อเขาเข้าสู่ความเชื่อในระดับที่สี่ ในระดับนี้เขาจะอธิษฐานเผื่อแผ่นดินและความชอบธรรมของพระเจ้าเท่านั้นเพราะเขาได้ละทิ้งการกระทำและความปรารถนาของเนื้อหนังไปอย่างสิ้นเชิง

บุคคลนี้ไม่จำเป็นต้องอธิษฐานเพื่อกำจัดความบาปของตนเพราะเขาดำเนินชีวิตโดยพระคำของพระเจ้าอยู่แล้ว เขาทูลขอพระเจ้าเพื่อสิ่งอื่น ๆ นอกเหนือจากตัวเขาและครอบครัว เช่น เพื่อความรอดของคนจำนวนมาก เพื่อการขยายแผ่นดินและความชอบธรรมของพระเจ้า เพื่อคริสตจักรและคนงานของคริสตจักร และเพื่อพี่น้องชายหญิงในความเชื่อ บุคคลนี้จะอธิษฐานอยู่เสมอเพราะเขาตระหนักดีว่าเขาไม่อาจช่วยดวงวิญญาณให้รอดได้เลยแม้แต่คนเดียวถ้าเขาไม่ได้รับฤทธิ์อำนาจของพระเจ้าจากเบื้องบน เขายังอธิษฐานเผื่อแผ่นดินและความชอบธรรมของพระเจ้าอย่างร้อนรนด้วยสิ้นสุดใจ วิญญาณ ความคิดและกำลังทั้งสิ้นของตนด้วยเช่นกัน

ยิ่งกว่านั้นถ้าบุคคลนี้บรรลุถึงความเชื่อในระดับที่ห้าเขาจะถวายคำอธิษฐานที่พอพระทัยพระเจ้าและคำอธิษฐานแห่งการขอบพระคุณที่สามารถเขย่าพระที่นั่งของพระเจ้าได้

ในอดีต การที่เขาจะอธิษฐานด้วยการเต็มล้นของพระวิญญาณบริสุทธิ์นั้นอาจใช้เวลานาน แต่เวลานี้เขาสัมผัสได้ว่าคำอธิษฐานของตนขึ้นไปถึงสวรรค์ด้วยการดลใจของพระวิญญาณบริสุทธิ์ในช่วงเวลาที่เขาคุกเข่าลงอธิษฐาน

เมื่อท่านอธิษฐานขับไล่ความบาปของท่านนั้นอาจเป็นสิ่งที่ลำบาก แต่การที่ท่านอธิษฐานด้วยความเชื่อเพื่อรับเอาฤทธิ์อำนาจของพระเจ้าในการช่วยคนบาปให้รอดและการทำให้พระเจ้าพอพระทัยด้วยความรักอย่างมากมายที่มีต่อองค์พระผู้เป็นเจ้านั้นไม่ใช่เรื่องยาก

## การแสดงหมายสำคัญและการอัศจรรย์

หมายสำคัญและการอัศจรรย์มากมายเกิดขึ้นผ่านทางผู้คนที่อธิษฐานด้วย
ใจร้อนรนอย่างต่อเนื่องพร้อมกับความรักอย่างจริงจังที่จะรับเอาฤทธิ์อำนาจ
ของพระเจ้า นี่เป็นสิ่งที่ยืนยันว่าเขามีความเชื่อที่พระเจ้าพอพระทัย

พระเยซูทรงทำการอัศจรรย์และหมายสำคัญหลายอย่างในช่วงการทำพันธ
กิจของพระองค์ พระองค์ตรัสไว้ในยอห์น 4:48 ว่า *"ถ้าพวกท่านไม่เห็นหมาย
สำคัญและการอัศจรรย์  ท่านก็จะไม่เชื่อ"* ทั้งนี้ก็เพราะว่าพระเยซูสามารถ
ทำให้ผู้คนมีความเชื่อในพระเจ้าได้ง่ายขึ้นด้วยการเป็นพยานถึงพระเจ้า
ผู้ทรงพระชนม์อยู่ผ่านการสำแดงให้คนเหล่านั้นเห็นถึงหมายสำคัญและการ
อัศจรรย์

ในปัจจุบันพระเจ้ายังทรงเลือกผู้คนที่เหมาะสมบางคนและทรงอนุญาตให้
คนเหล่านั้นทำการอัศจรรย์และหมายสำคัญและทำกิจที่ยิ่งใหญ่กว่าที่พระเยซู
เคยกระทำ (ยอห์น 14:12) ที่คริสตจักรของข้าพเจ้าแห่งเดียวมีหมายสำคัญและ
การอัศจรรย์จำนวนนับไม่ถ้วนเกิดขึ้น

ตอนนี้ขอให้เราสำรวจถึงหมายสำคัญและการอัศจรรย์ที่กระทำผ่านผู้คนที่
มีความเชื่อซึ่งพระเจ้าพอพระทัย ประการแรก เมื่อมีการกระทำและการสำแดง
ถึงฤทธิ์อำนาจของพระเจ้าที่อยู่เหนือความสามารถของมนุษย์ปรากฏขึ้น   เรา
เรียกปรากฏการณ์นี้ว่า "หมายสำคัญ" ตัวอย่าง เช่น คนตาบอดสามารถมอง
เห็น คนใบ้พูดได้ คนหูหนวกได้ยิน คนง่อยเดินได้ ขาที่สั้นถูกยืดให้ยาว หลัง
ที่คดงอสามารถยืดตรงและอาการอัมพาตระยะแรกหรืออาการอัมพาตทาง
สมองหายเป็นปกติ

พระเยซูตรัสกับเราในมาระโก 16:17-18 เกี่ยวกับหมายสำคัญว่า:

*มีคนเชื่อที่ไหน  หมายสำคัญเหล่านี้จะบังเกิดขึ้นที่นั่น  คือเขาจะ
ขับผีออกในนามของเรา  เขาจะพูดภาษาแปลก ๆ  เขาจะจับงูได้  ถ้า*

*เขากินยาพิษอย่างใด จะไม่เป็นอันตรายแก่เขา และเขาจะวางมือบนคนไข้ คนป่วย แล้วคนเหล่านั้นจะหายโรค*

คำว่า “คนเชื่อ” ในที่นี้หมายถึงผู้คนที่มีความเชื่อของบิดา หมายสำคัญที่จะบังเกิดขึ้นกับ “คนที่เชื่อ” อาจจำแนกออกเป็น 5 กลุ่มและเราจะอธิบายถึงหมายสำคัญเหล่านี้โดยละเอียดในบทต่อไป

ประการที่สองในบรรดาพระราชกิจจำนวนมากของพระเจ้า“การอัศจรรย์” เป็นการเปลี่ยนดินฟ้าอากาศซึ่งเกี่ยวข้องกับการขับเคลื่อนก้อนเมฆ การทำให้ฝนตกหรือฝนหยุด การขับเคลื่อนการโคจรของระบบจักรวาล และปรากฏการณ์อื่น ๆ ในทำนองนี้

จากเรื่องราวในพระคัมภีร์ พระเจ้าทรงทำให้ฟ้าร้องและฝนตกเมื่อซามูเอลอธิษฐาน (1 ซามูเอล 12:18) เมื่อผู้เผยพระวจนะอิสยาห์ร้องทูลพระเจ้าเรารู้ว่าพระเจ้าทรงนำเงาย้อนกลับมาสิบขั้น (2 พงศ์กษัตริย์ 20:11) นอกจากนั้น เอลียาห์อธิษฐานอย่างร้อนรนเพื่อไม่ให้ฝนตกและฝนก็ไม่ตกต้องแผ่นดินถึงสามปีครึ่ง เมื่อท่านอธิษฐานอีกครั้งหนึ่ง ฟ้าสวรรค์ได้ประทานฝนให้ (ยากอบ 5:17-18)

ในทำนองเดียวกันพระเจ้าแห่งความรักทรงนำผู้คนไปสู่หนทางแห่งความรอดด้วยการสำแดงให้คนเหล่านั้นเห็นถึงหมายสำคัญและการอัศจรรย์อย่างชัดเจนผ่านทางผู้คนที่พระองค์ทรงเห็นว่าเหมาะสม ด้วยเหตุนี้ ท่านควรมีความเชื่ออย่างมั่นคงในพระคำของพระเจ้าซึ่งบันทึกไว้ในพระคัมภีร์และพยายามบรรลุถึงความเชื่อที่พระเจ้าพอพระทัย

## 4. ความสัตย์ซื่อต่อทุกสิ่งในชุมชนของพระเจ้า

ผู้คนที่มีความเชื่อในระดับที่หนึ่งหรือที่สองจะสามารถเข้าสู่สถานะของ

ความเชื่อในระดับที่ห้าได้ชั่วคราวทั้งนี้ก็เพราะว่าครั้งแรกเมื่อคนเหล่านี้ได้รับ
พระวิญญาณบริสุทธิ์เขาจะเต็มล้นด้วยพระวิญญาณบริสุทธิ์อย่างมากจนเขา
ไม่กลัวแม้กระทั่งความตาย แต่เขาจะเต็มไปด้วยการขอบพระคุณ อธิษฐาน
อย่างร้อนรน ประกาศพระกิตติคุณ และเข้าร่วมการประชุมทุกอย่างของคริสต
จักร คนเหล่านี้ได้รับทุกสิ่งที่ตนทูลขอเพราะเขาอยู่ในความเชื่อระดับที่สี่หรือ
ที่ห้าแม้ประสบการณ์ของเขาจะเป็นสิ่งชั่วคราว เมื่อคนเหล่านี้สูญเสียการเต็ม
ล้นของพระวิญญาณบริสุทธิ์ไม่นานเขาก็จะกลับไปสู่ความเชื่อในระดับเดิม
ของตน

แต่ผู้คนที่มีความเชื่อในระดับที่ห้าไม่เคยเปลี่ยนแปลง ทั้งนี้ก็เพราะว่าคน
เหล่านี้เต็มล้นด้วยพระวิญญาณบริสุทธิ์อยู่ตลอดเวลาจนเขาสามารถควบคุม
และจัดการกับความคิดของตนได้อย่างสมบูรณ์และไม่ได้ดำเนินชีวิตเหมือน
กับผู้คนที่มีความเชื่อในระดับที่หนึ่งหรือที่สอง คนเหล่านี้ยังเป็นที่พอพระทัย
พระเจ้าด้วยความสัตย์ซื่อต่อทุกสิ่งในชุมชนของพระเจ้าเช่นกัน

กันดารวิถี 12:3 บอกเราเกี่ยวกับโมเสสว่า *"โมเสสเป็นคนถ่อมใจมากยิ่ง
กว่าคนทั้งปวงที่พื้นแผ่นดิน"* และข้อ 7 ระบุว่า *"สำหรับโมเสสผู้รับใช้ของเรา
ก็ไม่เป็นเช่นนั้น ในประชาชนของเราเขาสัตย์ซื่อ"* จากข้อความเหล่านี้เรารู้ว่า
โมเสสมีความเชื่ออยู่ในระดับที่ห้าซึ่งทำให้ท่านเป็นที่พอพระทัยพระเจ้า

## อะไรคือความหมายของความสัตย์ซื่อต่อทุกสิ่งในชุมชนของ
## พระเจ้า

บุคคลที่ *"สัตย์ซื่อต่อทุกสิ่งในชุมชนของพระเจ้า"* มีความเชื่อของพระ
คริสต์หรือ *"ความเชื่อฝ่ายวิญญาณที่สมบูรณ์แบบ"* ดังนั้นเขาจึงทำทุกสิ่งทุก
อย่างด้วยท่าทีของพระเยซูคริสต์บุคคลนี้ทำทุกสิ่งทุกอย่างด้วยพระทัยของ
พระคริสต์และหัวใจแห่งวิญญาณ โดยไม่พึ่งพิงความคิดหรือจิตใจของตนเอง
เนื่องจากบุคคลนี้บรรลุถึงการมีความคิดแห่งความดีงามซึ่งเป็นความคิด

ของพระคริสต์ เขาจึงไม่ทะเลาะวิวาทหรือไม่ร้องเสียงดัง ไม่ทำให้ไม้อ้อที่ช้ำ
แล้วหัก และไม่ดับไส้ตะเกียงที่จวนจะดับ (มัทธิว 12:19-20) บุคคลเช่นนี้ได้
ตรึงเนื้อหนังของตนพร้อมกับความอยากและความใคร่ของเนื้อหนังนั้นไว้
แล้วเพื่อเขาจะสามารถมีความสัตย์ซื่อในการทำหน้าที่ทั้งสิ้นของตน

เขาไม่มี "ตัวตน" หลงเหลืออยู่ในตัวเขา เขามีเพียงพระทัยของพระคริสต์
—หัวใจแห่งวิญญาณ—เพราะเขาได้ขับไล่สิ่งต่าง ๆ ฝ่ายเนื้อหนังทั้งสิ้นออก
ไปแล้ว เขาไม่มีความสนใจต่อเกียรติ อำนาจ และความมั่งคั่งฝ่ายโลก

ตรงกันข้าม จิตใจของเขาเต็มล้นไปด้วยความหวังสำหรับสิ่งที่นิรันดร์ เช่น
เขาจะทำให้แผ่นดินของพระเจ้าและความชอบธรรมของพระองค์สำเร็จใน
ขณะที่เขาอยู่ในโลกได้อย่างไร เขาจะเป็นบุคคลสำคัญในสวรรค์และเป็นที่รัก
ของพระเจ้าพระบิดาได้อย่างไรและเขาจะดำเนินชีวิตอย่างมีความสุขตลอดไป
ด้วยการสำสมสิ่งที่มีค่าไว้ในสวรรค์ได้อย่างไร ผลที่ตามมาก็คือ บุคคลนี้กลาย
เป็นคนที่สัตย์ซื่อต่อหน้าที่ทั้งสิ้นของตนเพราะสิ่งที่หลั่งไหลออกมาจากส่วน
ลึกแห่งจิตใจของเขานั้นมีเพียงความร้อนรนและความจริงใจที่จะทำให้แผ่น
ดินและความชอบธรรมของพระเจ้าสำเร็จเท่านั้น

ขนาดของการอุทิศตนในหมู่คนที่ทำให้แผ่นดินของพระเจ้าและความ
ชอบธรรมของพระองค์สำเร็จนั้นแตกต่างกันออกไปถ้าคนหนึ่งทำเฉพาะ
หน้าที่ที่เขาได้รับมอบหมาย คนนั้นก็ทำเฉพาะส่วนที่เขารับผิดชอบให้สำเร็จ
เพียงอย่างเดียว

ยกตัวอย่าง เมื่อท่านว่าจ้างคนหนึ่งให้ทำงาน ท่านตกลงค่าจ้างกับเขา และ
เขาก็ทำงานที่ตนถูกจ้างมาให้เสร็จ และเขาได้รับค่าจ้าง เราไม่เรียกว่าบุคคล
นี้ "สัตย์ซื่อต่อทุกสิ่ง" แม้เขาทำงานสำเร็จเป็นอย่างดี "การสัตย์ซื่อต่อทุกสิ่ง"
หมายถึงการที่บุคคลไม่เพียงแต่ทำงานที่ตนได้รับมอบหมายให้สำเร็จเท่านั้น
แต่ยังหมายถึงการที่เขาทำมากกว่าที่ตนได้รับมอบหมายให้สำเร็จโดยไม่
สงวนสิ่งที่ตนมีอยู่เอาไว้และทำด้วยความจริงใจ แทนที่จะทำเฉพาะงานที่ตน

ได้รับมอบหมาย

ด้วยเหตุนี้ท่านไม่อาจเป็นบุคคลที่ "สัตย์ซื่อต่อทุกสิ่งในชุมชนของ
พระเจ้า" ได้ถึงแม้ท่านจะละทิ้งความบาปของตนด้วยการต่อสู้กับบาปเหล่า
นั้นจนเลือดไหลด้วยความรักอันยิ่งใหญ่ที่มีต่อองค์พระผู้เป็นเจ้าและทำหน้าที่
ของท่านสำเร็จด้วยจิตใจที่บริสุทธิ์ก็ตาม ท่านจะเป็นบุคคลที่ "สัตย์ซื่อต่อ
ทุกสิ่งในชุมชนของพระเจ้า" ได้ก็ต่อเมื่อท่านได้รับการชำระให้บริสุทธิ์อย่าง
สมบูรณ์และทำหน้าที่ของท่านมากกว่าการทำตามหน้าที่รับผิดชอบของท่าน
ด้วยความเชื่อของพระคริสต์ซึ่งเป็นการเชื่อฟังจนถึงความมรณา

## สัตย์ซื่อต่อทุกสิ่งในชุมชนของพระเจ้า

ท่านมีความเชื่อในระดับที่สี่เมื่อท่านรักพระเยซูคริสต์มากที่สุดและมี
ความรักฝ่ายวิญญาณตามที่บรรยายไว้ใน 1 โครินธ์ 13 และมีผลของพระ
วิญญาณบริสุทธิ์ตามที่ระบุไว้ในกาลาเทีย 5 นอกจากนั้น ท่านสามารถบรรลุ
ถึงความเชื่อที่ทำให้พระเจ้าพอพระทัยเมื่อท่านมีลักษณะของผู้เป็นสุขตามที่
บันทึกไว้ในมัทธิว 5 และสัตย์ซื่อต่อทุกสิ่งในชุมชนของพระเจ้า ทำไมจึงเป็น
เช่นนั้น

ความรักที่เป็นผลของพระวิญญาณบริสุทธิ์กับความรักที่อธิบายไว้ใน 1
โครินธ์ 13 มีความแตกต่างกัน ความรักใน 1 โครินธ์ 13 คือคำจำกัดความของ
ความรักฝ่ายวิญญาณ ส่วนความรักซึ่งเป็นผลของพระวิญญาณบริสุทธิ์หมาย
ถึงความรักอย่างไม่จำกัดซึ่งเป็นการทำให้ธรรมบัญญัติสมบูรณ์

ด้วยเหตุนี้ความรักที่เป็นผลของพระวิญญาณบริสุทธิ์จึงครอบคลุม
ขอบเขตกว้างไกลกว่าความรักที่บรรยายไว้ใน 1 โครินธ์ 13 กล่าวคือ เมื่อการ
ถวายเครื่องบูชาของพระเยซูคริสต์ผู้ทรงทำให้ธรรมบัญญัติสำเร็จด้วยความรัก
บนไม้กางเขนถูกนำมาเพิ่มเติมเข้ากับความรักใน 1 โครินธ์ 13 เราจึงเรียกความ

รักนี้ว่า "ความรักที่เป็นผลของพระวิญญาณบริสุทธิ์"

ความปลาบปลื้มใจพร้อมกับความสุขและสันติสุขฝ่ายวิญญาณมาจากเบื้องบนเพราะสิ่งต่าง ๆ ฝ่ายเนื้อหนังที่อยู่ในท่านจะจางหายไปเมื่อความรักฝ่ายวิญญาณในท่านจำเริญขึ้นท่านจะเข้าใจถึงการเติมเต็มด้วยความปลาบปลื้มใจก็ต่อเมื่อท่านเต็มล้นด้วยสิ่งที่ดีเท่านั้นเพราะท่านเห็น ได้ยิน และคิดถึงเฉพาะในสิ่งที่ดี

ท่านไม่เกลียดชังผู้ใดเพราะไม่มีความเกลียดชังอยู่ในตัวท่านท่านเต็มล้นไปด้วยความปลาบปลื้มใจเพราะท่านต้องรับใช้คนอื่นให้สิ่งที่ดีกับคนอื่น และเสียสละเพื่อคนอื่น แม้ท่านอาศัยอยู่ในโลกนี้แต่ท่านไม่ได้แสวงหาสิ่งของฝ่ายเนื้อหนังเพื่อประโยชน์ของตน ตรงกันข้าม ท่านเต็มไปด้วยความหวังใจเกี่ยวกับสวรรค์โดยคิดอยู่ตลอดเวลาว่าทำอย่างไรท่านจึงสามารถขยายแผ่นดินของพระเจ้าและความชอบธรรมของพระองค์และทำให้พระองค์พอพระทัยด้วยการช่วยคนจำนวนมากให้รอด ท่านสามารถอยู่อย่างสันติกับเพื่อนบ้านของท่านเพราะท่านมีความสุขที่แท้จริงและมีสันติสุขในจิตใจที่จะดูแลคนเหล่านั้นด้วยความปลาบปลื้มใจที่มีมาเหนือท่าน

ยิ่งกว่านั้น ด้วยความหวังใจที่ท่านมีเกี่ยวกับสวรรค์ท่านสามารถอยู่อย่างสันติกับคนอื่นด้วยความอดกลั้นใจ ท่านสามารถสำแดงความปรานีต่อคนอื่นด้วยความอดทนเพราะท่านมีความเมตตาต่อเขา ท่านมีความดีเพราะท่านไม่ทะเลาะวิวาทหรือไม่ร้องเสียงดัง ท่านไม่ทำให้ไม้อ้อที่ช้ำแล้วหักและไม่ดับไส้ตะเกียงที่จวนจะดับถ้าท่านมีความปรานี ผู้คนที่มีความดีสามารถเป็นบุคคลที่สัตย์ซื่อฝ่ายวิญญาณเพราะเขาได้กำจัดความเห็นแก่ตัวออกไป

นอกจากนั้นในหมู่คนที่สัตย์ซื่อจะมีขนาดของความสัตย์ซื่อที่แตกต่างกันตามลักษณะของสภาพแห่งจิตใจของแต่ละคนยิ่งบุคคลมีความสุภาพอ่อนน้อมมากขึ้นเท่าใด ความสัตย์ซื่อที่เขามีก็จะเพิ่มขนาดมากขึ้นเท่านั้น ท่านสามารถเห็นถึงขนาดของความสุภาพอ่อนน้อมของบุคคลถ้าเขาสัตย์ซื่อต่อทุก

สิ่งในชุมชนของพระเจ้า    เขาทำหน้าที่ของตนอย่างสัตย์ซื่อทั้งในบ้านและใน
สถานที่ทำงาน ในความสัมพันธ์กับคนอื่น และในคริสตจักร ดังนั้น โมเสสซึ่ง
เป็นบุคคลที่ถ่อมใจที่สุดบนแผ่นดินโลกจึงสัตย์ซื่อต่อหน้าที่ทุกอย่างที่ท่านได้
รับมอบหมาย

      ยิ่งกว่านั้นท่านจะเป็นคนดีพร้อมได้อย่างไรถ้าปราศจากการรู้จักบัง
คับตนงท่านต้องสัตย์ซื่อต่อทุกสิ่งในชุมชนของพระเจ้าด้วยการรู้จักบังคับ
ตนเองเพราะท่านไม่อาจรักษาสมดุลในทุกด้านได้ถ้าปราศจากการรู้จักบังคับ
ตนเอง  ดังนั้น   ท่านจะไม่สามารถสัตย์ซื่อต่อทุกสิ่งในชุมชนของพระเจ้าได้
ถ้าปราศจากการรู้จักบังคับตนเองแม้ท่านจะมีผลของพระวิญญาณบริสุทธิ์อีก
แปดชนิดก็ตาม

      ยกตัวอย่าง สมมุติว่าท่านนัดพบกับเพื่อนคนหนึ่ง  ณ  สถานที่แห่งหนึ่ง
หลังการประชุมกลุ่มเซลล์ของท่านถ้าท่านไปไม่ตรงเวลาหรือโทรศัพท์ไป
ของเปลี่ยนเวลาพบปะคงเป็นสิ่งที่ไม่สุภาพนักกับเพื่อนของท่าน  ที่ท่านไปช้า
ไม่ใช่เพราะกลุ่มย่อยเลิกสายแต่เป็นเพราะว่าท่านเสียเวลากับพูดคุยหลังการ
ประชุมสิ้นสุดลง เช่นเดียวกัน  ท่านจะสัตย์ซื่อต่อทุกสิ่งในชุมชนของพระเจ้า
ได้อย่างไรถ้าท่านไม่สามารถรักษาสัญญาหรือทำตามข้อตกลงเล็กน้อยเช่น
นี้ได้โดยที่ท่านไม่รู้จักบังคับตนเอง   ท่านต้องรู้ว่าท่านจะสัตย์ซื่อต่อทุกสิ่งใน
ชุมชนของพระเจ้าได้ก็ต่อเมื่อชีวิตของท่านมีความสมดุลของการรู้จักบังคับ
ตนเองอยู่ด้วย

## ความรักฝ่ายวิญญาณ ผลของพระวิญญาณ และลักษณะของผู้เป็นสุข

      ลักษณะของผู้เป็นสุขจะปรากฏขึ้นในตัวท่านตามขนาดของความรักฝ่าย
วิญญาณและผลของพระวิญญาณบริสุทธิ์ที่ท่านสำแดงออกมา  ลักษณะของผู้
เป็นสุขหมายถึงคุณลักษณะของบุคคลที่จะเป็นภาชนะท่านจะสามารถสัตย์ซื่อ

ต่อทุกสิ่งในชุมชนของพระเจ้าอย่างสมบูรณ์ได้ก็ต่อเมื่อท่านมีลักษณะของผู้
เป็นสุขปรากฏอยู่ในตัวท่านอย่างครบถ้วนโดยการประพฤติและการสำแดงสิ่ง
ที่ท่านปลูกฝังไว้ในจิตใจของตนออกมา

ตลอดประวัติศาสตร์ส่วนใหญ่ของเกาหลีที่ปรึกษาในราชสำนักของ
กษัตริย์องค์ต่าง ๆ มักถือเอาภารกิจของทางราชการเป็นภารกิจของตน ดังนั้น
ปรึกษาเหล่านี้จึงสามารถสนองงานของกษัตริย์ได้เป็นอย่างดีและช่วยกษัตริย์
ในการตัดสินใจอย่างถูกต้องแม้ว่าบางครั้งการตัดสินใจดังกล่าวอาจหมาย
ถึงการประสบกับความทุกข์ลำบากหรือความตายก็ตามที่ปรึกษาเหล่านั้นไม่
เพียงแต่มีความจงรักภักดีต่อกษัตริย์ของตนเท่านั้น แต่เขายังรักประเทศชาติ
เหมือนรักตนเองและกระทำตามความรักที่เขามีอยู่ด้วย

ในด้านหนึ่งที่ปรึกษาเหล่านี้ยังรับใช้กษัตริย์ของตนจนถึงวาระสุดท้าย
แม้ต้องเสี่ยงชีวิตของตนก็ตาม แต่ในอีกด้านหนึ่ง ที่ปรึกษาบางคนที่ดูเหมือน
จงรักภักดีต่อกษัตริย์แต่เมื่อกษัตริย์ไม่ได้ทำตามคำแนะนำและคำปรึกษาที่เขา
ถวายด้วยความจริงใจคนเหล่านั้นมักขอลาออกและแยกตัวออกไปอยู่อย่าง
สันโดษ

แต่ที่ปรึกษาและผู้รับใช้ที่แท้จริงของพระราชาจะไม่ประพฤติเช่นนั้น คน
เหล่านี้จงรักภักดีต่อกษัตริย์จนถึงวาระสุดท้ายแม้ในยามที่กษัตริย์ทรงเพิก
เฉยและปฏิเสธคำแนะนำของตนหรือลบหลู่เกียรติของตนโดยไม่มีเหตุผลถึง
กระนั้น ที่ปรึกษาเหล่านี้ก็ไม่รู้สึกขุ่นเคืองต่อกษัตริย์และไม่ได้เปลี่ยนความคิด
ของตนแม้คนเหล่านั้นต้องเสียชีวิตของตนก็ตาม

## คุณลักษณะของการเป็นภาชนะและสภาพจิตใจของบุคคล

เพื่อเข้าใจความหมายของ "ความสัตย์ซื่อต่อทุกสิ่งในชุมชนของพระเจ้า"
อย่างชัดเจนประการแรกขอให้เราสำรวจถึงคุณลักษณะของการเป็นภาชนะ
และสภาพจิตใจของบุคคล

คุณลักษณะของการเป็นภาชนะของแต่ละคนจะมีขนาดแตกต่างกันออก
ไป ทั้งนี้ขึ้นอยู่กับว่าเขาปลูกฝังจิตใจของตนให้เป็นจิตใจที่ดีงามเพียงใด หรือ
เขาเปลี่ยนจิตใจของตนให้เป็นจิตใจที่สุภาพอ่อนน้อมแค่ไหนด้วยเหตุนี้
คุณลักษณะแห่งการเป็นภาชนะของบุคคลจะถูกกำหนดโดยความจริงที่ว่าเขา
ทำตามสิ่งที่เขาได้เรียนรู้มาหรือไม่ หรือเขาเชื่อฟังหรือไม่

     อะไรคือสิ่งที่ทำให้คุณลักษณะของการเป็นภาชนะของบุคคลแตกต่างกัน
อย่างเห็นได้ชัด เรื่องนี้ขึ้นอยู่กับว่าบุคคลนั้นตอบสนองต่อพระคำของพระเจ้า
ด้วยจิตใจชนิดใดและอย่างไร และบุคคลนั้นสำแดงสิ่งที่เขาทะนุถนอมไว้ใน
จิตใจของตนมากน้อยเพียงใด ดังนั้น บุคคลที่เป็นภาชนะที่ดีจะสะสมพระคำ
ของพระเจ้าและใคร่ครวญถึงพระคำนั้นอย่างลึกซึ้งในจิตใจของตน เหมือน
อย่างที่มารีย์ได้กระทำ *"ฝ่ายนางมารีย์ก็เก็บบรรดาสิ่งเหล่านั้นไว้ในใจและ
รำพึงอยู่"* (ลูกา 2:19)

     สภาพจิตใจของบุคคลจะแตกต่างกัน ทั้งนี้ขึ้นอยู่กับว่าบุคคลนั้นมีความ
คิดที่เปิดกว้างมากน้อยเพียงใดในการทำหน้าที่ของตนหรือเขาใช้ความคิด
ของตนมากพอหรือไม่ในการทำหน้าที่ของตนจากตัวอย่างการตอบสนองของ
ผู้คนต่อสถานการณ์เดียวกันต่อไปนี้ ข้าพเจ้าจะจำแนกการกระทำของบุคคล
ออกเป็น 4 กลุ่มซึ่งเป็นผลจากคุณสภาพจิตใจที่แตกต่างกัน

     บุคคลกลุ่มแรกทำมากกว่าสิ่งที่ตนได้รับคำสั่งให้ทำยกตัวอย่างเมื่อพ่อ
แม่บอกให้ลูกของตนเก็บขยะ ชิ้นหนึ่งขึ้นมาจากพื้นลูกไม่เพียงแต่ทำสะอาด
พื้นเท่านั้น แต่เขายังกวาดขี้ฝุ่น ทำสะอาดทุกซอกมุมของห้อง และนำขยะ
ทั้งหมดในถังไปทิ้งด้วยลูกคนนี้ทำให้พ่อแม่ของตนมีความสุขและความพึง
พอใจเพราะเขาทำมากกว่าที่พ่อแม่คาดเอาไว้ลูกคนนี้จะได้รับความรักจากพ่อ
แม่ของตนมากทีเดียว มัคนายกสเทเฟนและฟีลิปคือบุคคลกลุ่มนี้ ทั้งสองเป็น
ผู้ที่มีความคิดกว้างไกลมากจนท่านสามารถทำหมายสำคัญและการอัศจรรย์
มากมายเหมือนที่บรรดาอัครทูตได้กระทำในหมู่ประชาชน (กิจการ 6)

บุคคลกลุ่มที่สองทำเฉพาะสิ่งที่ตนได้รับคำสั่งให้ทำ ยกตัวอย่าง ถ้าลูก
เพียงแต่เก็บขยะขึ้นมาจากพื้นห้องตามคำสั่งของพ่อแม่เขาอาจเป็นคนที่น่ารัก
สำหรับพ่อแม่เนื่องจากลูกคนนี้เชื่อฟังพ่อแม่แต่เขาอาจไม่ได้ทำให้พ่อแม่พึง
พอใจ

บุคคลกลุ่มที่สามไม่ได้ทำในสิ่งที่ตนควรกระทำ คนกลุ่มนี้เป็นผู้ที่มีหัวใจ
เย็นชาและเฉยเมยมากจนเขารู้สึกไม่พอใจเมื่อมีคนขอร้องให้เขาทำภารกิจบาง
อย่าง คนที่อ้างว่าตนรักพระเจ้าแต่กลับไม่อธิษฐานและไม่สนใจดูแลลูกแกะ
ของพระเยซูเป็นผู้ที่อยู่ในกลุ่มนี้จากคำอุปมาเรื่องหนึ่งของพระเยซูปุโรหิต
และคนเลวีที่เดินเลยไปเสียอีกฟากหนึ่งเป็นคนที่อยู่ในกลุ่มนี้เช่นกัน(ลูกา 10)
เพราะคนเหล่านี้ไม่มีความรักเขาจึงทำในสิ่งที่พระเจ้ารังเกียจมากที่สุดเช่น
การเป็นคนเย่อหยิ่ง การล่วงประเวณี และการทรยศหักหลังพระองค์

บุคคลกลุ่มสุดท้ายทำให้สิ่งต่างๆเลวร้ายลงและขัดขวางไม่ให้ภารกิจบรรลุ
ผลสำเร็จถ้าคนกลุ่มนี้ไม่เริ่มต้นทำภารกิจใดเลยแต่แรกก็อาจเป็นสิ่งที่ดีกว่า
ลูกที่ทุบกระถางดอกไม้ด้วยความโกรธที่พ่อแม่บอกให้ตนเก็บขยะขึ้นมาเป็น
คนที่อยู่ในกลุ่มนี้

## จิตใจกว้างขวางและความสัตย์ซื่อต่อทุกสิ่งในชุมชนของ พระเจ้า

เมื่อข้าพเจ้าอธิบายถึงการจำแนกลักษณะของบุคคลออกเป็น 4 กลุ่ม เรารู้
ได้ว่าบุคคลหนึ่งมีคุณสมบัติที่จะเป็นภาชนะเมื่อเขาทำหน้าที่ของตนมากกว่า
ที่คาดเอาไว้ ทั้งนี้ก็เพราะว่าขนาดของการเป็นภาชนะของบุคคลขึ้นอยู่กับว่า
บุคคลนั้นมีความหวังและความคิดกว้างไกลเพียงใดและเขาพยายามด้วยความ
จริงใจแค่ไหน การกระทำของเขาจะคงเส้นคงวาไม่ว่าเขาจะทำอยู่ที่คริสตจักร
ที่ทำงาน หรือที่บ้านก็ตาม

ด้วยเหตุนี้ เมื่อคนหนึ่งได้รับมอบหมายให้ทำภารกิจบางอย่าง ถ้าเขาเชื่อฟัง

ด้วยการตอบว่า "อาเมน" บุคคลนั้นถือเป็นผู้ที่มีคุณสมบัติสำคัญของการเป็นภาชนะ เรารู้ได้ว่าบุคคลมีจิตใจกว้างขวางเมื่อเขาไม่เพียงแต่เชื่อฟังในสิ่งที่ตนได้รับคำสั่ง แต่เขายังทำสิ่งนั้นให้สำเร็จเกินกว่าที่คาดเอาไว้ด้วยความจริงใจและความคิดกว้างไกลด้วยเช่นกัน ในแง่นี้ การเป็นคนสัตย์ซื่อต่อทุกสิ่งในชุมชนของพระเจ้าจึงสัมพันธ์กับขนาดของการมีจิตใจกว้างขวาง ความจริงใจแตกต่างจากขนาดของการมีจิตใจกว้างขวาง

ขอให้เราศึกษาบางคนที่สัตย์ซื่อต่อทุกสิ่งในชุมชนของพระเจ้า ในกันดารวิถี 12:7-8 ท่านรู้ว่าพระเจ้าทรงรักโมเสสที่ท่านสัตย์ซื่อต่อทุกสิ่งในชุมชนของพระเจ้ามากสักเพียงใด พระคัมภีร์ข้อเหล่านี้บอกให้เราทราบว่าการสัตย์ซื่อต่อทุกสิ่งในชุมชนของพระเจ้านั้นสำคัญอย่างไร

> *สำหรับโมเสสผู้รับใช้ของเราเขาสัตย์ซื่อเราพูดกับเขาปากต่อปากอย่างชัดเจน ไม่พูดเร้นลับและเขาเห็นสัณฐานของพระเจ้า ไฉนเจ้าไม่กลัวที่จะพูดติโมเสสผู้รับใช้ของเรา*

โมเสสไม่เพียงแต่มีความรักและจิตใจที่หนักแน่นมั่นคงให้กับพระเจ้าเท่านั้น แต่ท่านยังมีท่าทีแบบเดียวกันต่อประชาชนและครอบครัวของท่านด้วย ท่านทำหน้าที่ของตนโดยไม่เคยเปลี่ยนความคิด ท่านเลือกสิ่งที่เป็นนิรันดร์ของพระเจ้าเป็นอันดับแรกเสมอและไม่ใช่ศักดิ์ศรีและความมั่งของตน โมเสสทำให้พระเจ้าพอพระทัยด้วยความเชื่อ ท่านจงรักภักดีอย่างมากจนท่านกล้าทูลขอให้พระเจ้าช่วยประชากรของพระองค์ให้รอดเมื่อคนอิสราเอลทำบาปแม้ท่านต้องเสี่ยงต่อการเสียชีวิตของตน

โมเสสมีปฏิกิริยาอย่างไรเมื่อประชาชนสร้างรูปวัวทองคำและนมัสการรูปนั้นในขณะที่ท่านเดินทางกลับลงมาจากภูเขาพร้อมกับแผ่นศิลาจารึกพระบัญญัติสิบประการที่ท่านได้รับจากพระเจ้าหลังจากอดอาหารเป็นเวลาสี่สิบวัน ในสถานการณ์เช่นนั้น ผู้คนส่วนใหญ่อาจพูดว่า "พระเจ้า ข้าพระองค์ทน

กับคนพวกนี้ไม่ไหวแล้ว ขอทรงทำกับเขาตามที่พระองค์ต้องการเถิด”

แต่โมเสสกลับทูลขอพระเจ้าด้วยความร้อนรนเพื่อให้ยกโทษความบาปของคนเหล่านั้น ท่านพร้อมที่จะสละชีวิตของตนด้วยความรักที่มีต่อคนเหล่านั้นจากส่วนลึกแห่งจิตใจของท่าน

อับราฮัมบิดาแห่งความเชื่อก็เช่นกัน เมื่อพระเจ้าทรงวางแผนที่จะทำลายเมืองโสโดมและโกโมราห์ อับราฮัมไม่ได้คิดว่าตัวท่านไม่ได้เกี่ยวข้องกับเรื่อง ตรงกันข้าม ท่านกลับทูลต่อรองกับพระเจ้าเพื่อช่วยประชาชนแห่งโสโดมและโกโมราห์ให้รอด *“สมมุติว่ามีคนชอบธรรมห้าสิบคนอยู่ในเมืองนั้น พระองค์จะทรงทำลายเมืองนั้นไม่ยับยั้งอาชญาเพราะเห็นแก่คนชอบธรรมห้าสิบคนที่อยู่ในเมืองนั้นหรือ”* (ปฐมกาล 18:24)

จากนั้นท่านทูลขอพระเมตตาจากพระเจ้าเพื่อไม่ให้พระองค์ทำลายทั้งสองเมืองถ้ามีคนชอบธรรมสี่สิบห้าคนอยู่ในเมืองเหล่านั้น ท่านต่อรองกับพระเจ้าอย่างต่อเนื่องว่าถ้าหากมีคนชอบธรรมอยู่ในเมืองเหล่านั้นสี่สิบ สามสิบ ยี่สิบ หรือสิบคนล่ะ ในที่สุด อับราฮัมได้รับคำตอบสุดท้ายจากพระเจ้าว่า “เพราะเห็นแก่สิบคนเราจะไม่ทำลายเมืองนั้น” (ปฐมกาล 18:32) แต่ทั้งสองเมืองก็ถูกทำลายเพราะในเมืองนั้นไม่มีคนชอบธรรมอยู่ถึงสิบคน

นอกจากนั้น อับรามฮัมยังสละสิทธิ์การเลือกดินแดนให้กับโลทหลานชายของท่านเพื่อให้เขาเลือกดินแดนที่อุดมสมบูรณ์ที่สุดเมื่อพื้นที่ซึ่งท่านอาศัยอยู่ไม่อาจรองรับผู้คนจากครอบครัวเหล่านั้นได้เพราะสองครอบครัวมีทรัพย์สมบัติเพิ่มขึ้นมากมาย โลทจึงเลือกพื้นที่ราบลุ่มซึ่งท่านเห็นว่าอุดมสมบูรณ์สำหรับตนและมุ่งหน้าไปสู่ดินแดนนั้น

ต่อมาเมืองโสโดมและโกโมราห์พ่ายแพ้สงครามและผู้คนจำนวนมากถูกจับเป็นเชลยซึ่งรวมถึงโลทหลานชายของอับราฮัม อับราฮัมเสี่ยงชีวิตของท่านไล่ตามศัตรูพร้อมด้วยผู้ติดตาม 318 คน ท่านช่วยโลทและเชลยคนอื่นให้รอดพร้อมทั้งยึดทรัพย์สินของคนเหล่านั้นกลับคืนมาได้

ในเวลานั้น กษัตริย์แห่งเมืองโสโดมออกมาทักทายอับราฮัมและตรัสกับท่านว่า "ขอคืนคนให้แก่เรา แต่ข้าวของนั้นท่านจงเอาไปเถิด" (ลูกา 21) แต่อับราฮัมไม่ได้เอาทรัพย์สินที่ปล้นกลับมาเหล่านั้นเลยโดยกล่าวว่า "ข้าพเจ้าจะไม่รับอะไรเลยแม้เส้นด้ายหรือสายรัดรองเท้า" (ลูกา 23) ท่านคืนทรัพย์สินทั้งหมดให้กับกษัตริย์แห่งเมืองโสโดม (ปฐมกาล 14:1-24)

เช่นเดียวกัน อับราฮัมมีท่าทีที่หนักแน่นมั่นคงเมื่อท่านพบปะหรือคบค้ากับผู้คนโดยไม่ได้ทำร้ายและรบกวนผู้หนึ่งผู้ใดเลย ท่านไม่เพียงแต่ให้กำลังความสุข และความหวังแก่ผู้คนเท่านั้น แต่ท่านยังรักและรับใช้คนเหล่านั้นอย่างจริงใจอีกด้วย

## เราจะสัตย์ซื่อต่อทุกสิ่งในชุมชนของพระเจ้าได้อย่างไร

โมเสสและอับราฮัมเป็นบุคคลที่มีจิตใจกว้างขวาง ทั้งสองท่านเป็นคนจริงใจ ดีพร้อม และยึดมั่นในความจริงโดยไม่ละเลยต่อสิ่งหนึ่งสิ่งใด ท่านควรทำสิ่งใดเพื่อจะเป็นคนที่สัตย์ซื่อต่อทุกสิ่งในชุมชนของพระเจ้า

ประการแรกท่านต้องทดสอบทุกสิ่งและยึดมั่นในความดีโดยไม่ดับไฟของพระวิญญาณและหมิ่นประมาทคำเผยพระวจนะ กล่าวคือ ท่านต้องดู ฟัง และคิดในสิ่งที่ดี พูดความจริง และไปในสถานที่ดีงามเท่านั้น

ประการที่สอง ท่านต้องปฏิเสธและสละตนเองด้วยความรักฝ่ายวิญญาณเพื่อแผ่นดินและความชอบธรรมของพระเจ้า การที่จะทำเช่นนี้ได้ท่านต้องตรึงเนื้อหนังพร้อมกับความใคร่และความปรารถนาของเนื้อหนังนั้นเสีย ท่านจะสามารถกำหนดว่าสิ่งใดควรเป็นความสำคัญอันดับแรกในชีวิตของท่านและสิ่งใดที่จะทำให้พระเจ้าพอพระทัยเมื่อท่านปรารถนาสิ่งที่อยู่ฝ่ายวิญญาณและไม่ติดยึดกับโลกนี้

ถ้าท่านยืนอยู่บนศิลาแห่งความเชื่อแล้วท่านต้องพยายามอย่างกระตือรือร้นที่จะมีความเชื่อซึ่งทำให้ท่านรักพระเจ้ามากที่สุด ถ้าท่านมีความ

เชื่อที่จะรักพระเจ้ามากที่สุด ท่านต้องเข้าไปสู่มิติที่จะทำให้ท่านสามารถทำให้พระเจ้าพอพระทัยด้วยการสัตย์ซื่อต่อทุกสิ่งในชุมชนของพระองค์

การมีความเชื่อที่ทำให้พระเจ้าพอพระทัยเปรียบได้กับการสำเร็จการศึกษาจากมหาวิทยาลัยหรือบัณฑิตวิทยาลัย หลังจบการศึกษา ท่านเข้าไปสู่โลกและสามารถประยุกต์สิ่งที่ท่านได้เรียนรู้จากสถาบันการศึกษาเพื่อกลายเป็นคนที่ประสบความสำเร็จในโลกนี้

ในทำนองเดียวกัน เมื่อบรรลุถึงความเชื่อในระดับที่สี่ มิติฝ่ายวิญญาณที่ลึกซึ้งกว่าจะถูกเปิดเผยต่อท่านเพราะมิติฝ่ายวิญญาณมีความลึก ความยาว และความสูงอย่างไม่จำกัด

เมื่อท่านเข้าสู่ความเชื่อระดับที่ห้าท่านเริ่มเข้าใจถึงพระทัยที่ลึกซึ้งและกว้างขวางของพระเจ้าในระดับหนึ่งท่านจะสามารถเข้าใจว่าพระเจ้าทรงมีความรักมากเพียงใดและพระองค์ทรงเต็มด้วยความรัก ความเมตตา การยกโทษ ความปรานี และความดียิ่งสักเพียงใด นอกจากนั้น ท่านจะสามารถมีประสบการณ์กับความรักอันยิ่งใหญ่ของพระองค์เพราะท่านสัมผัสว่าองค์พระผู้เป็นเจ้าทรงดำเนินไปกับท่านและร้องไห้หลั่งน้ำตาเมื่อท่านคิดถึงพระองค์

ด้วยเหตุนี้ ท่านต้องเป็นบุคคลที่มีจิตใจกว้างขวางซึ่งประกอบไปด้วยการเชื่อฟัง การอุทิศตน และความรักมากยิ่งขึ้นโดยรู้ว่าความเชื่อในระดับที่สี่และที่ห้ามีความแตกต่างกันอย่างมากในแง่ของความรักฝ่ายวิญญาณและการเสียสละข้าพเจ้าหวังเช่นกันว่าท่านจะได้รับทุกสิ่งจากพระเจ้าด้วยความเชื่อที่ทำให้พระองค์พอพระทัย และหวังว่าท่านจะได้รับพระพรมากพอที่จะสำแดงและกระทำการอัศจรรย์และหมายสำคัญด้วยการอธิษฐานอย่างไม่หยุดหย่อน

ขอให้ท่านชื่นชมกับพระพรเหล่านี้ที่พระเจ้าทรงจัดเตรียมไว้เพื่อท่านข้าพเจ้าอธิษฐานในพระนามขององค์พระผู้เป็นเจ้า

บทที่ 9

# หมายสำคัญที่เกิดขึ้นกับผู้ที่เชื่อ

1
การขับผีออก
2
การพูดภาษาแปลก ๆ
3
การจับงู
4
ไม่มียาพิษชนิดใดทำอันตรายแก่ท่าน
5
คนป่วยหายโรคด้วยการวางมือของท่าน

มีคนเชื่อที่ไหน หมายสำคัญเหล่านี้จะบังเกิดขึ้นที่นั่น คือ
เขาจะขับผีออกในนามของเรา เขาจะพูดภาษาแปลก ๆ
เขาจะจับงูได้ ถ้าเขากินยาพิษอย่างใด จะไม่เป็นอันตราย
แก่เขา และเขาจะวางมือบนคนไข้ คนป่วย แล้วคนเหล่า
นั้นจะหายโรค (มาระโก 16:17-18)

เราพบว่าพระเยซูทรงกระทำหมายสำคัญมากมายในพระคัมภีร์หมาย สำคัญเป็นการทำงานด้วยฤทธิ์เดชอำนาจของพระเจ้าซึ่งอยู่เหนือความ สามารถของมนุษย์ที่จะกระทำได้อะไรคือหมายสำคัญแรกที่พระเยซูทรง กระทำ

หมายสำคัญแรกได้แก่การเปลี่ยนน้ำเป็นน้ำองุ่นที่งานสมรสในหมู่บ้านคา นาแคว้นกาลิลีซึ่งบรรยายไว้ในยอห์น 2:1-11 เมื่อพระเยซูทรงทราบว่าน้ำองุ่น หมด พระองค์จึงสั่งให้คนใช้ตักน้ำใส่โอ่งหินให้เต็มเสมอปากทั้งหกใบ จาก นั้นคนใช้จึงตักเอาไปให้เจ้าชิมน้ำที่กลายเป็นน้ำองุ่นนั้น เมื่อชิมแล้วเจ้าภาพจึง กล่าวชมว่าน้ำองุ่นนั้นมีรสชาติดี

เพราะเหตุใดพระเยซูพระบุตรของพระเจ้าจึงใช้การเปลี่ยนน้ำเป็นน้ำองุ่น เป็นหมายสำคัญประการแรกที่พระองค์กระทำเหตุการณ์นี้มีความหมายฝ่าย วิญญาณหลายอย่างหมู่บ้านคานาเป็นสัญลักษณ์ของโลกนี้และงานสมรส แสดงถึงวาระสุดท้ายของโลกซึ่งผู้คนจะกินและดื่มกัน ทำการสมรสและยก ให้เป็นสามีภรรยากัน และเปรอะเปื้อนไปด้วยความชั่วร้าย (มัทธิว 24:37-38) น้ำเล็งถึงพระคำของพระเจ้าและน้ำองุ่นหมายถึงพระโลหิตอันประเสริฐของ พระเยซูคริสต์

ด้วยเหตุนี้ หมายสำคัญแห่งการเปลี่ยนน้ำเป็นน้ำองุ่นจึงบ่งชี้ว่าพระโลหิต ของพระเยซูผู้ถูกตรึงจะเป็นพระโลหิตที่ให้ชีวิตนิรันดร์กับมนุษย์ การที่ผู้คน ชมว่าน้ำองุ่นมีรสดีจึงหมายความว่ามนุษย์มีความยินดีเพราะตนได้รับการ ยกโทษบาปด้วยการดื่มพระโลหิตของพระเยซูและคนเหล่านั้นมีความหวัง สำหรับแผ่นดินสวรรค์

หลังจากหมายสำคัญประการแรกแล้วพระเยซูทรงกระทำหมายสำคัญอัน
อัศจรรย์อีกหลายประการพระองค์ทรงช่วยเด็กที่เสียชีวิตให้ฟื้นขึ้นมาใหม่
ทรงทำการอัศจรรย์ด้วยการเลี้ยงคนห้าพันคนด้วยขนมปังห้าก้อนกับปลาสอง
ตัว ทรงขับผีออก ทรงทำให้คนตาบอดมองเห็น และทรงทำให้ลาซารัสผู้ที่ตาย
ไปแล้วถึงสี่วันให้กลับมีชีวิตขึ้นมาอีก

อะไรคือจุดประสงค์สูงสุดของการทำหมายสำคัญของพระเยซูพระองค์
ต้องการช่วยผู้คนให้รอดและทำให้คนเหล่านั้นมีความเชื่อเหมือนที่พระองค์
ตรัสไว้ในยอห์น 4:48 ว่า *"ถ้าพวกท่านไม่เห็นหมายสำคัญและการอัศจรรย์
ท่านก็จะไม่เชื่อ"* นั่นคือเหตุผลที่ว่าแม้กระทั่งวันนี้พระเจ้า (ผู้ทรงเห็นว่าดวง
วิญญาณของมนุษย์มีค่ามากกว่าจักรวาล)ยังทรงสำแดงให้เราเห็นถึงหมาย
สำคัญมากมายผ่านทางผู้คนที่มีความเชื่อซึ่งสามารถสละชีวิตของตนเพื่อช่วย
คนอื่นให้รอด

ตอนนี้ขอให้เราศึกษาถึงหมายสำคัญต่าง ๆ โดยละเอียดซึ่งจะบังเกิดขึ้นกับ
ผู้คนที่มีความเชื่อซึ่งพระเจ้าพอพระทัย

## 1. การขับผีออก

พระคัมภีร์บอกท่านอย่างชัดเจนถึงการดำรงอยู่ของผีมารแม้หลายคนใน
ปัจจุบันจะโต้แย้งว่า "ผีไม่มี" ผีมารเป็นวิญญาณชั่วชนิดหนึ่งที่ต่อสู้กับพระเจ้า
โดยทั่วไปผีมารจะใช้เล่ห์กลกับผู้คนที่กราบไหว้รูปเคารพด้วยการทำให้เกิด
ปัญหาและการทดลองขึ้นกับผู้คนและทำให้เขาปรนนิบัติผีมารอย่างแข็งขันยิ่ง
ขึ้น

แต่ท่านสามารถขับไล่ผีมารออกไปและครอบครองเหนือผีมารนั้นได้ถ้า
ท่านมีความเชื่อที่แท้จริงเพราะพระเยซูตรัสกับเราว่า "มีคนเชื่อที่ไหน หมาย
สำคัญเหล่านี้จะบังเกิดขึ้นที่นั่น คือเขาจะขับผีออกในนามของเรา"

เรายังพบในยอห์น 1:12 เช่นกันว่า *"แต่ส่วนบรรดาผู้ที่ต้อนรับพระองค์ ผู้ที่เชื่อในพระนามของพระองค์ พระองค์ก็ทรงประทานสิทธิให้เป็นบุตรของพระเจ้า"* คงเป็นเรื่องน่าอายมากถ้าท่านผู้ที่เป็นบุตรของพระเจ้ากลัวผีมารหรือกลายเป็นเป้าหมายของการใช้เล่ห์กลของมัน

บางครั้งผู้เชื่อใหม่ที่ไม่มีความเชื่อฝ่ายวิญญาณจะถูกแทรกแซงโดยผีมารเมื่อคนเหล่านั้นขึ้นไปอธิษฐานโดยลำพังบนภูเขาอธิษฐานบางคนอาจถูกผีเข้าเพราะคนเหล่านี้ทูลขอของประทานและฤทธิ์อำนาจจากพระเจ้าแต่ไม่ได้พยายามกำจัดความชั่วของตนออกไป

ด้วยเหตุนี้ ผู้เชื่อใหม่ควรเดินทางไปพร้อมกับผู้นำฝ่ายวิญญาณที่สามารถขับไล่ผีออกในพระนามของพระเยซูคริสต์เมื่อคนเหล่านี้ต้องการขึ้นไปอธิษฐานบนภูเขา จากนั้นเขาจะสามารถอธิษฐานโดยไม่มีอุปสรรคกีดขวาง

## การขับผีออกในพระนามของพระเยซูคริสต์

เมื่อผู้รับใช้และผู้ทำการของคริสตจักรไปเยี่ยมสมาชิกคริสตจักรก็เช่นเดียวกัน อันดับแรก คนเหล่านี้ต้องขับไล่ผีออกไปโดยการวินิจฉัยสิ่งต่าง ๆ ที่เกี่ยวข้องกับวิญญาณผู้คนที่เขาไปเยี่ยมจะเปิดจิตใจของตนออกและรับเอาพระคุณของพระเจ้าเพื่อให้มีความเชื่อด้วยคำเทศนาของผู้รับใช้เหล่านั้น แต่การเยี่ยมเยียนอาจถูกขัดขวางถ้าท่านไปเยี่ยมสมาชิกโดยไม่ได้ขับไล่ผีมารซาตานออกไปก่อนล่วงหน้าสมาชิกที่ท่านไปเยี่ยมอาจไม่เปิดใจของตนซึ่งจะทำให้เขาไม่สามารถรับเอาพระคุณและมีความเชื่อได้คนที่มีสายตาฝ่ายวิญญาณเปิดกว้างอยู่ตลอดเวลาจะหยั่งรู้ถึงการขัดขวางของวิญญาณชั่วได้ไม่ยาก บางคนถูกผีมารเข้าสิง แต่ส่วนใหญ่ผู้คนมักถูกผีมารครอบงำความคิดของตน

คนเหล่านี้ประพฤติตนต่อสู้กับความจริงเมื่อซาตานทำงานในความคิดของ

เขาเพราะเขายังมีความเชื่อที่อ่อนแอหรือยังมีความบาปบางอย่างหลงเหลืออยู่
ภายในเขา เช่น การล่วงประเวณี การลักขโมย การโกหก การโกรธ และการ
อิจฉาริษยา เป็นต้น จิตใจของผู้คนจะเปลี่ยนแปลงเมื่อเขาได้ยินคำเทศนาของ
ผู้รับใช้ที่มีฤทธิ์อำนาจฝ่ายวิญญาณมากพอที่จะขับไล่ผีออกไปในพระนาม
ของพระเยซูคริสต์
　　　ผู้คนจะกลับใจด้วยการร้องไห้หลั่งน้ำตาเพราะพระวิญญาณทรงทำงาน
ในจิตใจของเขาหรือเพราะเขาสำนึกถึงความผิดบาปของตนในขณะที่ผู้รับ
ใช้กำลังเทศนาด้วยฤทธิ์เดชอำนาจที่พระเจ้าประทานแก่เขาคนเหล่านี้จะ
ได้รับความเชื่อและกำลังที่เข้มแข็งเพื่อต่อสู้กับความบาปหลังจากสองสาม
เดือนผ่านไปคนเหล่านี้จะสังเกตว่ามีความเปลี่ยนแปลงเกิดขึ้นอย่างมากใน
คุณลักษณะและความเชื่อของเขา　ด้วยวิธีการนี้　จึงเป็นไปได้ที่คนเหล่านี้จะ
เปลี่ยนแปลงธรรมชาติของตนด้วยความจริง

　　　ในพระกิตติคุณทั้งสี่เล่มเราเห็นว่าธรรมชาติภายในของผู้คนจำนวน
มากได้รับการเปลี่ยนแปลงใหม่หลังจากที่คนเหล่านั้นได้พบกับพระเยซู　　ยก
ตัวอย่าง ถึงแม้ว่าครั้งแรกอัครทูตยอห์นเคยเป็นคนใจร้อน (มาระโก 3:17) แต่
ท่านก็ได้รับการเปลี่ยนแปลงใหม่นับตั้งแต่ท่านพบพระเยซูจนท่านได้ชื่อว่า
"อัครทูตแห่งความรัก"
　　　ในทำนองเดียวกันบุคคลที่มีความเชื่ออย่างสมบูรณ์ก็สามารถเปลี่ยนแปลง
คนอื่นได้เหมือนที่พระเยซูทรงกระทำบุคคลเช่นนี้ยังสามารถขับผีออกใน
พระนามของพระเยซูคริสต์ด้วยเช่นกันเพราะคนนั้นมีฤทธิ์อำนาจที่จะครอบ
ครองเหนือผีมารซาตาน

## จะขับผีออกได้อย่างไร

　　　การขับผีออกมีอยู่หลายกรณี บางครั้ง ผีออกไปทันทีด้วยคำอธิษฐาน และ

บางครั้งผีจะไม่ยอมออกไปแม้ท่านอธิษฐานเป็นร้อยครั้ง ถ้าคนที่มีความเชื่อ
ถูกผีเข้าสิงเพราะพระเจ้าทรงหันพระพักตร์ของพระองค์ไปจากเขาหลังจากที่
คนนั้นทำให้พระองค์เสียพระทัยในบางเรื่อง ผีมารที่สิงอยู่ในตัวเขาจะถูกขับ
ออกไปอย่างง่ายดายเมื่อเขารับเอาคำอธิษฐานหลังจากเขากลับใจด้วยการหลั่ง
น้ำตา ที่เป็นเช่นนี้ก็เพราะบุคคลนี้มีความเชื่อและรู้จักพระคำของพระเจ้าแล้ว
         การขับผีในกรณีใดที่ทำได้ลำบากแม้ด้วยการอธิษฐานอย่างมากมายก็ตาม
การขับผีจะทำได้ยากในกรณีที่ผีมารที่ชั่วร้ายมากเข้าสิงบุคคลที่ไม่มีความเชื่อ
และไม่รู้จักความจริง ในกรณีเช่นนี้ ไม่ใช่เรื่องง่ายที่บุคคลนี้จะมีความเชื่อใน
ขณะที่เขาถูกผีเข้าสิงเพราะความชั่วร้ายฝังรากลึกอยู่ในจิตใจของเขาเพื่อให้เขา
เป็นอิสระ บางคนต้องช่วยเขาให้มีความเชื่อ เข้าใจความจริง กลับใจใหม่ และ
ทำลายกำแพงบาปลง

         นอกจากนั้น ถ้าพ่อแม่ที่อยู่ในพระคริสต์มีปัญหาลูกของเขาอาจถูกผีเข้า
สิง ในกรณีเช่นนี้ ลูกของเขาจะไม่ได้รับการปลดปล่อยให้เป็นอิสระจากผีมาร
จนกว่าพ่อแม่จะกลับใจจากบาปของตน รับเอาความรอด และยืนหยัดมั่นคง
บนศิลาแห่งความเชื่อ
         บางกรณีเกิดจากผลกระทบที่เกิดจากอำนาจแห่งความมืดเช่นกัน ท่านอาจ
เห็นบางคนดำเนินชีวิตในความเชื่อด้วยความทุกข์เวทนาเพราะเขาไม่ยอมเปิด
จิตใจของตน ความคิดฝ่ายโลก ความสงสัย และความเหน็ดเหนื่อยเมื่อยล้าขัด
ขวางเขาไม่ให้รับฟังคำเทศนาแม้เขาจะพยายามอย่างจริงจังสักเพียงใดก็ตาม
         กรณีเช่นนี้อาจเกิดขึ้นได้เพราะอำนาจของความมืดสามารถส่งผลกระทบ
ต่อครอบครัวของคนถ้าบรรพบุรุษของคนนั้นปรนนิบัติรูปเคารพอย่างจงรัก
ภักดีหรือถ้าพ่อแม่ของเขาเป็นหมอผีหรือผู้ที่กราบไหว้รูปเคารพ ถึงกระนั้น ผี
มารซาตานจะออกไปจากบุคคลนั้น เขาและครอบครัวจะได้รับความรอดเมื่อ
เขาได้รับการเปลี่ยนแปลงไปสู่การเป็นลูกของความสว่างด้วยการรับฟังพระ
คำของพระเจ้าอย่างขยันหมั่นเพียรและการอธิษฐานอย่างร้อนรน

แต่พระเจ้าทรงเกลียดชังการไหว้รูปเคารพมากจนทำให้มีกำแพงบาป
ขนาดใหญ่ขวางกั้นระหว่างพระเจ้ากับผู้ที่กราบไหว้รูปเคารพ ผลก็คือ บุคคล
นั้นจะต่อสู้กับตนเองต่อไปเพื่อดำเนินชีวิตในความจริงจนกว่าเขาจะทำลาย
กำแพงบาปนั้นลง เขาสามารถรับการปลดปล่อยได้อย่างรวดเร็วขึ้นอยู่กับว่า
เขาจริงจังเพียงใดกับการอธิษฐานและการเปลี่ยนแปลง

## ข้อยกเว้นที่ผีมารไม่ยอมออกไป

มีกรณีใดบ้างที่ผีมารไม่ยอมออกไปแม้เราจะสั่งมันในพระนามของพระ
เยซูคริสต์

ผีมารจะไม่ออกไปถ้าครั้งหนึ่งบุคคลนั้นเคยเชื่อในองค์พระผู้เป็นเจ้าแต่
จิตสำนึกของเขาถูกเผาจนไหม้เกรียมหลังจากที่เขาได้หันหลังให้กับพระเจ้า
เขาไม่สามารถกลับมาหาพระเจ้าได้แม้เขาจะพยายามเพราะความเท็จได้เข้ามา
แทนที่จิตสำนึกที่ดีของเขา

เพราะเหตุนี้ 1 ยอห์น 5:16 จึงบอกเราว่า *"บาปที่นำไปสู่ความตายก็มี
ข้าพเจ้ามิได้ว่าให้อธิษฐานในเรื่องบาปอย่างนั้น"* กล่าวอีกแง่หนึ่งก็คือ พระเจ้า
จะไม่ตอบคำอธิษฐานของเขาแม้เขาจะอธิษฐานก็ตาม

บาปที่นำไปสู่ความตายคืออะไร บาปที่นำไปสู่ความตายคือบาปของการ
หมิ่นประมาทหรือการพูดต่อต้านพระวิญญาณบริสุทธิ์ คนที่ทำบาปประเภท
นี้ไม่สามารถรับการยกโทษได้ทั้งในยุคนี้และยุคที่จะมาถึง ด้วยเหตุนี้ คนที่
ทำบาปประเภทนี้จึงไม่รอดแม้เขาจะอธิษฐานอย่างไม่หยุดหย่อนก็ตาม

ในมัทธิว 12:31 พระเยซูตรัสกับเราว่าการหมิ่นประมาทพระวิญญาณ
บริสุทธิ์ไม่อาจยกโทษให้ได้การหมิ่นประมาทพระวิญญาณบริสุทธิ์หมาย
ถึงการก่อกวนการทำงานของพระวิญญาณบริสุทธิ์ด้วยความคิดที่ชั่วร้ายการ
พิพากษาตัดสินและการประณามการทำงานของพระวิญญาณบริสุทธิ์อย่าง
จงใจ ยกตัวอย่าง เมื่อผู้คนพิพากษาตัดสินว่าคริสตจักรที่สำแดงถึงการทำงาน

อันอัศจรรย์ของพระเจ้าเป็น "ลัทธิเทียมเท็จ" ด้วยการปล่อยข่าวลืออันเป็นเท็จ
เกี่ยวกับคริสตจักรแห่งนั้น สิ่งนี้ถือเป็นการหมิ่นประมาท (มาระโก 3:20-30)
        พระเยซูยังตรัสไว้ในมัทธิว 12:32 เช่นกันว่า *"ผู้ใดจะกล่าวร้ายบุตรมนุษย์*
*จะโปรดยกให้ผู้นั้นได้   แต่ผู้ใดจะกล่าวร้ายพระวิญญาณบริสุทธิ์จะทรงโปรด*
*ยกให้ผู้นั้นไม่ได้ ทั้งยุคนี้และยุคหน้า"* พระองค์ทรงเตือนเราอีกครั้งหนึ่งใน
ลูกา 12:10 ว่า *"ผู้ใดจะกล่าวร้ายบุตรมนุษย์จะทรงโปรดยกโทษให้ผู้นั้น แต่*
*ถ้าผู้ใดจะกล่าวหมิ่นประมาทต่อพระวิญญาณบริสุทธิ์จะทรงโปรดยกโทษให้*
*ผู้นั้นไม่ได้"*
        ผู้ใดกล่าวร้ายบุตรมนุษย์เพราะเขาไม่รู้จักพระองค์พระเจ้าจะทรงโปรด
ยกโทษให้ผู้นั้นได้   แต่ผู้ใดหมิ่นประมาทและกล่าวร้ายพระวิญญาณบริสุทธิ์
พระเจ้าจะไม่ทรงโปรดยกโทษให้บุคคลนั้นและเขาจะเข้าสู่หนทางแห่งความ
ตายเพราะเขาขัดขวางการทำงานของพระเจ้าและหมิ่นประมาทพระวิญญาณ
แม้เขาต้อนรับพระเยซูคริสต์และได้รับเอาพระวิญญาณบริสุทธิ์ก็ตาม ด้วยเหตุ
นี้   ท่านจึงไม่ควรทำบาปด้วยการหมิ่นประมาทพระวิญญาณบริสุทธิ์โดยรู้ว่า
ความบาปเหล่านี้ร้ายแรงเกินกว่าที่จะได้รับการยกโทษ การได้รับความรอดยิ่ง
มีโอกาสน้อยกว่า

        ฮีบรู 10:26 บอกเราว่าถ้าบุคคลหนึ่งจงใจทำบาปอย่างต่อเนื่องแม้หลังจาก
ที่เขาได้รับความรู้ในเรื่องความจริง   เครื่องบูชาลบล้างบาปนั้นก็จะไม่มีเหลือ
อยู่เลย   เขารู้ดีว่าความบาปคืออะไรโดยผ่านทางพระคำของพระเจ้าและเขาไม่
ควรทำสิ่งที่ชั่วร้ายเช่นกัน
        แต่ถ้าเขาเจตนาทำบาปทั้ง ๆ ที่รู้ จิตสำนึกของเขาจะค่อย ๆ หมดความรู้สึก
ไวต่อบาปและถูกเผาจนไหม้เกรียม ในที่สุด เขาจะถูกทอดทิ้งเพราะเขาไม่อาจ
รับเอาวิญญาณแห่งการกลับใจได้
        ยิ่งกว่านั้น สำหรับผู้คนที่ครั้งหนึ่งเคยรู้จักความสว่าง รู้รสของประทาน
แห่งสวรรค์ มีส่วนในพระวิญญาณบริสุทธิ์ และเคยชิมความดีงามแห่งพระคำ

ของพระเจ้าและฤทธิ์อำนาจของยุคที่จะมาถึง  คนเหล่านี้จะไม่ได้รับวิญญาณ
แห่งการกลับใจหลังจากเขา "หลงหายไป" เพราะนั่นเป็นการตรึงพระบุตรของ
พระเจ้าและทำให้พระองค์ถูกดูหมิ่นเยาะเย้ยอีกครั้งหนึ่ง (ฮีบรู 6:4-6)

สำหรับผู้ที่ได้รับพระวิญญาณบริสุทธิ์ มีความรู้เรื่องนรกและสวรรค์ และ
รู้จักพระคำของพระเจ้า   แต่ยังถูกทดลองจากโลกจนล้มลงและทำให้พระเจ้า
เสื่อมพระสิริ คนเหล่านี้จะไม่มีโอกาสได้รับการยกโทษ

ท่านสามารถครอบครองเหนือวิญญาณชั่วและผีมารซาตานยกเว้นกรณี
ต่าง   ๆ   ที่กล่าวถึงก่อนหน้านี้ซึ่งจะทำให้พระเจ้าทรงหันพระพักตร์ของ
พระองค์ไปจากท่าน นั่นคือสาเหตุที่ท่านไม่สามารถขับผีออกแม้ท่านจะสั่งมัน
ในพระนามของพระเยซูคริสต์ก็ตาม

## จงอธิษฐานอย่างไม่หยุดยั้งในขณะที่ดำเนินชีวิตอย่างเต็มที่อยู่ในโลก

ผู้รับใช้หรือคนงานของพระเจ้าคงเป็นทุกข์มากถ้าผีมาร ไม่ยอมออกไปแม้
คนเหล่านี้จะสั่งมันในพระนามของพระเยซูคริสต์ก็ตาม ดังนั้น  ท่านต้องรับ
เอาฤทธิ์อำนาจที่จะครอบครองและควบคุมเหนือผีมารซาตานและวิญญาณชั่ว
เพื่อให้ท่านสามารถกระทำหมายสำคัญซึ่งบังเกิดขึ้นเมื่อมีผู้เชื่อท่านต้องอยู่
ในสถานะของการทำให้พระเจ้าพอพระทัยด้วยการติดสนิทกับความจริงด้วย
ความรักที่มีต่อพระเจ้าจากส่วนลึกแห่งจิตใจของท่านและการอธิษฐานอย่าง
ร้อนรนและไม่หยุดยั้ง

ไม่นานหลังจากที่ข้าพเจ้าก่อตั้งคริสตจักร  มีชายหนุ่มคนหนึ่งจากจังหวัด
กวาง-วอนซึ่งป่วยเป็นโรคลมบ้าหมูเดินทางมาพบข้าพเจ้าหลังจากได้ยิน
ข่าวเกี่ยวกับพันธกิจการรักษาโรคของข้าพเจ้าแม้ชายหนุ่มคนนี้คิดว่าเขารับ
ใช้พระเจ้าอย่างสัตย์ซื่อในฐานะครูสอนรวีฯและเป็นสมาชิกในคณะนักร้อง
ของคริสตจักรแต่เขาไม่ได้พยายามกำจัดความผิดบาปของตนออกไปแต่กลับ

ทำบาปอย่างต่อเนื่องเพราะเขาเป็นคนเย่อหยิ่งจองหองมาก ผลลัพธ์ก็คือ ผีร้าย
ได้เข้าสิงในความคิดที่สกปรกของเขาและชายหนุ่มคนนั้นทนทุกข์ทรมานกับ
โรคนี้อย่างมาก

การรักษาโรคเกิดขึ้นเพราะคำอธิษฐานอย่างร้อนรนและการอุทิศตนให้กับ
ลูกชายของพ่อของชายหนุ่มคนนั้น เมื่อข้าพเจ้าระบุชื่อของผีร้ายที่เข้าสิงในตัว
เขาและขับไล่ผีนั้นออกไปด้วยการอธิษฐานชายหนุ่มคนนั้นล้มหงายหลังหมด
สติพร้อมมีน้ำลายฟูมปากเขาเดินทางกลับบ้านหลังจากที่เขาสวมยุทธภัณฑ์
แห่งพระคำของพระเจ้าให้กับตนเองที่คริสตจักรของข้าพเจ้าและกลายเป็น
บุคคลใหม่ในพระคริสต์  ต่อมาข้าพเจ้าได้ยินว่าชายหนุ่มคนนั้นรับใช้พระเจ้า
ในคริสตจักรของตนอย่างสัตย์ซื่อและกล่าวคำพยานถึงการรักษาโรคของตน

ยิ่งกว่านั้น  ในปัจจุบันมีผู้คนมากมายที่ได้รับการปลดปล่อยให้เป็นอิสระ
จากผีมารซาตานและอำนาจแห่งความมืด โดยไม่ถูกจำกัดด้วยเวลาและสถานที่
ผ่านคำอธิษฐานด้วยผ้าเช็ดหน้าที่ข้าพเจ้าอธิษฐานเจิมเอาไว้

ครั้งหนึ่ง  มีเด็กหนุ่มคนหนึ่งจากเมืองอูล-แซน  จังหวัดยูง-นัมซึ่งถูกต่อย
อย่างรุนแรงจากเพื่อนรุ่นพี่และเพื่อนร่วมชั้นของเขาในปีแรกของการเรียน
ชั้นมัธยมปลายเพราะเขาปฏิเสธที่จะสูบบุหรี่ร่วมกับคนเหล่านั้น ผลลัพธ์ก็คือ
เด็กหนุ่มคนนั้นทนทุกข์กับอาการปวดอย่างรุนแรงและต่อมาเขาถูกผีเข้าสิง
พร้อมกับถูกส่งไปรักษาตัวที่สถาบันจิตเวชเป็นเวลาเจ็ดเดือนเด็กหนุ่มคนนี้ได้
รับการปลดปล่อยให้เป็นอิสระจากผีร้ายหลังจากเขารับเอาคำอธิษฐานโดยใช้
ผ้าเช็ดหน้าที่ข้าพเจ้าอธิษฐานเจิมไว้ เขาได้รับการฟื้นฟูสุขภาพขึ้นมาใหม่และ
เวลานี้เขากลายเป็นคนงานที่มีคุณค่าในคริสตจักรของตน

ภารกิจการรักษาโรคในทำนองนี้เกิดขึ้นในต่างประเทศด้วยเช่นกันยก
ตัวอย่าง  มีฆราวาสคนหนึ่งในประเทศปากีสถานที่ได้รับความเดือดร้อนจาก
วิญญาณชั่วมาเป็นเวลาสี่ปี   แต่เขาก็ได้รับการปลดปล่อยจากวิญญาณชั่วนั้น
ผ่านคำอธิษฐานด้วยผ้าเช็ดหน้าและได้รับพระวิญญาณบริสุทธิ์พร้อมกับของ

ประทานในการพูดภาษาแปลก ๆ

## 2. การพูดภาษาแปลก ๆ

หมายสำคัญอย่างที่สองที่บังเกิดขึ้นเมื่อมีผู้เชื่อได้แก่การพูดภาษาแปลก ๆ
การพูดภาษาแปลก ๆ คืออะไร

1 โครินธ์ 14:15 ระบุว่า *"ข้าพเจ้าจะอธิษฐานด้วยใจและด้วยความคิดและ
จะร้องเพลงด้วยใจและด้วยความคิด"* ท่านจะเห็นว่าวิญญาณ (ใจ) แตกต่าง
จากความคิด อะไรคือความแตกระหว่างวิญญาณ (ใจ) กับความคิด

ในจิตใจของมนุษย์มีความคิดอยู่สองชนิด ได้แก่ ความคิดในเรื่องความ
จริงและความคิดในเรื่องความเท็จ ความคิดที่เต็มไปด้วยความจริงคือวิญญาณ
ซึ่งเป็นความคิดสีขาว ความคิดที่เต็มไปด้วยความเท็จคือเนื้อหนังซึ่งเป็นความ
คิดสีดำหลังจากท่านต้อนรับพระเยซูคริสต์จิตใจของท่านได้รับการเติมเต็ม
ด้วยวิญญาณตามขนาดของการอธิษฐานและการละทิ้งความบาปของท่านด้วย
การดำเนินชีวิตโดยพระคำของพระเจ้าเพราะความเท็จจะถูกถอนรากถอนโคน
ออกไปเท่ากับขนาดของการอธิษฐานและการละทิ้งความบาป

ในที่สุด จิตใจของท่านจะค่อย ๆ รับการเติมเต็มด้วยวิญญาณและเมื่อท่าน
บรรลุถึงความเชื่อในระดับที่สี่ซึ่งทำให้ท่านรักพระเจ้ามากที่สุดจิตใจของท่าน
ก็จะไม่มีความเท็จหลงเหลืออยู่ ยิ่งกว่านั้น ถ้าท่านมีความเชื่อที่พระเจ้าพอ
พระทัย จิตใจทั้งสิ้นของท่านก็จะเต็มล้นไปด้วยวิญญาณและเราจะเรียกจิตใจ
นี้ว่า *"วิญญาณที่เต็มสมบูรณ์"* ในขั้นตอนนี้ความคิดของท่านคือวิญญาณและ
วิญญาณของท่านคือความคิด

**การพูดภาษาแปลก ๆ**

เมื่อวิญญาณที่อยู่ภายในท่านอธิษฐานต่อพระเจ้าด้วยการดลใจของพระวิญญาณบริสุทธิ์ เราเรียกสิ่งนี้ว่า "การอธิษฐานด้วยภาษาแปลก ๆ" การอธิษฐานด้วยภาษาแปลก ๆ คือการสนทนาระหว่างท่านกับพระเจ้า ดังนั้นการอธิษฐานด้วยภาษาแปลก ๆ จึงมีประโยชน์มากต่อชีวิตของท่านในพระคริสต์ เพราะผีมารซาตานไม่สามารถแอบฟังการอธิษฐานนี้ได้

โดยทั่วไปพระเจ้าทรงให้ของประทานแห่งการพูดภาษาแปลก ๆ กับลูกของพระองค์เมื่อคนเหล่านั้นอธิษฐานอย่างร้อนรนในความไพบูลย์ของพระวิญญาณบริสุทธิ์ พระเจ้าปรารถนาที่จะมอบของประทานกับลูกของพระองค์แต่ละคน

เมื่อท่านอธิษฐานด้วยภาษาแปลก ๆ อย่างเอาจริงเอาจังท่านจะสามารถร้องเพลงด้วยภาษาแปลก ๆ เต้นรำ หรือแม้แต่เคลื่อนไหวตามจังหวะได้โดยไม่รู้ตัวด้วยการดลใจของพระวิญญาณบริสุทธิ์ แม้บุคคลที่ปกติร้องเพลงไม่เก่งก็สามารถร้องเพลงได้ดีและบุคคลที่ปกติเต้นรำไม่เป็นก็จะสามารถเต้นรำได้ดีกว่านักเต้นรำอาชีพด้วยซ้ำเพราะว่าพระวิญญาณบริสุทธิ์ทรงควบคุมบุคคลนั้นไว้อย่างสิ้นเชิง

ยิ่งกว่านั้น บุคคลจะได้รับประสบการณ์ใหม่ฝ่ายวิญญาณผ่านการพูดภาษาแปลก ๆ เมื่อเขาก้าวเข้าไปสู่ระดับฝ่ายวิญญาณที่ลึกกว่า เราเรียกสิ่งนี้ว่า "การพูดภาษาแปลก ๆ" เมื่อท่านมีความเชื่อในระดับที่ห้าท่านสามารถพูดภาษาแปลก ๆ ได้ทันทีเมื่อท่านอธิษฐานด้วยภาษาแปลก ๆ

## มีพลังอำนาจมากจนขับผีออกไปได้

การพูดภาษาแปลก ๆ มีพลังอำนาจมากจนผีมารซาตานกลัวการพูดภาษานี้และมันจะหนีท่านไป สมมุติว่าท่านเผชิญหน้ากับโจรผู้ร้ายคนหนึ่งที่จะแทงท่านด้วยมีด ในวินาทีนั้นพระเจ้าสามารถทำให้ผู้ร้ายเปลี่ยนความคิดหรือทรงอนุญาตให้ทูตสวรรค์ยับยั้งมือของเขาไว้ถ้าท่านอธิษฐานด้วยภาษาแปลก ๆ

นอกจากนั้น ถ้าท่านรู้สึกไม่สบายใจหรือรู้สึกอยากอธิษฐานในขณะที่ท่าน
กำลังเดินทางไปยังสถานที่บางแห่งที่เป็นเช่นนี้ก็เพราะพระเจ้ากำลังรบเร้า
ความคิดของท่านผ่านทางพระวิญญาณบริสุทธิ์พระองค์ทราบแล้วว่าจะมี
อุบัติเหตุรอท่านอยู่ข้างหน้า

เช่นเดียวกันเมื่อท่านอธิษฐานด้วยความเชื่อฟังต่อการทำงานของพระ
วิญญาณบริสุทธิ์ท่านจะสามารถป้องกันไม่ให้เหตุร้ายหรืออุบัติที่ไม่คาดคิด
เกิดขึ้นเพราะผีมารซาตานจะละท่านไปและพระเจ้าจะทรงนำให้ท่านหลีก
เลี่ยงเหตุการณ์นั้น

ด้วยเหตุนี้ การพูดภาษาแปลก ๆ จึงสามารถคุ้มครองและปกป้องท่านจาก
การทดลองและความยุ่งยากต่าง ๆ ได้ ไม่ว่าที่บ้าน ที่ทำงานหรือธุรกิจ หรือที่
หนึ่งที่ใดโดยปราศจากการแทรกแซงของวิญญาณชั่วและผีมารซาตาน

## 3. การจับงู

หมายสำคัญประการที่สามที่บังเกิดขึ้นเมื่อมีผู้เชื่อคือการจับงูด้วยมือเปล่า
"การจับงู" หมายถึงอะไร

ขอให้เราดูปฐมกาล 3:14-15

> พระเจ้าจึงตรัสแก่งูว่า "เพราะเหตุที่เจ้าทำเช่นนี้เจ้าจะต้องถูกสาป
> แช่งมากกว่าสัตว์ใช้งานและสัตว์ป่าทั้งปวง จะต้องเลื้อยไปด้วยท้อง
> จะต้องกินผลคลีดินจนตลอดชีวิต เราจะให้เจ้ากับหญิงนี้เป็นศัตรูกัน
> ทั้งพงศ์พันธุ์ของเจ้าและพงศ์พันธุ์ของเขาด้วย พงศ์พันธุ์ของหญิงจะ
> ทำให้หัวของเจ้าแหลกและเจ้าจะทำให้ส้นเท้าของเขาฟกช้ำ"

พระคัมภีร์ตอนนี้พูดในแง่ที่ว่างูถูกสาปแช่งเพราะงูได้ทดลองเอวา ในฝ่ายวิญญาณ คำว่า "ผู้หญิง" ในที่นี้เล็งถึงอิสราเอล และ "พงศ์พันธุ์ของเขา" หมายถึงพระเยซูคริสต์ เพราะฉะนั้น การที่พงศ์พันธุ์ของหญิง "จะทำให้หัวของเจ้า [งู] แหลก" จึงหมายความว่าพระเยซูคริสต์จะทรงทำลายอำนาจแห่งความตายของผีมารซาตาน การพูดว่า "เจ้า [งู] จะทำให้ส้นเท้าของเขาฟกช้ำ" เป็นการทำนายถึงการที่ผีมารซาตานตรึงพระเยซูบนกางเขน

นอกจากนั้น เป็นที่ชัดเจนว่า "งู" หมายถึงผีมารซาตานและวิญญาณชั่ว เพราะวิวรณ์ 12:9 ระบุว่า *"พญานาคใหญ่ซึ่งเป็นงูดึกดำบรรพ์ที่เขาเรียกกันว่ามารและซาตานผู้ล่อลวงมนุษย์ทั้งโลกก็ถูกผลักทิ้งลงไป พญานาคและบริวารของมันถูกผลักทิ้งลงไปในแผ่นดินโลก"*

ดังนั้น "การจับงู" จึงหมายความว่าท่านจะแยกพรรคพวกของผีมารซาตานออกจากกันและทำลายพรรคพวกของมันในพระนามของพระเยซูคริสต์

## การทำลายธรรมศาลาของซาตาน

เราอ่านพบพระคัมภีร์ข้อเหล่านี้ในหนังสือวิวรณ์

> *"เรารู้ว่าพวกเจ้ามีความทุกข์ลำบากและยากจน(แต่ว่าเจ้าก็มั่งมี) และรู้เรื่องการใส่ร้ายของคนเหล่านั้นที่กล่าวว่าเขาเป็นพวกยิวและหาได้เป็นไม่ แต่พวกเขาเป็นธรรมศาลาของซาตาน" (2:9)*

> *"ดูเถิดเราจะทำให้พวกธรรมศาลาของซาตานที่พูดมุสาว่าเขาเป็นพวกยิวและไม่ได้เป็นนั้นมากราบลงแทบเท้าของเจ้าและให้เขารู้ว่าเราได้รักพวกเจ้า" (3:9)*

"พวกยิว"(ซึ่งเป็นชนชาติที่พระเจ้าเลือกสรร)ในที่นี้ในแง่วิญญาณจิต

หมายถึงทุกคนที่เชื่อในพระเจ้า บรรดาคนที่ "พูดมุสาว่าเขาเป็นพวกยิว" หมาย
ถึงผู้คนที่ขัดขวางงานของพระเจ้าด้วยการพิพากษาตัดสินและพูดจาใส่ร้ายการ
ทำงานของพระองค์บนพื้นฐานที่ว่างานของพระเจ้าไม่ตรงกับความคิดของตน
คนเหล่านี้บ่นต่อว่าและเกลียดชังเพราะความอิจฉาริษยา
         "ธรรมศาลาของซาตาน" บ่งชี้ถึงการรวมกลุ่มกันของบุคคลสองคนหรือ
มากกว่านั้นเพื่อพูดถึงคนอื่นในแง่ไม่ดีอย่างเป็นเท็จและก่อให้เกิดปัญหาในค
ริสตจักร การบ่นต่อว่าของบุคคลสองสามคนจะกลายเป็นมลพิษต่อคนจำนวน
มากและในที่สุดก็จะก่อให้เกิดธรรมศาลาของซาตาน
         แน่นอนการให้เสนอแนะอย่างสร้างสรรควรได้รับการยอมรับเพื่อการ
พัฒนาขึ้นของคริสตจักรแต่สิ่งนี้จะกลายเป็นธรรมศาลาของซาตานถ้าสมา
ชิกคริสตจักรบางคนต่อสู้กับผู้รับใช้พระเจ้าทำให้คริสตจักรแตกแยกด้วย
เหตุผลที่น่าฟัง และตั้งกลุ่มขึ้นต่อต้านกับความจริง

         แม้คริสตจักรควรเต็มไปด้วยความรักและความบริสุทธิ์รวมทั้งความเป็น
อันหนึ่งอันเดียวกันในความจริง   แต่มีคริสตจักรหลายแห่งที่มีความเยือกเย็น
ลงในเรื่องการอธิษฐาน ความรัก และการฟื้นฟูซึ่งส่งผลให้เกิดความไม่มั่นคง
ในแผ่นดินของพระเจ้า สิ่งเหล่านี้เกิดขึ้นก็เพราะธรรมศาลาของซาตาน
         แต่ธรรมศาลาของซาตานจะไม่สามารถสำแดงพลานุภาพของตนได้เมื่อ
ท่านหยั่งรู้ถึงเรื่องนี้ด้วยความเชื่อในระดับที่ห้าซึ่งเป็นสิ่งที่พอพระทัยพระเจ้า
         ในคริสตจักรของข้าพเจ้ายังไม่เคยมีธรรมศาลาของซาตานนับตั้งแต่คริสต
จักรถูกตั้งขึ้น แน่นอน ในช่วงแรกของการทำพันธกิจของข้าพเจ้าเหตุการณ์
นี้อาจเกิดขึ้นผ่านบุคคลบางคนที่ถูกมารควบคุมความคิดเพราะสมาชิกคริสต
จักรในเวลานั้นยังไม่ได้รับการติดอาวุธด้วยความจริง
         แต่ทุกครั้งที่เหตุการณ์ดังกล่าวเกิดขึ้นพระเจ้าทรงอนุญาตให้ข้าพเจ้าทราบ
และข้าพเจ้าจะทำลายสิ่งนั้นผ่านทางคำเทศนา ด้วยวิธีการนี้ คริสตจักรของ
เราจึงมีชัยชนะเหนือความพยายามทุกอย่างที่จะตั้งธรรมศาลาของซาตานขึ้น

ในปัจจุบัน สมาชิกคริสตจักรของข้าพเจ้าสามารถแยกแยะความจริงออกจาก
ความเท็จ ผู้คนที่เคยแอบเข้ามาในคริสตจักรอย่างลับ ๆ เพื่อก่อตั้งธรรมศาลา
ของซาตานได้ออกไปจากคริสตจักรหรือไม่ก็กลับใจใหม่เพราะบางคนยังมี
จิตใจที่ดีงาม ในทำนองเดียวกัน ธรรมศาลาของซาตานไม่สามารถก่อตั้งขึ้นได้
เมื่อไม่มีใครเห็นพ้องกับสิ่งนั้น

## 4. ไม่มียาพิษชนิดใดทำอันตรายแก่ท่าน

หมายสำคัญประการที่สี่ที่บังเกิดขึ้นเมื่อมีผู้เชื่อก็คือเมื่อคนเหล่านั้นดื่มยา
พิษสิ่งนั้นจะไม่ทำอันตรายแก่เขา หมายสำคัญนี้หมายถึงอะไร
ในกิจการ 28:1-6
มีเหตุการณ์หนึ่งที่อัครทูตเปาโลถูกงูพิษกัดบนเกาะมอลตา ชาวพื้นเมืองที่
อาศัยอยู่บนเกาะคิดว่าตัวท่านจะบวมขึ้นหรือจะล้มลงตายทันที แต่เปาโลกลับ
ไม่ได้รับผลกระทบใดเลย หลังจากรอคอยอยู่เป็นเวลานานและเห็นว่าไม่มีสิ่ง
ผิดปกติใด ๆ เกิดขึ้นกับเปาโล คนพื้นเมืองเหล่านั้นจึงเปลี่ยนความคิดของตน
และกล่าวว่าท่านคือพระ (ข้อ 6) ทั้งนี้ก็เพราะว่าเปาโลมีความเชื่ออย่างสมบูรณ์
แบบแม้กระทั่งงูพิษก็ไม่สามารถทำอันตรายท่านได้

### แม้ในยามที่ท่านถูกงูพิษกัด

ผู้คนที่มีความเชื่ออย่างสมบูรณ์แบบจะไม่เจ็บป่วยหรือติดเชื้อจากเชื้อโรค
เชื้อไวรัสหรือยาพิษแม้ในยามที่คนเหล่านี้บริโภคยาพิษเข้าไปโดยบังเอิญ
เพราะพระเจ้าทรงเผาผลาญพิษเหล่านั้นด้วยไฟแห่งพระวิญญาณบริสุทธิ์
แต่ถ้าคนเหล่านี้ดื่มยาพิษอย่างจงใจพวกเขาจะไม่ได้รับการคุ้มครองเพราะ
นั่นหมายความว่าคนเหล่านี้กำลังทดสอบพระเจ้าพระเจ้าจะไม่ทรงยอมรับการ

ทดสอบใด ๆ ของมนุษย์ยกเว้นในเรื่องสิบลด แต่ท่านอาจบริโภคยาพิษผ่านทางอาหารที่มีพิษซึ่งมีเจตนาทำร้ายท่านอย่างจงใจ

ยิ่งกว่านั้น ผู้ชายอาจใส่ยานอนหลับให้กับผู้หญิงดื่มโดยมีจุดประสงค์เพื่อล่อลวงเธอไปทำสิ่งที่เลวร้าย หรือทำให้บางคนหมดความสติเพื่อลักพาตัวเขา หรือเพื่อขโมยทรัพย์สินจากเขา แม้ในสถานการณ์เหล่านี้ บุคคลที่มีความเชื่ออย่างสมบูรณ์แบบจะได้รับการคุ้มครองและไม่ได้รับอันตรายเพราะไฟแห่งพระวิญญาณบริสุทธิ์จะทำให้ยาพิษเหล่านั้นไร้พิษสง

## ไฟแห่งพระวิญญาณบริสุทธิ์จะเผาผลาญยาพิษทุกชนิด

ก่อนสิ้นสุดการเรียนในชั้นปีที่สามของข้าพเจ้าในสถาบันพระคริสตธรรม ข้าพเจ้ารู้สึกปวดท้องอย่างรุนแรงหลังจากดื่มเครื่องดื่มชนิดหนึ่งในขณะที่ข้าพเจ้ากำลังเตรียมตัวสำหรับการประชุมฟื้นฟูครั้งแรกของข้าพเจ้า ข้าพเจ้ารู้สึกทุเลาขึ้นหลังจากข้าพเจ้าอธิษฐานด้วยการใช้มือของข้าพเจ้าวางลงบนท้องและข้าพเจ้าถ่ายอุจจาระออกมาจนหมดสิ้น ข้าพเจ้าไม่ทราบว่าเครื่องดื่มนั้นถูกเจือปนด้วยสารพิษจนกระทั่งวันต่อมา

ครั้งหนึ่งข้าพเจ้าหยุดพักเพื่ออธิษฐาน ณ สถานที่แห่งหนึ่งในเมืองโจชิวอน จังหวัดชูนชัง สถานที่พักซึ่งข้าพเจ้าพักอยู่บ่อยครั้งอยู่ใกล้กับมหาวิทยาลัยแห่งหนึ่ง ที่นั่นมีการเดินขบวนของนักศึกษาและตำรวจมักใช้แก๊สน้ำตาเพื่อปราบปรามนักศึกษาเหล่านั้น แม้ผู้คนที่อยู่รอบข้างข้าพเจ้าจะมีปัญหาอย่างมากกับระบบหายใจ แต่ข้าพเจ้ากลับไม่มีปัญหาใดเลย

ในช่วงแรกของการทำพันธกิจครอบครัวของข้าพเจ้าอาศัยอยู่ในห้องใต้ดินของอาคารคริสตจักร ในเวลานั้น คนเกาหลีใช้ถ่านอัดก้อนเพื่อทำความร้อน ครอบครัวของข้าพเจ้าทนทุกข์กับก๊าซคาร์บอน มอน็อกไซด์โดยเฉพาะอย่างยิ่งในวันที่มีเมฆปกคลุมเพราะอากาศไม่ไหลเวียนถึงกระนั้น ข้าพเจ้าก็ไม่

เคยได้รับผลกระทบจากก๊าซพิษนั้นเลยพระวิญญาณบริสุทธิ์ทรงหลอมละลาย
สารพิษเหล่านั้นทันทีเมื่อมีพิษเข้าสู่ร่างกายของบุคคลที่มีความเชื่อซึ่งพระเจ้า
พอพระทัยในขณะที่พระวิญญาณบริสุทธิ์ทรงเคลื่อนไหวอยู่ทั่วร่างกายของ
บุคคลนั้นด้วยความไพบูลย์ของพระองค์

## 5. คนป่วยหายโรคด้วยการวางมือของท่าน

หมายสำคัญประการที่ห้าที่บังเกิดขึ้นเมื่อมีผู้เชื่อก็คือเมื่อคนเหล่านั้น
วางมือของตนบนผู้ป่วย คนที่เจ็บป่วยจะได้รับการรักษาให้หาย โดยพระคุณ
ของพระเจ้า หมายสำคัญนี้บังเกิดขึ้นกับข้าพเจ้าก่อนที่ข้าพเจ้าเริ่มต้นพันธกิจ
ของข้าพเจ้าเสียอีก หลังจากการก่อตั้งคริสตจักรของข้าพเจ้ามีผู้คนจำนวนนับ
ไม่ถ้วนได้รับการรักษาให้หายจากโรคภัยไข้เจ็บและถวายพระเกียรติแด่
พระเจ้า

ในปัจจุบันเนื่องจากข้าพเจ้าไม่สามารถวางมือบนสมาชิกคริสตจักรทุกคน
ได้ ข้าพเจ้าจึงเพียงแต่อธิษฐานเผื่อผู้ป่วยจากธรรมาสน์ แต่ก็มีผู้ป่วยจำนวน
มากได้รับการรักษาให้หายจากโรคและมีสุขภาพร่างกายแข็งแรงขึ้นผ่านคำ
อธิษฐาน

นอกจากนี้ ในช่วงการประชุมฟื้นฟูประจำปีซึ่งจัดขึ้นเป็นเวลาสองสัปดาห์
ในเดือนพฤษภาคมของทุกปีจนกระทั่งปี 2004 โรคภัยไข้เจ็บชนิดต่าง ๆ (นับ
จากโรคมะเร็งในเม็ดเลือด โรคอัมพาตไปจนถึงโรคมะเร็งชนิดต่าง ๆ) ล้วน
ได้รับการรักษาให้หาย ยิ่งกว่านั้น คนตาบอดสามารถมองเห็น คนหูหนวก
ได้ยิน และคนง่อยเดินได้ จากการทำงานอย่างอัศจรรย์เหล่านี้ของพระเจ้า ผู้คน
จำนวนนับไม่ถ้วนได้พบกับพระเจ้าผู้ทรงพระชนม์อยู่

แต่เพราะเหตุใดบางคนยังไม่สามารถรับคำตอบของการรักษาโรคผ่านการ
ทำงานของไฟแห่งพระวิญญาณบริสุทธิ์ซึ่งกำลังเผาผลาญเชื้อโรคและรักษาผู้

ป่วยและผู้พิการเหล่านี้

ประการแรก เราต้องจำไว้ว่าเมื่อคนหนึ่งรับเอาคำอธิษฐานโดยไม่มีความ
เชื่อบุคคลนั้นจะไม่ได้รับการรักษา ถ้าเขาไม่มีความเชื่อเขาก็ไม่ได้รับคำตอบ
เพราะพระเจ้าทรงทำงานตามความเชื่อของแต่ละคน ประการที่สอง บุคคลไม่
อาจรับการรักษาให้หายได้แม้เขาจะมีความเชื่อหากเขายังมีกำแพงบาปขวาง
กั้นอยู่ ในกรณีนี้ เขาจะได้รับการรักษาให้หายได้ก็ต่อเมื่อบุคคลนี้กลับใจจาก
บาปของตนและหันกลับมาหาพระเจ้าเท่านั้น

มีอีกอย่างหนึ่งที่ท่านต้องรู้นั่นคือถ้ามีคนหนึ่งรักษาผู้ป่วยด้วยการ
อธิษฐาน ท่านไม่สามารถสันนิษฐานว่าบุคคลนั้นบรรลุถึงความเชื่อในระดับ
ที่ห้าแล้วเช่นกัน ท่านสามารถรักษาผู้คนให้หายโรคได้ถ้าท่านมีของประทาน
แห่งการรักษาโรคแม้ท่านจะอยู่ในความเชื่อระดับที่สามก็ตาม

ยิ่งกว่านั้น บ่อยครั้งผู้คนที่มีความเชื่อในระดับที่สองจะรักษาผู้ป่วยด้วยคำ
อธิษฐานของตนเมื่อเขาเต็มล้นด้วยพระวิญญาณบริสุทธิ์เพราะเขาอาจเข้าไปสู่
ความเชื่อในระดับที่สี่หรือที่ห้าในช่วงเวลาสั้น ๆ ได้ นอกจากนั้น คำอธิษฐาน
ของผู้ชอบธรรมหรือคำอธิษฐานแห่งความรักมีพลังและประสิทธิภาพมากจน
ทำให้พระเจ้าสำแดงถึงการทำงานของพระองค์ (ยากอบ 5:16)

ในเวลาเดียวกัน กรณีเหล่านี้มีข้อจำกัดหลายอย่างโรคภัยที่เกิดจากเชื้อโรค
หรือเชื้อไวรัสอย่างเช่นความเจ็บป่วยทั่วไปโรคมะเร็ง และโรคที่ทำให้ร่างกาย
เสื่อมโทรมอาจรับการรักษาให้หายได้แต่การทำงานอันยิ่งใหญ่ของพระเจ้า
(เช่น การทำให้คนง่อยเดินได้หรือการทำให้คนตาบอดมองเห็น) อาจจะไม่เกิด
ขึ้น

ถึงแม้ผีมารจะถูกขับออกไปด้วยคำอธิษฐานแห่งความรักหรือด้วยของ
ประทานแห่งการรักษาโรค แต่เป็นไปได้ที่อีกไม่นานผีมารจะกลับเข้ามาใหม่
แต่เมื่อบุคคลที่มีความเชื่อในระดับที่ห้าขับผีออก ผีจะไม่สามารถกลับเข้ามา
อีก

ดังนั้นท่านจะบอกว่าท่านมีความเชื่ออยู่ในระดับที่ห้าได้ก็ต่อเมื่อท่าน
สามารถสำแดงให้เห็นถึงหมายสำคัญทั้งห้าประการเหล่านี้พร้อมกันเท่านั้น
ยิ่งกว่านั้นท่านจะสามารถสำแดงถึงพลังอำนาจและสิทธิอำนาจอันยิ่งใหญ่
ตลอดจนของประทานแห่งพระวิญญาณบริสุทธิ์ได้มากยิ่งขึ้นถ้าท่านมีความ
เชื่อในระดับนี้

ในสมัยปัจจุบันที่ผู้คนจำนวนมากเปรอะเปื้อนไปด้วยความบาปและความ
ชั่วร้ายคนเหล่านี้จะมีความเชื่อได้ก็ต่อเมื่อเขาเห็นถึงหมายสำคัญและการ
อัศจรรย์ที่ยิ่งใหญ่กว่าสิ่งที่เคยเกิดขึ้นกับผู้คนในสมัยของพระเยซูเท่านั้น

นั่นคือสาเหตุที่พระเจ้าทรงปรารถนาให้ลูกของพระองค์ไม่เพียงแต่บรรลุ
ถึงความเชื่อฝ่ายวิญญาณที่สมบูรณ์แบบเท่านั้นแต่เพื่อให้คนเหล่านี้สำแดง
ถึงหมายสำคัญต่าง ๆ ที่เกิดขึ้นเมื่อมีผู้เชื่อด้วยเช่นกัน เพื่อลูกของพระเจ้าจะ
สามารถนำผู้คนจำนวนนับไม่ถ้วนมาสู่หนทางแห่งความรอด

ท่านต้องพยายามรับเอากำลัง สิทธิอำนาจ และฤทธิ์เดชอำนาจจากพระเจ้า
โดยรู้ว่าท่านสามารถทำในสิ่งที่พระเยซูเคยกระทำและกระทำกิจที่ยิ่งใหญ่
กว่าที่พระองค์เคยกระทำนั้นได้ถ้าท่านมีความเชื่อของพระคริสต์ที่พระเจ้าพอ
พระทัย

ขอให้ท่านขยายแผ่นดินของพระเจ้าและทำให้ความชอบธรรมของ
พระองค์สำเร็จอย่างยิ่งใหญ่ด้วยความเชื่อประเภทนี้ให้เร็วที่สุดเท่าที่ท่านจะ
ทำได้ ขอให้ท่านส่องแสงเจิดจ้าเหมือนดวงอาทิตย์ตลอดไปในสวรรค์ ข้าพเจ้า
อธิษฐานในพระนามของพระเยซูคริสต์

บทที่ 10

# ที่อยู่และมงกุฎชนิดต่าง ๆ ในสวรรค์

ที่อยู่และมงกุฎชนิดต่าง ๆ

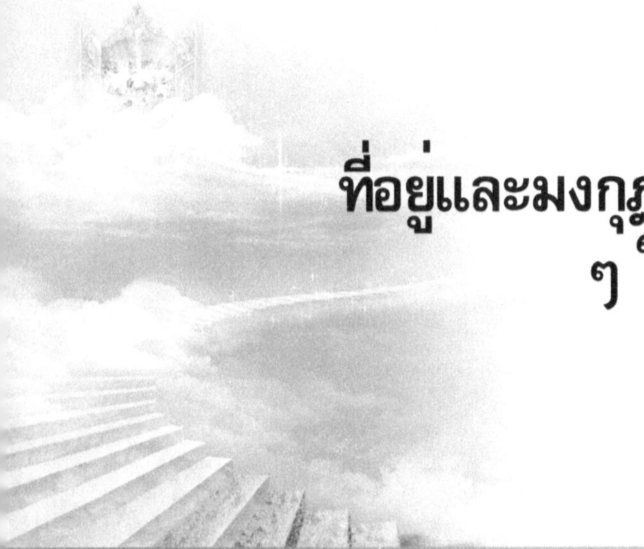

อย่าให้ใจของท่านทั้งหลายวิตกเลย ท่านวางใจในพระเจ้า
จงวางใจในเราด้วย ในพระนิเวศของพระบิดาเรามีที่อยู่
เป็นอันมาก ถ้าไม่มีเราคงได้บอกท่านแล้ว เพราะเราไป
จัดเตรียมที่ไว้สำหรับท่านทั้งหลาย เมื่อเราไปจัดเตรียมที่
ไว้สำหรับท่านแล้ว เราจะกลับมาอีกรับท่านไปอยู่กับเรา
เพื่อว่าเราอยู่ที่ไหนท่านทั้งหลายจะได้อยู่ที่นั่นด้วย

*(ยอห์น 14:1-3)*

สำหรับนักกีฬาโอลิมปิกการครองเหรียญทองถือเป็นช่วงเวลาที่น่าปลาบปลื้มใจมากที่สุด เขาไม่ได้รับเหรียญทองโดยบังเอิญ แต่ได้รับเหรียญดังกล่าวหลังจากการฝึกฝนเพื่อพัฒนาทักษะและการงดเว้นจากงานอดิเรกหรืออาหารที่ตนชื่นชอบเป็นเวลานาน บุคคลนี้สามารถทนต่อการฝึกฝนอันหนักหน่วงทุกรูปแบบเพราะเขามีความต้องการเหรียญทองอย่างแรงกล้าและรู้ว่าความพยายามของตนจะได้รับรางวัลตอบแทนอย่างงดงาม

สำหรับเราที่เป็นคริสเตียนก็เช่นกันในการวิ่งแข่งฝ่ายวิญญาณเพื่อเข้าสู่แผ่นดินสวรรค์นั้นเราต้องต่อสู้อย่างเต็มกำลังแห่งความเชื่อ ทุบตีร่างกายของเรา และทำให้ร่างกายอยู่ใต้บังคับเพื่อเราจะเป็นผู้ชนะที่ได้รับบำเหน็จรางวัลในที่สุดผู้คนในโลกนี้พยายามทุกวิถีทางที่จะได้รับรางวัลและสง่าราศีฝ่ายโลกท่านควรทำสิ่งใดเพื่อให้ได้รับรางวัลและสง่าราศีนิรันดร์แห่งสวรรค์

1 โครินธ์ 9:24-25 กล่าวว่า *"ท่านไม่รู้หรือว่าคนเหล่านั้นที่วิ่งแข่งกันก็วิ่งด้วยกันทุกคน แต่คนที่ได้รับรางวัลมีคนเดียว เหตุฉะนั้นจงวิ่งเพื่อชิงรางวัลให้ได้ ฝ่ายนักกีฬาทุกคนก็เคร่งครัดในระเบียบวินัยเขากระทำอย่างนั้นเพื่อจะได้มงกุฎใบไม้ซึ่งร่วงโรยได้ แต่เรากระทำเพื่อจะได้มงกุฎที่ไม่มีวันร่วงโรยเลย"*
พระคัมภีร์ตอนนี้หนุนใจเราให้รู้จักบังคับตนเองในทุกสิ่งและวิ่งแข่งอย่างไม่หยุดหย่อนด้วยความมุ่งหวังถึงสง่าราศีที่ท่านจะได้ชื่นชมในไม่ช้า

ขอให้เราศึกษาในรายละเอียดว่าเราจะมีสง่าราศีแห่งแผ่นดินสวรรค์และ
ไปถึงที่อยู่ที่ดีกว่าในสวรรค์ได้อย่างไร

## 1.  เข้าสู่แผ่นดินสวรรค์ได้ด้วยความเชื่อเท่านั้น

มีคนอยู่มากมายที่ไม่รู้ว่ามนุษย์มาจากไหน อยู่เพื่ออะไร และจะไปไหนแม้
คนเหล่านี้จะมีเกียรติ อำนาจ ทรัพย์สมบัติ และความร่ำรวยอย่างมากก็ตาม คน
เหล่านี้คิดเพียงว่านับตั้งแต่เกิดมามนุษย์กิน ดื่ม เรียนหนังสือ ทำงาน แต่งงาน
และมีชีวิตอยู่ไปจนกระทั่งเสียชีวิตและกลับไปสู่ผงคลีดิน
        แต่คนของพระเจ้าที่ต้อนรับเอาพระเยซูคริสต์ไม่คิดแบบนั้นคนเหล่านี้รู้
ว่าพระบิดาของตนผู้ซึ่งประทานชีวิตอย่างแท้จริงคือพระเจ้าเพราะคนเหล่า
นี้เชื่อว่าพระองค์ทรงสร้างอาดัมและทำให้ท่านมีลูกหลานด้วยการมอบเมล็ด
พันธุ์แห่งชีวิตให้กับท่าน ดังนั้นคนของพระเจ้าจึงมีชีวิตอยู่เพื่อถวายเกียรติแด่
พระองค์ไม่ว่าในการกิน การดื่ม หรือการทำสิ่งหนึ่งสิ่งใดเพราะเขารู้ว่าทำไม
พระเจ้าจึงสร้างมนุษย์และอนุญาตให้มนุษย์อาศัยอยู่ในโลกนี้คนเหล่านี้ยัง
ดำเนินชีวิตตามน้ำพระทัยของพระเจ้าด้วยเช่นกันเพราะเขารู้ว่าเขาจะรอด  ไป
สู่สวรรค์ และมีชีวิตนิรันดร์ได้อย่างไร หรือรู้ว่าตนจะถูกลงโทษในบึงไฟนรก
ชั่วนิรันดร์อย่างไร
        ผู้คนที่มีความเชื่อเป็นลูกของพระเจ้าซึ่งเป็นพลเมืองของแผ่นดินสวรรค์
พระเจ้าทรงต้องการให้ลูกของพระองค์รู้เกี่ยวกับแผ่นดินสวรรค์อย่างชัดเจน
และเต็มไปด้วยความหวังสำหรับแผ่นดินสวรรค์ซึ่งเป็นบ้านเมืองของตน
เพราะยิ่งคนเหล่านี้รู้ถึงแผ่นดินสวรรค์ชัดเจนมากขึ้นเท่าใด  เขาก็จะยิ่งดำเนิน
ชีวิตในโลกนี้ด้วยความเชื่ออย่างกระตือรือร้นมากขึ้นเท่านั้น
        ท่านจะไปสวรรค์ได้ด้วยความเชื่อเท่านั้นและผู้คนที่รอดโดยความ
เชื่อเท่านั้นที่จะได้อยู่ในสวรรค์ แม้ท่านจะมีเงินทอง เกียรติยศ และอำนาจ

มากมายท่านก็ไม่สามารถไปสวรรค์ด้วยกำลังของท่านได้  ผู้คนที่ได้รับสิทธิ
แห่งการบุตรของพระเจ้าด้วยการต้อนรับพระเยซูคริสต์และดำเนินชีวิตด้วย
พระคำของพระองค์เท่านั้นที่สามารถเข้าสู่สวรรค์และชื่นชมกับพระพรและ
ชีวิตนิรันดร์

## ความรอดในสมัยพระคัมภีร์เดิม

หมายความว่าผู้คนที่ไม่รู้เรื่องอะไรเลยเกี่ยวกับพระเยซูจะไม่รอดใช่หรือ
ไม่  ไม่ใช่เช่นนั้น  สมัยพระคัมภีร์เดิมเป็นยุคแห่งธรรมบัญญัติ  ผู้คนในสมัย
นั้นได้รับความรอดโดยอาศัยข้อเท็จจริงที่ว่าคนเหล่านั้นดำเนินชีวิตตามธรรม
บัญญัติซึ่งเป็นพระคำของพระเจ้าหรือไม่    แต่ในสมัยพระคัมภีร์ใหม่หลังจาก
การมาปรากฏตัวในโลกนี้และการเป็นพยานถึงพระเยซูคริสต์ของยอห์นผู้ให้
รับบัพติศมา ผู้คนได้รับความรอดโดยความเชื่อในพระเยซูคริสต์

แม้แต่ในสมัยของเราอาจมีบางคนที่ไม่ได้ต้อนรับพระเยซูคริสต์เพราะ
คนเหล่านั้นยังไม่มีโอกาสได้ยินถึงเรื่องราวของพระองค์    คนเหล่านั้นจะถูก
พิพากษาตามจิตสำนึกของตน (ท่านสามารถอ่านเรื่องนี้เพิ่มเติมได้จากหนังสือ
เรื่อง **"สาส์นจากกางเขน"**) ในปัจจุบัน  ดูเหมือนว่าคนจำนวนมากจะตีความ
หมายน้ำพระทัยของพระเจ้าในเรื่องความรอดผิดคนเหล่านี้เข้าใจผิดว่าเขา
สามารถรอดได้ถ้าเขาประกาศถึงความเชื่อของตนด้วยริมฝีปากว่า "ข้าพเจ้า
เชื่อว่าพระเยซูคริสต์ทรงเป็นพระผู้ช่วยให้รอดของข้าพเจ้า"  เพราะในยุคพระ
คัมภีร์ใหม่พระเจ้าทรงประทานพระคุณแห่งความรอดแก่เขาโดยทางพระเยซู
คริสต์คนเหล่านี้คิดว่าเขาไม่จำเป็นต้องพยายามดำเนินชีวิตโดยพระคำของ
พระเจ้าและการทำบาปไม่ใช่ปัญหาใหญ่ แต่นี่เป็นความคิดที่ผิดอย่างสิ้นเชิง

ความรอดโดยการประพฤติในสมัยพระคัมภีร์เดิมหรือความรอดโดยความ
เชื่อในสมัยพระคัมภีร์ใหม่หมายถึงอะไร

พระเยซูไม่ได้เสด็จมาในโลกนี้เพื่อช่วยผู้คนที่ไม่ได้ดำเนินชีวิตตามพระ

คำของพระเจ้าให้รอดแต่พระองค์เสด็จมาเพื่อนำผู้คนที่ดำเนินชีวิตตามน้ำ
พระทัยของพระเจ้าทั้งด้วยการประพฤติและด้วยจิตใจของตนไปสู่ความรอด

     เพราะเหตุนี้ พระเยซูจึงทรงประกาศไว้ในมัทธิว 5:17 ว่า *"อย่าคิดว่าเรา
มาเลิกล้างธรรมบัญญัติและคำของผู้เผยพระวจนะ เรามิได้มาเลิกล้าง แต่มาทำให้
สมบูรณ์ทุกประการ"* พระองค์ทรงเตือนเราอีกว่าถ้าผู้ใดทำบาปในจิตใจของตน
บุคคลนั้นก็ได้ทำความบาปแล้ว *"ท่านทั้งหลายได้ยินคำซึ่งกล่าวไว้ว่า 'อย่าล่วง
ประเวณีผัวเมียเขา' ฝ่ายเราบอกท่านทั้งหลายว่าผู้ใดมองผู้หญิงเพื่อให้เกิดใจกำหนัด
ในหญิงนั้น ผู้นั้นได้ล่วงประเวณีในใจกับหญิงนั้นแล้ว"* (มัทธิว 5:27-28)

## ความรอดในสมัยพระคัมภีร์ใหม่

     ในสมัยพระคัมภีร์เดิมแม้บุคคลใดล่วงประเวณีในใจของตนก็ไม่ถือว่า
เขาทำบาปเว้นแต่เขาทำการล่วงประเวณีบุคคลนั้นจะเป็นคนบาปก็ต่อเมื่อเขา
กระทำการล่วงประเวณีเท่านั้นผลก็คือผู้คนจะเอาหินขว้างบุคคลนั้นให้ตาย
ได้ก็ต่อเมื่อเขากระทำการล่วงประเวณีเท่านั้น (เฉลยธรรมบัญญัติ 22:21-24)
ในทำนองเดียวกัน ในสมัยพระคัมภีร์เดิม ถ้าบุคคลใดมีความชั่วร้ายในจิตใจ
ของตน มีเจตนาร้ายที่จะฆ่าคนหรือขโมยสิ่งของในใจของตนแต่ไม่ได้แสดง
เจตนาดังกล่าวออกมาเป็นการกระทำ บุคคลนั้นจะรอดเพราะเขาไม่มีความผิด
จากการทำบาป

     ขอให้เราอ่านใน 1 ยอห์น 3:15 เพื่อจะเข้าใจความหมายของการรอดโดย
ความเชื่อในสมัยพระคัมภีร์ใหม่ *"ผู้ใดที่เกลียดชังพี่น้องของตนผู้นั้นก็เป็นผู้ฆ่าคน
และท่านทั้งหลายก็รู้แล้วว่าผู้ฆ่าคนนั้น ไม่มีชีวิตนิรันดร์ดำรงอยู่ในเขาเลย"*

     ในสมัยพระคัมภีร์ใหม่แม้ผู้คนไม่ทำบาปด้วยการกระทำแต่เขาก็จะไม่รอด
ได้ถ้าเขาทำบาปในจิตใจของตนเพราะการทำบาปภายในใจเท่ากับการทำบาป
ที่ปรากฏออกมาภายนอก

     ด้วยเหตุนี้ ในสมัยพระคัมภีร์ใหม่ ถ้าบุคคลใดมีเจตนาที่จะขโมย บุคคลนั้น

ก็กลายเป็นผู้ร้าย ถ้าบุคคลใดมองดูผู้หญิงด้วยใจกำหนัด บุคคลนั้นก็กลายเป็นผู้ล่วงประเวณี และถ้าบุคคลใดเกลียดชังพี่น้องของตนและมีเจตนาที่จะฆ่าเขา บุคคลนั้นก็ไม่ได้ดีไปกว่าฆาตรกร เมื่อท่านรู้เรื่องนี้ชัดเจนแล้วท่านก็ควรรับความรอดด้วยการแสดงให้พระเจ้าเห็นถึงความเชื่อของท่านในการประพฤติโดยไม่ทำบาปในจิตใจของตน

## จงละทิ้งการกระทำและความปรารถนาของเนื้อหนัง

บ่อยครั้ง ท่านจะพบคำว่า "ธรรมชาติบาป" "เนื้อหนัง" "ความต้องการของเนื้อหนัง" "การงานของเนื้อหนัง" "ร่างกายแห่งบาป" และคำอื่น ๆ อีกมากมายในพระคัมภีร์ แต่มีอยู่ไม่กี่คนที่รู้จักความหมายที่แท้จริงของคำเหล่านี้แม้แต่ในหมู่ผู้เชื่อ

จากพจนานุกรม คำว่า "เนื้อหนัง" และ "ร่างกาย" มีความหมายไม่แตกต่างกัน แต่จากพระคัมภีร์คำเหล่านี้มีความหมายฝ่ายวิญญาณต่างกัน เพื่อให้เข้าใจถึงความหมายฝ่ายวิญญาณที่แท้จริงของคำเหล่านี้ ประการแรกท่านจำเป็นต้องรู้ถึงขั้นตอนที่ความบาปเกิดขึ้นกับมนุษย์

ในฐานะวิญญาณที่มีชีวิต มนุษย์คนแรกเป็นบุคคลฝ่ายวิญญาณโดยไม่มีความเท็จอยู่ในเขาเพราะพระเจ้าทรงสอนเฉพาะความรู้แห่งชีวิตให้กับมนุษย์ ความตายเกิดขึ้นกับมนุษย์เมื่อเขาทำบาปแห่งการไม่เชื่อฟังด้วยการกินผลไม้จากต้นไม้แห่งการสำนึกในความดีและความชั่วเพราะมนุษย์ไม่รักษาคำบัญชาของพระเจ้าไว้ในจิตใจของตน (โรม 6:23)

เมื่อวิญญาณ (ซึ่งมีบทบาทสำคัญในการเป็นเจ้านายควบคุมเหนือมนุษย์) ตายลง อาดัมจึงไม่สามารถสื่อสารกับพระเจ้าได้อีกต่อไป นอกจากนั้น อาดัมในฐานะสิ่งทรงสร้างต้องยำเกรงพระเจ้าพระผู้สร้างและรักษาคำบัญชาของพระองค์ แต่อาดัมกลับไม่ได้ทำหน้าที่ของความเป็นมนุษย์ดังกล่าว อาดัมจึงถูกขับไล่ออกจากสวนเอเดนและต้องมีชีวิตอยู่ในโลกใบนี้ด้วยน้ำตา ความ

โศกเศร้า ความทุกข์ทรมาน โรคภัยไข้เจ็บ และความตาย อาดัมและลูกหลาน
ของท่านต้องทำบาปเมื่อผู้คนในยุคต่าง ๆ เริ่มมีความชั่วร้ายทวีมากขึ้น
    ในขั้นตอนของการถูกเปรอะเปื้อนด้วยมลทินบาปนี้เมื่อความรู้แห่งชีวิต
ที่พระเจ้าประทานให้ในครั้งแรกหมดไปจากมนุษย์เราจึงเรียกสถานภาพนี้
ว่า "ร่างกาย" และเมื่อความบาปลักษณะต่าง ๆ ถูกนำมาผสมผสานเข้ากับ
"ร่างกาย" นี้ เราจึงเรียกสิ่งนี้ว่า "เนื้อหนัง"
    ด้วยเหตุนี้ "เนื้อหนัง" จึงเป็นคำทั่วไปที่ใช้เรียกลักษณะต่าง ๆ ที่มองไม่
เห็นด้วยตาแต่เป็นสิ่งที่ซ่อนเร้นอยู่ในจิตใจของบุคคลซึ่งสามารถพัฒนาออก
มาเป็นการกระทำแม้บุคคลไม่ได้แสดงการกระทำดังกล่าวออกมาก็ตาม    ยิ่ง
กว่านั้น เมื่อเราแยกแยะและจัดหมวดหมู่ลักษณะต่าง ๆ ของเนื้อหนังโดยละ
เอียด เราสามารถเรียกสิ่งเหล่านี้ว่า "ความปรารถนาของเนื้อหนัง"
    ยกตัวอย่าง ลักษณะต่าง ๆ เช่น ความอิจฉา ความริษยา และความเกลียดชัง
เป็นสิ่งที่มองไม่เห็น    แต่สามารถปรากฏออกมาเป็นการกระทำได้ตลอดเวลา
ตราบใดที่ลักษณะเหล่านี้ยังอยู่ในจิตใจของท่าน    นั่นคือสาเหตุที่พระเจ้าทรง
ถือว่าสิ่งเหล่านี้เป็นความบาปเช่นกัน

    ด้วยวิธีการนี้ ถ้าท่านไม่กำจัดความปรารถนาของเนื้อหนังออกไปสิ่งเหล่า
นี้ก็จะปรากฏออกมาในการกระทำและเมื่อความปรารถนาของเนื้อหนังปรา
กฏออกมาในการกระทำท่านก็สามารถเรียกสิ่งเหล่านี้ว่า "การงานของเนื้อหนัง"
ในทางตรงกันข้าม เมื่อนำเอาการกระทำต่าง ๆ ของเนื้อหนังมารวมไว้ด้วยกัน
เราจึงเรียกสิ่งเหล่านี้ว่า "เนื้อหนัง"
    ในแง่หนึ่งก็คือ    เมื่อเราจำแนกเนื้อหนังไปสู่การกระทำโดยละเอียด  เรา
เรียกสิ่งนี้ว่า    "การงานของเนื้อหนัง"    ถ้าท่านมีเจตนาที่จะทำร้ายใครบางคน
จิตใจแบบนี้เป็นของ "ความปรารถนาของเนื้อหนัง" และถ้าท่านลงมือทำร้าย
บุคคลนั้น สิ่งนี้ถือเป็น "การงานของเนื้อหนัง"
    อะไรคือความหมายฝ่ายวิญญาณของคำว่า "เนื้อหนัง" ตามที่อธิบายไว้ใน

ปฐมกาล 6:3

*พระเจ้าจึงตรัสว่า "วิญญาณของเราจะไม่สถิตอยู่ในมนุษย์ตลอดกาล เพราะมนุษย์เป็นแต่เนื้อหนัง อายุของเขาจะไม่เกินร้อยยี่สิบปี"*

พระคัมภีร์ข้อนี้เตือนให้เรารู้ว่าพระเจ้าไม่ต้องการสถิตอยู่กับคนที่ไม่ได้ดำเนินชีวิตด้วยพระคำของพระองค์และเป็นผู้ที่ทำบาปและอยู่ฝ่าย "เนื้อหนัง"

แต่พระคัมภีร์บอกเราว่าพระเจ้าทรงสถิตอยู่กับบุคคลฝ่ายวิญญาณตลอดเวลา อย่างเช่น อับราอัม โมเสส เอลียาห์ โนอาห์ และดาเนียลซึ่งแสวงหาความจริงและดำเนินชีวิตโดยพระคำของพระเจ้าเท่านั้น ด้วยเหตุนี้ เมื่อท่านรู้ว่าผู้คนที่อยู่ฝ่ายเนื้อหนังซึ่งไม่ได้ดำเนินชีวิตด้วยพระคำของพระเจ้าจะไม่รอด ท่านก็ควรพยายามกำจัดการกระทำและความปรารถนาของเนื้อหนังให้หมดไปอย่างรวดเร็ว

## มนุษย์ฝ่ายเนื้อหนังจะไม่มีส่วนในแผ่นดินของพระเจ้า

เนื่องจากพระเจ้าทรงเป็นความรักพระองค์จึงประทานสิทธิและพระวิญญาณบริสุทธิ์เพื่อเป็นของประทานแก่ผู้คนที่รู้ว่าตนเองเป็นคนบาป กลับใจจากบาปของตน และยอมรับพระเยซูคริสต์เป็นพระผู้ช่วยให้รอด เมื่อท่านได้รับพระวิญญาณบริสุทธิ์เป็นของประทานและให้กำเนิดแก่วิญญาณจิตด้วยพระวิญญาณบริสุทธิ์วิญญาณจิตที่ตายไปแล้วของท่านจะกลับมีชีวิตขึ้นมาใหม่

ดังนั้น ท่านจึงสามารถรับเอาความรอดและมีชีวิตนิรันดร์เพราะท่านไม่ได้เป็นมนุษย์ฝ่ายเนื้อหนังอีกต่อไปแต่เป็นมนุษย์ฝ่ายวิญญาณแต่ถ้าท่านดำเนินชีวิตตามเนื้องหนังอย่างต่อเนื่องท่านก็จะไม่รอดเพราะพระเจ้าจะไม่สถิตอยู่กับท่าน

กาลาเทีย 5:19-21 อธิบายถึงการงานของเนื้อหนังไว้ดังนี้

*การงานของเนื้อหนังนั้นเห็นได้ชัด คือการล่วงประเวณี การโสโครก การลามก การนับถือรูปเคารพ การถือวิทยาคม การเป็นศัตรูกัน การวิวาท กัน การริษยากัน การโกรธกัน*

*การใฝ่สูง การทุ่มเถียงกัน การแตกก๊กกัน การอิจฉากัน การเมาเหล้า การเล่นเป็นพาลเกเร และการอื่น ๆ ในทำนองนี้อีกเหมือนที่ข้าพเจ้าได้ เตือนท่านมาก่อนบัดนี้ข้าพเจ้าขอเตือนท่านเหมือนกับที่เคยเตือนมาแล้วว่า คนที่ประพฤติเช่นนั้นจะไม่มีส่วนในแผ่นดิน*

*ของพระเจ้า*

พระเยซูทรงบอกเราเช่นกันในมัทธิว 7:21 ว่า *"มิใช่ทุกคนที่เรียกเราว่า 'พระองค์เจ้าข้า พระองค์เจ้าข้า' จะได้เข้าในแผ่นดินสวรรค์ แต่ผู้ที่ปฏิบัติตามพระทัย ของพระบิดาของเราผู้ทรงสถิตในสวรรค์จึงจะเข้าได้"* ยิ่งกว่านั้น การที่พระเจ้า ตรัสกับเราครั้งแล้วครั้งเล่าในพระคัมภีร์ว่าคนอธรรมที่ไม่ดำเนินชีวิตตามน้ำ พระทัยของพระองค์ แต่ทำตามความปรารถนาของเนื้อหนังจะไม่ได้เข้าไปใน แผ่นดินสวรรค์ พระเจ้าทรงปรารถนาให้ทุกคนได้รับความรอดด้วยความเชื่อ เท่านั้นและไปสู่สวรรค์

## ถ้าท่านต้องการได้รับความรอดโดยความเชื่อ

โรม 10:9-10 ระบุว่า *"คือว่าถ้าท่านจะรับด้วยปากของท่านว่าพระเยซูทรง เป็นองค์พระผู้เป็นเจ้าและเชื่อในจิตใจว่าพระเจ้าได้ทรงชุบพระองค์ให้เป็นขึ้นมา จากความตาย ท่านจะรอด ด้วยว่าความเชื่อด้วยใจก็นำไปสู่ความชอบธรรมและการ ยอมรับสัจจะของพระเจ้าด้วยปากก็นำไปสู่ความรอด"*

ความเชื่อแบบที่พระเจ้าต้องการคือความเชื่อซึ่งท่านเชื่อในจิตใจและ ยอมรับด้วยปากของท่าน อีกแง่หนึ่งก็คือ ถ้าท่านเชื่อในจิตใจของท่านอย่าง

แท้จริงว่าพระเยซูทรงเป็นพระผู้ช่วยให้รอดของท่านโดยการเป็นขึ้นมาใน
วันที่สามหลังจากการถูกตรึงของพระองค์  ท่านจะกลายเป็นผู้ชอบธรรมด้วย
การละทิ้งความผิดบาปและการดำเนินชีวิตด้วยพระคำของพระองค์  เมื่อท่าน
ยอมรับด้วยปากของท่านในขณะที่ท่านดำเนินชีวิตด้วยวิธีนี้ตามน้ำพระทัย
ของพระเจ้า ท่านจะรอดเพราะการกล่าวยอมรับของท่านเป็นความจริง

เพราะเหตุนี้ โรม 2:13 จึงกล่าวว่า *"เพราะว่าคนที่เพียงแต่ฟังธรรมบัญญัติ
เท่านั้นหาใช่ผู้ชอบธรรมในสายพระเนตรของพระเจ้าไม่คนที่ประพฤติตาม
ธรรมบัญญัติต่างหากที่พระเจ้าทรงถือว่าเป็นผู้ชอบธรรม"* ยากอบ 2:26 กล่าว
ไว้เช่นกันว่า *"เพราะกายที่ปราศจากวิญญาณนั้นไร้ชีพแล้วฉันใด ความเชื่อที่
ปราศจากการประพฤติตามก็ไร้ผลฉันนั้น"*

ท่านจะสามารถสำแดงความเชื่อของท่านด้วยการประพฤติได้ก็ต่อเมื่อ
ท่านเชื่อในพระคำของพระเจ้าในจิตใจของท่านไม่ใช่เมื่อท่านสะสมพระคำไว้
เป็นเพียงความรู้เท่านั้น เมื่อความรู้ได้รับการปลูกฝังไว้ในจิตใจของท่านการก
ระทำก็จะเกิดขึ้นตามมา

ดังนั้นถ้าท่านเคยเป็นผู้ที่เกลียดชังคนอื่นมาก่อนท่านสามารถรับการ
เปลี่ยนแปลงไปสู่การเป็นบุคคลที่รักคนอื่น ถ้าท่านเคยเป็นผู้ที่ลักขโมย ท่าน
สามารถรับการเปลี่ยนแปลงไปสู่การเป็นบุคคลที่ไม่ขโมยอีกต่อไป ถ้าท่านยัง
ดำเนินชีวิตอยู่ในความมืดพร้อมกับการรักโลกและท่านยอมรับถึงความเชื่อ
ด้วยปากของท่าน ความเชื่อของท่านก็เป็นความเชื่อที่ตายแล้วเพราะความเชื่อ
เช่นนี้ไม่ส่งผลให้เกิดความรอด

1 ยอห์น 1:7 กล่าวไว้เช่นกันว่า *"แต่ถ้าเราดำเนินอยู่ในความสว่างเหมือนอย่าง
พระองค์ทรงสถิตในความสว่าง เราก็ร่วมสามัคคีธรรมซึ่งกันและกันและพระโลหิต
ของพระเยซูคริสต์พระบุตรของพระองค์ก็ชำระเราทั้งหลายให้ปราศจากบาปทั้ง
สิ้น"*

แต่เมื่อความจริงดำรงอยู่ในท่านท่านก็จะดำเนินอยู่ในความสว่างเพราะ

ท่านดำเนินชีวิตด้วยความจริง  ท่านกลายเป็นผู้ชอบธรรมเนื่องจากความเชื่อที่
อยู่ในจิตใจของท่านเมื่อท่านออกมาจากความมืดและเข้าไปสู่ความสว่างด้วย
การละทิ้งความผิดบาป  ในทางตรงกันข้าม  ท่านกำลังพูดมุสาต่อพระเจ้าถ้า
ท่านยังคงดำเนินอยู่ในความมืดด้วยการทำความผิดบาปและความชั่ว  ดังนั้น
ท่านต้องมีความเชื่อที่ประกอบด้วยการประพฤติอย่างรวดเร็ว

## ท่านต้องเดินอยู่ในความสว่าง

พระเจ้าทรงบัญชาเราให้ต่อสู้กับความบาปจนถึงเลือดไหล  (ฮีบรู  12:4)
เพราะพระองค์ต้องการให้เราเป็นคนดีพร้อมเหมือนที่พระองค์ทรงดีพร้อม
(มัทธิว 5:48) และบริสุทธิ์เหมือนที่พระองค์ทรงบริสุทธิ์ (1 เปโตร 1:16)
ผู้คนในสมัยพระคัมภีร์เดิมจะรอดได้ก็ต่อเมื่อการประพฤติของคนเหล่า
นั้นสมบูรณ์แบบ คนเหล่านั้นไม่จำเป็นต้องกำจัดความบาปออกจากจิตใจของ
ตนเพราะเป็นไปไม่ได้สำหรับมนุษย์ที่จะขจัดความผิดบาปออกไปด้วยกำลัง
ของตนเอง
ถ้าท่านสามารถกำจัดความบาปออกไปด้วยตัวท่านเองได้  พระเยซูก็คงไม่
จำเป็นต้องมารับสภาพเป็นเนื้อหนัง  แต่เพราะท่านไม่สามารถแก้ปัญหาความ
บาปของตนหรือช่วยตนเองให้รอดด้วยความสามารถและกำลังของท่านได้
พระเยซูจึงทรงถูกตรึงและพระองค์ทรงประทานพระวิญญาณบริสุทธิ์ให้กับ
ทุกคนที่เชื่อเพื่อเป็นของขวัญและเพื่อนำเขาไปสู่ความรอด
ด้วยวิธีการนี้  ท่านจึงสามารถกำจัดความชั่วร้ายทุกชนิดออกไปด้วยความ
ช่วยเหลือของพระวิญญาณบริสุทธิ์และเข้าส่วนในธรรมชาติของพระเจ้า
เพราะพระวิญญาณบริสุทธิ์เมื่อพระองค์เข้ามาในจิตใจของท่าน ทำให้ท่านรู้ถึง
ความบาป ความชอบธรรม และการพิพากษา
ฉะนั้นท่านจึงไม่ควรพอใจกับการต้อนรับเอาพระเยซูคริสต์เพียงอย่าง
เดียว แต่ท่านควรอธิษฐานด้วยใจร้อนรน กำจัดความชั่วร้ายทุกชนิดออกไป

และเดินอยู่ในความสว่างด้วยความช่วยเหลือของพระวิญญาณบริสุทธิ์จนกว่า
ท่านจะสามารถเข้าส่วนในธรรมชาติของพระเจ้า

หนทางเดียวที่จะเข้าสู่แผ่นดินสวรรค์ได้ก็โดยการมีความเชื่อฝ่ายวิญญาณ
ซึ่งประกอบด้วยการประพฤติ ตามที่เราพบในมัทธิว 7:21 ที่ว่า *"มิใช่ทุกคนที่
เรียกเราว่า 'พระองค์เจ้าข้า พระองค์เจ้าข้า' จะได้เข้าในแผ่นดินสวรรค์ แต่ผู้ที่ปฏิบัติ
ตามพระทัยพระบิดาของเราผู้ทรงสถิตในสวรรค์จึงจะเข้าได้"* นอกจากนั้น ท่าน
ต้องพยายามทุกวิถีทางจนกว่าท่านจะบรรลุถึงขนาดแห่งความเชื่อของบิดา
เพราะที่อยู่ในสวรรค์จะถูกกำหนดโดยขนาดแห่งความเชื่อของแต่ละคน

ข้าพเจ้าหวังว่าท่านจะเข้าส่วนในธรรมชาติของพระเจ้าและเข้าสู่นคร
เยรูซาเล็มใหม่ซึ่งเป็นที่ประดิษฐานของพระที่นั่งของพระเจ้า

## 2. แสวงหาแผ่นดินสวรรค์ด้วยใจร้อนรน

พระเจ้าทรงอนุญาตให้เราเก็บเกี่ยวตามที่เราหว่านและให้รางวัลเราตามที่
เรากระทำเพราะพระองค์ทรงยุติธรรม ดังนั้น แม้แต่ในสวรรค์แต่ละคนก็จะ
ได้รับมอบสถานที่อยู่ที่แตกต่างกันตามขนาดแห่งความเชื่อของตน แต่ละคน
จะได้รับรางวัลแตกต่างกันตามที่เขาปรนนิบัติรับใช้และอุทิศตนเองให้กับ
แผ่นดินของพระเจ้า พระเจ้า (ผู้ทรงสละพระบุตรองค์เดียวของพระองค์เพื่อ
มอบแผ่นดินสวรรค์และชีวิตนิรันดร์แก่เรา) กำลังรอคอยบุตรทั้งหลายของ
พระองค์ให้เข้าไปอยู่กับพระองค์ชั่วนิรันดร์ในสถานที่อยู่ที่ดีที่สุดในสวรรค์
ซึ่งได้แก่นครเยรูซาเล็มใหม่

ตลอดประวัติศาสตร์ของโลกโดยทั่วไปประเทศที่แข็งแกร่งกว่าจะทำ
สงครามต่อสู้กับประเทศที่อ่อนแอกว่าและขยายเขตแดนของตนออกไป เพื่อ
จะครอบครองเขตแดนของอีกประเทศหนึ่งประเทศที่แข็งแกร่งกว่าต้องบุก
โจมตีประเทศอื่นและเอาชนะในการทำสงครามกับประเทศนั้น

ในทำนองเดียวกัน ถ้าท่านเป็นบุตรของพระเจ้าที่เป็นพลเมืองของสวรรค์ ท่านต้องแสวงหาสวรรค์ด้วยด้วยความหวังอันส่งเพราะท่านรู้เรื่องแผ่นดิน สวรรค์เป็นอย่างดี บางคนอาจสงสัยว่าเราจะแสวงหาแผ่นดินสวรรค์ซึ่งเป็น อาณาจักรของพระเจ้าผู้ยิ่งใหญ่ได้อย่างไร ประการแรก เราต้องเข้าใจถึงความ หมายฝ่ายวิญญาณของ "การแสวงหาแผ่นดินสวรรค์" และจากนั้นเราจะรู้ว่า เราจะแสวงหาแผ่นดินสวรรค์ได้อย่างไร

## ตั้งแต่สมัยของยอห์นผู้ให้รับบัพติศมา

พระเยซูทรงบอกกับเราในมัทธิว 11:12 ว่า *"และตั้งแต่สมัยยอห์นผู้ให้รับ บัพติศมาถึงทุกวันนี้แผ่นดินสวรรค์ก็เป็นสิ่งที่คนได้แสวงหาด้วยใจร้อนรน และผู้ที่ใจร้อนรนก็เป็นผู้ที่ชิงเอาได้"* ก่อนสมัยของยอห์นผู้ให้รับบัพติศมา หมายถึงสมัยของธรรมบัญญัติซึ่งเป็นช่วงเวลาที่ผู้คนรอดโดยการประพฤติ ของตน

พระคัมภีร์เดิมเป็นเงาสะท้อนของพระคัมภีร์ใหม่ซึ่งบรรดาผู้เผยพระ วจนะเปิดเผยให้ผู้คนทราบถึงพระเยโฮวาห์และพยากรณ์เกี่ยวกับพระเมสสิ ยาห์ แต่นับจากสมัยของยอห์นผู้ให้รับบัพติศมา ยุคแห่งพระคัมภีร์ใหม่ (ซึ่ง ได้แก่ยุคแห่งพันธสัญญาใหม่) ถูกเปิดเผยออกมาพร้อมกับการปิดตัวลงของคำ พยากรณ์แห่งพระคัมภีร์เดิม

พระเยซูพระผู้ช่วยให้รอดของเราทรงปรากฏพระองค์บนเวทีของ ประวัติศาสตร์ของมนุษย์ไม่ใช่ในฐานะเงาสะท้อนแต่ทรงเป็นตัวจริงของ พระองค์เองยอห์นผู้ให้รับบัพติศมาเริ่มเป็นพยานถึงพระเยซูผู้เสด็จท่ด้วย วิธีการนี้นับตั้งแต่เวลานั้นเป็นต้นมายุคแห่งพระคุณได้เริ่มต้นขึ้นซึ่งทุกคน สามารถรับเอาความรอดได้ด้วยการต้อนรับพระเยซูเป็นพระผู้ช่วยให้รอดของ ตนและจะได้รับพระวิญญาณบริสุทธิ์

ทุกคนที่ต้อนรับเอาพระเยซูคริสต์และเชื่อในพระนามของพระองค์จะ

ได้รับสิทธิเป็นบุตรของพระเจ้าและเข้าสู่สวรรค์ แต่พระเจ้าทรงแบ่งที่อยู่ใน
สวรรค์ออกเป็นหลายส่วนและทรงอนุญาตให้บุตรของพระองค์แต่ละคน
เป็นเจ้าของที่อยู่เหล่านั้นตามขนาดแห่งความเชื่อของเขาเพราะพระองค์ทรง
ยุติธรรมและทรงตอบแทนแต่ละคนตามที่เขาได้กระทำ ยิ่งกว่านั้น ผู้คนที่
ได้รับการชำระให้บริสุทธิ์อย่างสมบูรณ์ด้วยการดำเนินชีวิตตามพระคำและ
ทำให้พันธกิจของตนสำเร็จลุล่วงจะสามารถเข้าสู่นครเยรูซาเล็มใหม่ซึ่งเป็นที่
ประดิษฐานของพระที่นั่งของพระเจ้า

ด้วยเหตุนี้ ท่านควรมีจิตใจร้อนรนในการช่วงชิงเอาที่อยู่ที่ดีกว่าในสวรรค์
เพราะท่านจะเข้าไปสู่ที่อยู่ที่แตกต่างกันตามขนาดแห่งความเชื่อของท่านแม้ว่า
การเข้าสู่สวรรค์นั้นจะเข้าไปโดยอาศัยความเชื่อก็ตาม

นับจากสมัยของยอห์นผู้ให้รับบัพติศมาจนถึงการเสด็จกลับมาครั้งที่สอง
ขององค์พระผู้เป็นเจ้าของเราในฟ้าอากาศใครก็ตามที่แสวงหาแผ่นดินสวรรค์
ก็จะสามารถช่วงชิงสวรรค์เอาไว้ได้ พระเยซูตรัสกับเราในยอห์น 14:6 ว่า *"เรา
เป็นทางนั้น เป็นความจริง และเป็นชีวิต ไม่มีผู้ใดมาถึงพระบิดาได้นอกจากจะ
มาทางเรา"*

องค์พระผู้เป็นเจ้าตรัสกับเราว่าไม่มีใครสามารถไปถึงพระบิดาได้
นอกจากทางพระองค์เพราะพระองค์ทรงเป็นหนทางที่นำเราไปสู่สวรรค์ เป็น
ความจริง และเป็นชีวิต ด้วยเหตุนี้พระองค์จึงเสด็จมาในโลกและทรงเป็น
พยานถึงพระเจ้าเพื่อให้เราเข้าใจถึงพระเจ้าอย่างชัดเจน พระองค์ทรงสอนเรา
ด้วยพระองค์เองว่าเราจะเข้าสู่สวรรค์ได้อย่างไรด้วยการเป็นแบบอย่างแก่เรา

## ที่อยู่ในสวรรค์ถูกแบ่งออกเป็นหลายส่วน

สวรรค์เป็นอาณาจักรของพระเจ้าซึ่งบุตรของพระองค์ที่ได้รับความ
รอดจะอาศัยอยู่ชั่วนิจนิรันดร์สวรรค์ไม่เหมือนกับโลกนี้เพราะสวรรค์เป็น
อาณาจักรแห่งสันติสุขที่ไม่มีการเปลี่ยนแปลงและความเสื่อมสูญ สวรรค์เต็ม

ไปด้วยความชื่นชมยินดีและความสุขโดยไม่มีโรคภัยไข้เจ็บความโศกเศร้า
ความเจ็บปวด และความตายเพราะที่นั่นไม่มีผีมารซาตานและความบาป
          แม้เราพยายามจะจินตนาการว่าสวรรค์มีลักษณะอย่างไรแต่ท่านจะ
ประหลาดใจอย่างมากเมื่อท่านเห็นความงดงามและความสดใสที่แท้จริง
ของสวรรค์    น่าประหลาดใจที่พระเจ้าพระผู้สร้างจักรวาลผู้ยิ่งใหญ่ทรงสร้าง
สวรรค์ไว้ให้เป็นที่อยู่นิรันดร์สำหรับบุตรของพระองค์ถ้าท่านสำรวจพระ
คัมภีร์อย่างถี่ถ้วนท่านจะพบว่าที่อยู่ในสวรรค์ถูกแบ่งออกเป็นหลายส่วน
          พระเยซูตรัสไว้ในยอห์น 14:2 ว่า *"ในพระนิเวศของพระบิดาเรามีที่อยู่เป็น
อันมาก ถ้าไม่มีเราคงได้บอกท่านแล้ว เพราะเราไปจัดเตรียมที่ไว้สำหรับท่าน
ทั้งหลาย"* เนหะมีย์ยังพูดถึงสวรรค์ *"หลายชั้น"* เช่นกันว่า *"พระองค์คือพระ
เยโฮวาห์พระองค์เดียว   พระองค์ได้ทรงสร้างฟ้าสวรรค์   ฟ้าสวรรค์อันสูงสุด
พร้อมกับบริวารทั้งสิ้นของฟ้าสวรรค์นั้น   แผ่นดินโลกและบรรดาสิ่งที่อยู่ใน
นั้น และพระองค์ทรงรักษาสิ่งทั้งปวงเหล่านั้นไว้และบริวารของฟ้าสวรรค์ได้
นมัสการพระองค์"* (9:6)


          ในสมัยโบราณผู้คนคิดว่าสวรรค์มีอยู่เพียงแห่งเดียว   แต่ในปัจจุบัน   ด้วย
พัฒนาการของวิทยาศาสตร์   เราจึงรู้ว่ามีพื้นที่ในท้องฟ้าอีกมากมายนอกเหนือ
จากท้องฟ้าที่เราสามารถมองเห็นด้วยตาเปล่า สิ่งที่น่าประหลาดใจก็คือพระเจ้า
ได้ทรงบันทึกข้อเท็จจริงนี้ไว้แล้วในพระคัมภีร์
          ยกตัวอย่าง กษัตริย์ซาโลมอนยอมรับว่าสวรรค์มีอยู่หลายชั้น *"แต่พระเจ้า
จะทรงประทับที่แผ่นดินโลกหรือ ดูเถิด ฟ้าสวรรค์และฟ้าสวรรค์อันสูงที่สุด
ยังรับพระองค์อยู่ไม่ได้ พระนิเวศซึ่งข้าพระองค์ได้สร้างขึ้นจะรับพระองค์ไม่
ได้ยิ่งกว่านั้นสักเท่าใด"* (1 พงศ์กษัตริย์ 8:27) อัครทูตเปาโลระบุไว้ใน 2 โค
รินธ์ 12:2-4 ว่าท่านถูกนำเข้าไปในเมืองบรมสุขเกษมบนสวรรค์ชั้นที่สามและ
วิวรณ์ 21 บรรยายถึงนครเยรูซาเล็มใหม่ซึ่งเป็นที่ตั้งของพระที่นั่งของพระเจ้า
          เพราะฉะนั้น   ท่านควรยอมรับว่าสวรรค์ไม่ได้มีที่อยู่เพียงแห่งเดียวแต่มีที่

อยู่หลายแห่ง ข้าพเจ้าจะจำแนกที่อยู่ในสวรรค์ออกเป็นหลาย ๆ แห่งตามขนาด
แห่งความเชื่อและจะเรียกที่อยู่แห่งต่าง ๆ ตามลำดับดังนี้ว่า เมืองบรมสุขเกษม
สวรรค์ชั้นที่หนึ่ง สวรรค์ชั้นที่สอง สวรรค์ชั้นที่สาม และนครเยรูซาเล็มใหม่
เมืองบรมสุขเกษมมีไว้สำหรับผู้คนที่มีความเชื่อน้อยที่สุดสวรรค์ชั้นที่หนึ่ง
มีไว้สำหรับผู้คนที่มีความเชื่อดีกว่าผู้ที่อยู่ในเมืองบรมสุขเกษมสวรรค์ชั้นที่
สองมีไว้สำหรับผู้คนที่มีความเชื่อดีกว่าผู้ที่อยู่ในสวรรค์ชั้นที่หนึ่งสวรรค์ชั้น
ที่สามมีไว้สำหรับผู้คนที่มีความเชื่อดีกว่าผู้ที่อยู่ในสวรรค์ชั้นที่สองในสวรรค์
ชั้นที่สามมีนครเยรูซาเล็มใหม่ซึ่งเป็นวิสุทธินครอันเป็นที่ตั้งของพระที่นั่งของ
พระเจ้า

## แสวงหาแผ่นดินสวรรค์ด้วยใจร้อนรนโดยความเชื่อ

ในประเทศเกาหลีมีเกาะอยู่หลายแห่ง (เช่น เกาะอูล-เลียงและเกาะเชจู) มี
พื้นที่ชนบทและพื้นที่ภูเขา มีเมืองเล็กและเมืองใหญ่ และมีพื้นที่มหานคร ใน
กรุงโซลซึ่งเป็นเมืองหลวงเป็นที่ตั้งของทำเนียบประธานาธิบดี

ประเทศหนึ่งถูกแบ่งออกเป็นหลายเขตเพื่อความสะดวกและจุดประสงค์
ด้านการบริหารฉันใดที่อยู่ในสวรรค์ก็ถูกแบ่งออกเป็นหลายส่วนตาม
มาตรฐานที่เข้มงวดของพระเจ้าด้วยฉันนั้น กล่าวคือ ที่อยู่ของท่านในสวรรค์
จะถูกกำหนดโดยขนาดของการดำเนินชีวิตของท่านตามพระทัยของพระเจ้า

พระเจ้าทรงพอพระทัยมากเมื่อท่านดำเนินชีวิตด้วยความหวังเกี่ยวกับ
แผ่นดินสวรรค์เพราะสิ่งนี้เป็นหลักฐานพิสูจน์ว่าท่านมีความเชื่อและในเวลา
เดียวกันสิ่งนี้เป็นทางลัดสำหรับท่านที่จะเอาชนะการทำสงครามกับผีมาร
ซาตานและได้รับการชำระให้บริสุทธิ์ด้วยการกำจัดการกระทำและความต้อง
ของเนื้อหนังออกไปอย่างรวดเร็ว

หลังจากที่ท่านต้อนรับเอาพระเยซูคริสต์ท่านรู้ว่าเป็นการง่ายที่จะละทิ้ง
ความประพฤติฝ่ายเนื้อหนังของท่าน แต่ไม่ใช่เรื่องง่ายที่จะกำจัดความต้องการ

ของเนื้อหนังซึ่งเป็นลักษณะของความบาปที่ฝังรากลึกอยู่ภายในท่านออกไป

นั่นคือสาเหตุที่ผู้คนซึ่งมีความเชื่อที่แท้จริงพยายามอธิษฐานและอดอาหารอย่างต่อเนื่องเพื่อคนเหล่านี้จะกลายเป็นบุตรที่บริสุทธิ์ของพระเจ้าโดยการกำจัดความต้องการของเนื้อหนังทั้งสิ้นออกไป

เราจะเข้าสู่สวรรค์ได้โดยความเชื่อเท่านั้นและที่อยู่แต่ละแห่งจะถูกกำหนดตามสิ่งที่เราได้กระทำเพราะสวรรค์เป็นสถานที่ซึ่งพระเจ้าทรงปกครองด้วยความยุติธรรมและความรัก กล่าวคือ ที่อยู่ของคนที่มีความเชื่อในระดับที่หนึ่งจะแตกต่างจากที่อยู่ของคนที่มีความเชื่อในระดับที่สองหรือความเชื่อระดับที่สามหรือที่สี่หรือที่ห้า ระดับความเชื่อของท่านสูงขึ้นเท่าใด ที่อยู่ของท่านในสวรรค์ก็จะงดงามและสดใสมากขึ้นเท่านั้น

## ท่านต้องแสวงหาแผ่นดินสวรรค์อย่างรุดหน้า

ด้วยเหตุนี้ ถ้าท่านมีคุณสมบัติเพียงแค่การได้อยู่ในเมืองบรมสุขเกษม ท่านจำเป็นต้องต่อสู้เพื่อให้รุดหน้าไปสู่สวรรค์ชั้นที่หนึ่งและไปสู่ที่อยู่ที่ดีกว่าในสวรรค์ ในการต่อสู้เพื่อให้รุดหน้าไปสู่สวรรค์ชั้นที่สูงกว่านั้นท่านจะต่อสู้กับผู้ใด ท่านกำลังต่อสู้กับผีมารซาตาน ดังนั้น ท่านต้องยึดมั่นในความเชื่อของท่านในโลกนี้และรุดหน้าต่อไปสู่ประตูสวรรค์

ผีมารซาตานจะพยายามทุกวิถีทางเพื่อชักนำผู้คนให้ต่อสู้กับพระเจ้าเพื่อคนเหล่านั้นจะไม่ได้เข้าสู่สวรรค์ ทำให้ผู้คนสงสัยเพื่อไม่ให้มีความเชื่อ และในที่สุดมารจะนำพาผู้คนไปสู่ความตายด้วยการยอมให้คนเหล่านั้นทำบาป นั่นคือสาเหตุที่ท่านต้องเอาชนะผีมารซาตาน ท่านจะเข้าไปสู่ที่อยู่ที่ดีกว่าได้ก็ต่อเมื่อท่านเป็นเหมือนองค์พระผู้เป็นเจ้าด้วยการต่อสู้กับความบาปจนถึงกับเลือดไหลเท่านั้น

สมมุติว่ามีนักมวยคนหนึ่งที่อดทนกับการฝึกฝนอย่างยากลำบากทุกชนิดเพื่อจะได้เป็นแชมป์โลกนักมวยคนนี้รู้ดีว่าการฝึกฝนอันหนักหน่วงนี้จะทำให้

เขาสามารถเป็นแชมป์โลกและเขาจะได้ชื่นชมกับเกียรติยศ ทรัพย์สินเงินทอง และความมั่งคั่ง แต่นักมวยคนนี้ต้องผ่านการฝึกฝนอย่างเจ็บปวดและต่อสู้กับตนเองจนกระทั่งเขาได้รับตำแหน่งแชมป์

การแสวงหาแผ่นดินสวรรค์อย่างรุดหน้าก็เช่นเดียวกัน ท่านต้องต่อสู้อย่างเต็มกำลังเพื่อรับการชำระให้บริสุทธิ์ด้วยการกำจัดความชั่วร้ายทุกชนิดออกไปและการทำหน้าที่ซึ่งท่านได้รับมอบหมายจากพระเจ้าให้สำเร็จลุล่วง ท่านต้องเอาชนะสงครามแห่งการยึดครองสวรรค์ด้วยการอธิษฐานอย่างร้อนรนแม้ผีมารซาตานจะขัดขวางท่านอย่างไม่หยุดหย่อนในการทำสงครามเพื่อให้รุดหน้าไปสู่แผ่นดินสวรรค์

สิ่งหนึ่งที่ท่านต้องรู้ก็คือที่จริงการต่อสู้กับผีมารซาตานเป็นสิ่งที่ไม่ยากเท่าใดนักใครก็ตามที่มีความเชื่อก็สามารถเอาชนะการทำสงครามกับผีมารซาตานได้เพราะพระเจ้าทรงช่วยและทรงนำบุคคลนั้นด้วยเหล่าทูตสวรรค์และด้วยพระวิญญาณบริสุทธิ์ของพระองค์

เราต้องยึดครองแผ่นดินสวรรค์ด้วยการก้าวไปสู่สวรรค์อย่างรุดหน้าและกำชัยชนะเอาไว้ด้วยความเชื่อหลังจากนักมวยได้รับตำแหน่งแชมป์เขาต้องพยายามรักษาตำแหน่งนั้นเอาไว้ แต่การต่อสู้เพื่อเข้าสู่สวรรค์เป็นสิ่งที่น่ายินดีและน่าชื่นชมเพราะว่ายิ่งท่านได้รับชัยชนะมากขึ้นเท่าใดภาระแห่งความบาปของท่านก็จะเบาลงมากเท่านั้น เมื่อใดก็ตามที่ท่านมีชัยชนะในการต่อสู้ท่านจะมีความพึงพอใจและการต่อสู้ก็ง่ายขึ้นทุกวันเพราะทุกสิ่งจะดำเนินไปอย่างราบรื่นสำหรับท่านและท่านจะมีพลานามัยสมบูรณ์เหมือนกับที่วิญญาณจิตของท่านกำลังจำเริญขึ้น

นอกจากนั้นแม้นักมวยจะกลายเป็นแชมป์โลกและได้รับเกียรติยศ ทรัพย์สินเงินทอง และความมั่งคั่งมากกมายก็ตาม แต่ทุกสิ่งก็จะหมดสิ้นไปพร้อมกับความตายของเขา แต่สง่าราศีและพระพรที่ท่านได้รับหลังจากการทำสงครามอย่างรุดหน้าเพื่อเข้าไปสู่แผ่นดินสวรรค์จะดำรงอยู่ชั่วนิรันดร์

ท่านพยายามทำหน้าที่และต่อสู้อย่างดีที่สุดนี้เพื่อสิ่งใดท่านควรเป็นคนฉลาดที่สามารถเข้าไปสู่ที่อยู่ที่ดีกว่าในสวรรค์ด้วยการแสวงหาสวรรค์อย่างรุดหน้าในการติดตามหาสิ่งที่ยั่งยืนนิรันดร์ ไม่ใช่สิ่งที่เป็นของโลก

## ถ้าท่านต้องการแสวงหาสวรรค์อย่างรุดหน้าด้วยความเชื่อ

เมื่อพระเยซูทรงอธิบายถึงสวรรค์พระองค์ทรงสั่งสอนประชาชนด้วยคำอุปมาที่บรรยายถึงสิ่งของในโลกเพื่อให้ผู้คนเข้าใจได้ดียิ่งขึ้นคำอุปมาเรื่องเมล็ดพืชเป็นหนึ่งในคำอุปมาเหล่านั้น

> *"แผ่นดินสวรรค์เปรียบเหมือนเมล็ดพืชซึ่งคนหนึ่งเอาไปเพาะลงในไร่ของตน เมล็ดนั้นเล็กกว่าเมล็ดทั้งปวง แต่เมื่องอกขึ้นแล้วก็ใหญ่กว่าผักอื่นและจำเริญเป็นต้นไม้จนนกในอากาศมาทำรังอาศัยอยู่ตามกิ่งก้านของต้นนั้นได้" (มัทธิว 13:31-32)*

เมื่อท่านใช้ปลายปากกาลูกลื่นจิ้มลงบนกระดาษแผ่นหนึ่งจุดขนาดเล็กจะปรากฏอยู่บนกระดาษแผ่นนั้นจุดนั้นมีขนาดเล็กเท่ากับขนาดของเมล็ดพืชเมล็ดพืชนี้จะเติบโตเป็นต้นไม้ใหญ่เพื่อให้นกในอากาศมาทำรังอยู่ตามกิ่งก้านของต้นไม้นั้น พระเยซูทรงใช้คำอุปมาเรื่องนี้เพื่อแสดงให้เห็นถึงขั้นตอนแห่งการเจริญเติบโตของความเชื่อ นั่นคือ แม้เวลานี้ความเชื่อของท่านจะมีขนาดเล็ก แต่ท่านสามารถหล่อเลี้ยงความเชื่อดังกล่าวให้เติบโตเป็นความเชื่อที่ยิ่งใหญ่ได้

ในมัทธิว 17:20 พระเยซูตรัสกับเราว่า *"ถ้าท่านมีความเชื่อเท่าเมล็ดพืชเมล็ดหนึ่งท่านจะสั่งภูเขานี้ว่า 'จงเลื่อนจากที่นี่ไปที่โน่น' มันก็จะเลื่อน สิ่งหนึ่งสิ่งใดซึ่งท่านทำไม่ได้จะไม่มีเลย"* ในการสนองตอบต่อข้อเรียกของสาวกของพระองค์เพื่อให้เขามีความเชื่อเพิ่มขึ้น พระเยซูตรัสตอบเขาในลูกา 17:6

ว่า "ถ้าพวกท่านมีความเชื่อเท่าเมล็ดพืชเมล็ดหนึ่ง ท่านก็จะสั่งต้นหม่อนนี้ได้
ว่า 'จงถอนขึ้นออกไปปักในทะเล' และมันจะฟังท่าน"

ท่านอาจสงสัยว่าท่านจะเลื่อนต้นไม้หรือภูเขาด้วยคำสั่งโดยความเชื่อที่มี
ขนาดเท่ากับเมล็ดพืชได้อย่างไร ถึงกระนั้น แม้แต่อักษรที่เล็กที่สุดหรือจุดเล็ก
ๆ ของปลายปากกาก็จะไม่หายไปจากพระคำของพระเจ้า

อะไรคือความหมายฝ่ายวิญญาณของพระคัมภีร์ข้อเหล่านี้ ท่านได้รับความ
เชื่อที่มีขนาดเล็กเท่ากับเมล็ดพืชเมื่อท่านต้อนรับเอาพระเยซูและได้รับพระ
วิญญาณบริสุทธิ์ ความเชื่อขนาดเล็กนี้จะแตกหน่อและเติบโตขึ้นเมื่อท่านปลูก
เมล็ดแห่งความเชื่อนี้ไว้ในทุ่งนาแห่งจิตใจของท่าน เมื่อความเชื่อขนาดเล็กนี้
เติบโตเป็นความเชื่อขนาดใหญ่ท่านก็สามารถเลื่อนภูเขาไปได้ด้วยการสั่งภูเขา
และท่านสามารถสำแดงถึงการทำงานอย่างอัศจรรย์ของพระเจ้าได้ เช่น การ
ทำให้คนตาบอดมองเห็น คนหูหนวกได้ยิน คนใบ้พูดได้ และคนตายเป็นขึ้น
มาใหม่

เป็นสิ่งไม่ถูกต้องสำหรับท่านที่จะคิดว่าท่านไม่มีความเชื่อเพราะท่านไม่
สามารถสำแดงถึงการทำงานแห่งฤทธิ์อำนาจของพระเจ้าหรือเพราะท่านยังมี
ปัญหาในครอบครัวหรือธุรกิจของท่านอยู่ ท่านดำเนินอยู่บนหนทางแห่งชีวิต
นิรันดร์ด้วยการเข้าร่วมในคริสตจักร การยกย่องสรรเสริญ และการอธิษฐาน
เพราะท่านมีความเชื่อเล็กเท่ากับเมล็ดพืช ท่านเพียงแต่ไม่มีประสบการณ์กับ
การทำงานอย่างอัศจรรย์ของพระเจ้าเพราะความเชื่อของท่านยังมีขนาดเล็กอยู่

ดังนั้นความเชื่อของท่านที่มีขนาดเล็กเท่ากับเมล็ดพืชจำเป็นต้องเติบโตขึ้น
เป็นความเชื่อที่ยิ่งใหญ่พอที่จะเลื่อนภูเขาไปได้ท่านเพาะปลูกเมล็ดองุ่นและ
ดูแลเมล็ดนั้นในขณะที่เมล็ดแตกหน่อ ผลิดอก และออกผลฉันใด ความเชื่อ
ของท่านก็เติบโตผ่านขั้นตอนที่คล้ายคลึงกันด้วยฉันนั้น

**ท่านต้องมีความเชื่อฝ่ายวิญญาณ**

การแสวงหาแผ่นดินสวรรค์อย่างรุดหน้าก็เช่นเดียวกัน ท่านไม่สามารถเข้า
สู่นครเยรูซาเล็มใหม่เพียงแค่พูดว่า "ใช่แล้ว ผมเชื่อ" ท่านต้องยึดเอาแผ่นดิน
สวรรค์ก้าวต่อก้าวโดยเริ่มต้นจากเมืองบรมสุขเกษมจนกระทั่งท่านไปถึงนคร
เยรูซาเล็มใหม่ เพื่อไปให้ถึงนครเยรูซาเล็มใหม่ท่านต้องรู้อย่างชัดเจนว่าท่าน
จะไปถึงที่นั่นได้อย่างไร ถ้าท่านไม่รู้หนทางท่านก็ไม่สามารถยึดครองแผ่นดิน
สวรรค์ได้ หรือท่านอาจอยู่ในภาวะชะงักงันแม้จะมีความพยายาม

คนอิสราเอลที่ออกมาจากอียิปต์บ่นคร่ำครวญและต่อว่าโมเสสเพราะคน
เหล่านั้นไม่มีความเชื่อมากพอที่จะแยกทะเลแดงโมเสสผู้ที่มีความเชื่อสามารถ
เลื่อนภูเขาได้จึงต้องแยกทะเลแดงออกเป็นสองส่วนแต่ความเชื่อของคน
อิสราเอลยังคงอยู่ในภาวะชะงักงันแม้คนเหล่านั้นเพิ่งเห็นทะเลแดงแยกออก
จากกันด้วยตาของตน

ตรงกันข้าม คนอิสราเอลกลับสร้างรูปปั้นวัวทองคำและกราบไหว้รูปปั้น
นั้นในขณะที่โมเสสกำลังอดอาหารและอธิษฐานบนภูเขาซีนายเพื่อรับเอาพระ
บัญญัติสิบประการ (อพยพ 32) เหตุการณ์นี้ทำให้พระเจ้าทรงเสียพระทัยและ
ตรัสกับโมเสสว่า "เราจะทำลายคนเหล่านี้เสียแล้วเราจะให้เจ้าเป็นประชาชาติ
ใหญ่" (ข้อ 10) คนอิสราเอลยังไม่มีความเชื่อฝ่ายวิญญาณที่จะเชื่อฟังพระเจ้า
แม้คนเหล่านั้นเคยเห็นหมายสำคัญและการอัศจรรย์มากมายที่สำแดงผ่าน
โมเสส

ในที่สุดคนอิสราเอลรุ่นแรกที่อยู่ในสมัยอพยพไม่สามารถเข้าสู่แผ่นดิน
คานาอันได้ยกเว้นโยชูวาและคาเลบ แล้วคนอิสราเอลรุ่นที่สองในสมัยอพยพ
ซึ่งประกอบด้วยโยชูวาและคาเลบล่ะ ทันทีที่ปุโรหิตซึ่งยกหีบพันธสัญญาของ
พระเจ้าก้าวเท้าลงสู่แม่น้ำจอร์แดนโดยการนำของโยชูวาน้ำในแม่น้ำก็หยุด
ไหลและคนอิสราเอลทั้งหมดจึงเดินข้ามไปได้

ยิ่งกว่านั้น ในการเชื่อฟังคำบัญชาของพระเจ้า คนอิสราเอลเดินขบวนรอบ
เมืองเยรีโคเป็นเวลาเจ็ดวันพร้อมกับส่งเสียงดังและเมืองเยรีโคก็พังทลาย คน
เหล่านั้นมีประสบการณ์กับการทำงานอันอัศจรรย์แห่งฤทธิ์อำนาจของพระเจ้า

ไม่ใช่เพราะว่าเขามีพละกำลังแต่เพราะคนเหล่านั้นเชื่อฟังคำแนะนำของโยชูวาซึ่งเป็นผู้ที่มีความเชื่ออย่างยิ่งใหญ่จนสามารถสั่งภูเขาให้เลื่อนไปได้ นอกจากนั้น ในช่วงเวลานี้คนอิสราเอลยังมีความเชื่อฝ่ายวิญญาณด้วยเช่นกัน

โยชูวามีความเชื่อที่เข้มแข็งและยิ่งใหญ่เช่นนั้นได้อย่างไร โยชูวาสืบทอดเอามรดกแห่งความเชื่อและประสบการณ์ของโมเสสจากการที่ท่านใช้เวลาร่วมกับโมเสสในถิ่นทุรกันดารนานถึง 40 ปี เหมือนที่เอลีชาสืบทอดเอามรดกแห่งวิญญาณของเอลียาห์สองเท่าด้วยการติดตามเอลียาห์ไปจนถึงวาระสุดท้ายฉันใด โยชูวาซึ่งเป็นผู้นำต่อจากโมเสสที่พระเจ้าทรงยอมรับก็กลายเป็นบุคคลแห่งความเชื่ออันยิ่งใหญ่ด้วยการรับใช้และเชื่อฟังโมเสสเมื่อท่านติดตามโมเสสด้วยเช่นกัน ผลก็คือโยชูวสำแดงออกถึงการทำงานด้วยฤทธิ์อำนาจของพระเจ้าด้วยการทำให้ดวงอาทิตย์และดวงจันทร์หยุดนิ่ง (โยชูวา 10:12-13)

คนอิสราเอลที่ติดตามโยชูวาก็เช่นเดียวกันคนอิสราเอลรุ่นแรกในช่วงเวลาของการอพยพที่มีอายุยี่สิบปีขึ้นไปทนทุกข์เป็นเวลาสี่ทศวรรษและเสียชีวิตในถิ่นทุรกันดาร แต่ลูกหลานของคนเหล่านั้นที่ติดตามโยชูวาสามารถเข้าสู่คานาอันได้เพราะคนรุ่นนี้มีความเชื่อฝ่ายวิญญาณผ่านความยากลำบากและการทดลองชนิดต่าง ๆ

ท่านต้องเข้าใจถึงความเชื่อฝ่ายวิญญาณอย่างชัดเจนบางคนพูดว่าครั้งหนึ่งในอดีตตนเคยมีความเชื่อในฐานะผู้รับใช้ที่จงรักภักดีในคริสตจักรของตน แต่คนเหล่านี้กล่าวว่าตนไม่ได้เป็นคนสัตย์ซื่ออีกต่อไปเพราะดูเหมือนว่าความเชื่อของเขาจางหายไปคำกล่าวอ้างของคนเหล่านี้ไม่มีเหตุผลเพราะความเชื่อฝ่ายวิญญาณไม่เคยเปลี่ยนแปลงการที่ความเชื่อของคนเหล่านี้ในอดีตเปลี่ยนแปลงไปก็เพราะนั่นไม่ใช่ความเชื่อฝ่ายวิญญาณแต่เป็นความเชื่อที่เป็นเพียงความรู้ ถ้าความเชื่อนั้นเป็นความเชื่อฝ่ายวิญญาณจริงความเชื่อนั้นคงไม่เปลี่ยนแปลงหรือจางหายไปแม้เวลาอันยาวนานจะผ่านพ้นไป

สมมุติว่ามีผ้าเช็ดหน้าสีขาวผืนหนึ่ง เมื่อข้าพเจ้ายื่นผ้าเช็ดหน้าผืนนี้ให้ท่าน

ดูและถามท่านว่า "ท่านเชื่อหรือไม่ว่านี่คือผ้าเช็ดหน้าสีขาว" ท่านจะตอบว่า "เชื่อ" อย่างแน่นอน สมมุติว่าสิบปีผ่านไปและข้าพเจ้ายื่นผ้าเช็ดหน้าผืนเดิมให้ท่านดูพร้อมกับถามท่านว่า "ท่านเชื่อหรือไม่ว่านี่คือผ้าเช็ดหน้าสีขาว" ท่านจะตอบว่าอย่างไรไม่มีใครสงสัยสีของผ้าเช็ดหน้าผืนนั้นหรือพูดว่าผ้าเช็ดหน้าผืนนั้นสีดำแม้เวลาจะผ่านไปยาวนาน ผ้าเช็ดหน้าผืนเดียวกันที่ข้าพเจ้าเคยเชื่อว่าเป็นสีขาวเมื่อสิบหรือยี่สิบปีที่แล้ว ปัจจุบันข้าพเจ้าก็ยังเชื่อว่าผ้าเช็ดหน้าผืนนี้เป็นผ้าเช็ดหน้าสีขาว

ยกตัวอย่างเมื่อท่านเดินทางไปเยี่ยมประเทศอิสราเอลซึ่งเป็นดินแดนศักดิ์สิทธิ์ท่านจะเห็นผู้คนที่นั่นนำเมล็ดผักกาดใส่ซองมาวางขาย วันหนึ่ง มีชายคนหนึ่งซื้อเมล็ดผักกาดเหล่านั้นมาปลูกในทุ่งนาแต่เมล็ดเหล่านั้นกลับไม่ออกหน่อเพราะพลังชีวิตที่อยู่ในเมล็ดเหล่านั้นตายไปแล้วเนื่องจากถูกเก็บไว้เป็นเวลานานโดยไม่ได้นำมาปลูก

ในทำนองเดียวกันแม้ท่านเคยต้อนรับเอาพระเยซูคริสต์ได้รับพระวิญญาณบริสุทธิ์ และมีความเชื่อเล็กเท่ากับเมล็ดผักกาด พระวิญญาณบริสุทธิ์ที่อยู่ในท่านอาจจางหายไปได้ถ้าท่านเก็บความเชื่อนั้นไว้เป็นเวลานานโดยไม่ได้ปลูกความเชื่อที่ท่านมีอยู่ไว้ในทุ่งนาแห่งจิตใจของท่าน เพราะเหตุนี้ 1 เธสะโลนิกา 5:19 จึงเตือนเราว่า *"อย่าดับไฟของพระวิญญาณ"* แม้ความเชื่อของท่านจะมีขนาดเล็กเท่าเมล็ดผักกาดแต่ความเชื่อนี้สามารถเติบโตขึ้นได้ถ้าท่านปลูกความเชื่อนี้ไว้ในทุ่งนาแห่งจิตใจของท่านและสำแดงความเชื่อออกมาเป็นการประพฤติ แต่ถ้าท่านไม่ได้ดำเนินชีวิตด้วยพระคำของพระเจ้าเป็นเวลานานนับตั้งแต่ครั้งแรกที่ท่านได้รับพระวิญญาณบริสุทธิ์ ไฟของพระวิญญาณอาจถูกดับลงได้

## ยึดครองสวรรค์ด้วยความเชื่อฝ่ายวิญญาณ

ด้วยเหตุนี้ท่านจำเป็นต้องดำเนินชีวิตด้วยพระคำของพระเจ้าถ้าท่านเคย

รับเอาพระเยซูคริสต์และได้รับพระวิญญาณบริสุทธิ์ ในการเชื่อฟังพระคำของ
พระเจ้าท่านต้องละทิ้งความบาป อธิษฐาน สรรเสริญ ร่วมสามัคคีธรรมกับพี่
น้องชายหญิงในองค์พระผู้เป็นเจ้า เผยแพร่พระกิตติคุณ และรักซึ่งกันและกัน
      ความเชื่อของท่านจะจำเริญขึ้นเมื่อท่านเพาะปลูกความเชื่อของท่านด้วย
วิธีนี้ ยกตัวอย่าง ในขณะที่ท่านร่วมสามัคคีธรรมกับพี่น้องในความเชื่อ ความ
เชื่อของท่านจะจำเริญขึ้นเพราะท่านสามารถถวายเกียรติยศแด่พระเจ้าด้วยการ
แบ่งปันคำพยานและการสนทนาธรรมกับซึ่งกันและกัน
      ท่านจะเห็นว่าความเชื่อของบุคคลหนึ่งจะได้รับอิทธิพลจากผู้คนที่อยู่ร่วม
กับเขา ถ้าพ่อแม่มีความเชื่อดี ลูก ๆ ก็มักมีความเชื่อดีเช่นกัน ถ้าเพื่อนของท่าน
มีความเชื่อดี  ความเชื่อของท่านจะจำเริญขึ้นเช่นกันเพราะความเชื่อของท่าน
จะเป็นเหมือนความเชื่อของเพื่อนท่าน


      ในทางตรงกันข้าม  เนื่องจากผีมารซาตานพยายามแย่งชิงเอาความเชื่อไป
จากท่าน ท่านจึงควรสวมยุทธภัณฑ์ให้กับตนเองด้วยพระคำของพระเจ้าตลอด
เวลาและอธิษฐานอย่างไม่หยุดยั้งเพื่อเอาชนะสงครามฝ่ายวิญญาณด้วยการ
ชื่นบานอยู่เสมอและขอบพระคุณในทุกสถานการณ์ด้วยสิทธิและฤทธิ์อำนาจ
ของพระเจ้า
      จากนั้นความเชื่อของท่านซึ่งมีขนาดเล็กเท่ากับเมล็ดพืชก็จะเติบโต
ขึ้นเป็นต้นไม้ใหญ่ที่เต็มไปด้วยดอกใบและจะออกผลมากในที่สุดท่านจะ
สามารถถวายเกียรติยศแด่พระเจ้าด้วยการออกผลของพระวิญญาณบริสุทธิ์ทั้ง
9 ชนิดซึ่งเป็นผลแห่งความรักฝ่ายวิญญาณและเป็นผลของความสว่าง
      ท่านรู้ว่าชาวนาต้องมีความพยายามและความอดทนมากสักเพียงใดจาก
ช่วงเวลาที่เขาปลูกเมล็ดพืชไปจนถึงช่วงเวลาแห่งการเก็บเกี่ยวในทำนอง
เดียวกัน   เราไม่อาจยึดครองแผ่นดินสวรรค์เพียงแค่การเข้าร่วมนมัสการในค
ริสตจักร เราจำเป็นต้องพยายามและต่อสู้ในฝ่ายวิญญาณเช่นกันเพื่อทำให้แผ่น
ดินสวรรค์เป็นของเรา

เมื่อท่านประกาศข่าวประเสริฐกับผู้คนท่านอาจพบกับบางคนที่พูดว่าเขา
อยากหาเงินก้อนโตและสนุกกับชีวิตก่อนจากนั้นเขาเมื่อเขาอายุมากขึ้นเขาจึง
จะเข้าโบสถ์ นี่เป็นความคิดที่โง่เขลามากทีเดียว ท่านไม่รู้ว่าพรุ่งนี้จะเกิดอะไร
ขึ้นหรือองค์พระผู้เป็นเจ้าจะเสด็จกลับมาเมื่อใด

นอกจากนั้นท่านไม่สามารถบรรลุถึงความเชื่อได้ภายในหนึ่งวันและความ
เชื่อไม่ได้เติบโตขึ้นในช่วงเวลาสั้น ๆ แน่นอน ท่านสามารถมีความเชื่อใน
ลักษณะของความรู้มากเท่าที่ท่านต้องการ แต่ท่านจะมีความเชื่อฝ่ายวิญญาณ
ที่มาจากพระเจ้าได้ก็ต่อเมื่อท่านรู้จักพระคำของพระเจ้าและดำเนินชีวิตตามพ
ระคำอย่างร้อนรนเท่านั้น

ชาวนาไม่ได้ปลูกเมล็ดพืชของตนในพื้นที่แห่งหนึ่งแห่งใดก็ได้ชาวนา
ต้องเตรียมดินที่ขาดความอุดมสมบูรณ์เพื่อทำให้เป็นดินดีก่อนจากนั้นเขา
จึงจะปลูกเมล็ดพืชลงในผืนดินดังกล่าวและดูแลเมล็ดพืชเหล่านั้นด้วยการ
รดน้ำ พรวนดิน และใส่ปุ๋ย เมล็ดพืชจะเติบโตเป็นอย่างดีและชาวนาจะเก็บ
เกี่ยวพืชผลอย่างอุดมสมบูรณ์ได้ก็ต่อเมื่อเขากระทำตามขั้นตอนเหล่านี้เท่านั้น
ในทำนองเดียวกัน ถ้าท่านมีความเชื่อที่มีขนาดเล็กเท่ากับเมล็ดพืช ท่านต้อง
หว่านเมล็ดพืชและเพาะปลูกความเชื่อของท่านเพื่อความเชื่อนี้จะเติบโตขึ้น
เป็นต้นไม้ขนาดใหญ่ซึ่งเป็นที่อยู่อาศัยของนกจำนวนมาก

ในด้านหนึ่ง คำว่า "นก" ในคำอุปมาเรื่องผู้หว่านพืชในมัทธิว 13:1-9 หมาย
ถึงผีมารซาตานที่กินเมล็ดแห่งพระคำของพระเจ้าซึ่งตกอยู่ตามริมทาง

ในอีกด้านหนึ่ง คำว่า "นก" ในมัทธิว 13:31-32 หมายถึงผู้คน *"แผ่นดิน
สวรรค์เปรียบเหมือนเมล็ดผักกาดเมล็ดหนึ่งซึ่งคนหนึ่งเอาไปเพาะลงในไร่
ของตน เมล็ดนั้นเล็กกว่าเมล็ดทั้งปวง แต่เมื่องอกขึ้นแล้วก็ใหญ่กว่าผักอื่นและ
จำเริญเป็นต้นไม้จนนกในอากาศมาทำรังอาศัยอยู่ตามกิ่งก้านของต้นนั้นได้"*

เมื่อความเชื่อของท่านเจริญเติบโตขึ้นอย่างเต็มขนาด ผู้คนมากมายจะเข้า
มาพักพิงอยู่กับท่านในฝ่ายวิญญาณเพราะท่านสามารถแบ่งปันความเชื่อและ

เสริมกำลังคนเหล่านั้นด้วยพระคุณของพระเจ้าเหมือนอย่างที่มีนกจำนวนมาก
มาทำรังอาศัยอยู่ตามกิ่งก้านของต้นไม้นั้น

นอกจากนั้น ยิ่งท่านได้รับการชำระให้บริสุทธิ์มากขึ้นเพียงใดท่านก็ยิ่งจะ
มีความรักฝ่ายวิญญาณและคุณงามความดีมากขึ้นเท่านั้น ผลลัพธ์ก็คือ ท่าน
จะอุ้มชูคนจำนวนมากเอาไว้และนี่คือทางลัดของการแสวงหาแผ่นดินสวรรค์
อย่างรุดหน้า

พระเยซูตรัสไว้ในในมัทธิว 5:5 ว่า *"บุคคลผู้ใดมีใจอ่อนโยนผู้นั้นเป็นสุข
เพราะว่าเขาจะได้รับแผ่นดินโลกเป็นมรดก"* พระคัมภีร์ข้อนี้สอนท่านว่า
ยิ่งความเชื่อของท่านเจริญเติบโตมากขึ้นเท่าใดและยิ่งท่านมีความสุภาพ
อ่อนน้อมมากขึ้นเพียงใด ที่อยู่ในสวรรค์ที่ท่านจะรับเป็นมรดกนั้นก็จะมีขนาด
ใหญ่มากขึ้นเท่านั้น

## สง่าราศีในสวรรค์แตกต่างกันตามระดับของความเชื่อ

อัครทูตเปาโลอธิบายถึงร่างกายที่เป็นขึ้นมาใหม่ของเราไว้ใน 1 โครินธ์
15:41 ว่า *"ศักดิ์ศรีของดวงอาทิตย์ก็อย่างหนึ่ง ศักดิ์ศรีของดวงจันทร์ก็อย่าง
หนึ่ง ศักดิ์ศรีของดวงดาวก็อย่างหนึ่ง แท้ที่จริงศักดิ์ศรีของดาวดวงหนึ่งก็ต่าง
กันกับศักดิ์ศรีของดาวดวงอื่น ๆ"* ทุกคนจะได้รับสง่าราศีในสวรรค์ด้วยขนาด
ที่แตกต่างกันเพราะพระเจ้าทรงตอบแทนให้กับทุกคนตามสิ่งที่เขาได้กระทำ

คำว่า "ศักดิ์ศรีของดวงอาทิตย์" ในที่นี้หมายถึงสง่าราศีที่ผู้คนซึ่งได้รับ
การชำระให้บริสุทธิ์อย่างสมบูรณ์และสัตย์ซื่อต่อทุกสิ่งในชุมชนของพระเจ้า
จะได้รับ คำว่า "ศักดิ์ศรีของดวงจันทร์" หมายถึงสง่าราศีของผู้คนที่ไม่ได้รับ
"ศักดิ์ศรีของดวงอาทิตย์" และ "ศักดิ์ศรีของดวงดาว" หมายถึงสง่าราศีของ
ผู้คนที่มีความเชื่ออ่อนแอกว่าความเชื่อของผู้ที่คนได้รับศักดิ์ศรีของดวงจันทร์

คำว่า "ศักดิ์ศรีของดาวดวงหนึ่งก็ต่างกันกับศักดิ์ศรีของดาวดวงอื่น ๆ"
หมายความว่าเราแต่ละคนก็จะได้รับรางวัลและตำแหน่งต่างกันในสวรรค์หลัง

จากการเป็นขึ้นมา แม้เราจะเข้าสู่ที่อยู่เดียวกันในสวรรค์ก็ตาม เหมือนกับดาวทุกดวงที่มีความสดใสแตกต่างกัน

ด้วยแนวทางนี้พระคัมภีร์บอกเราว่าเราแต่ละคนจะมีสง่าราศีที่แตกต่างกันเมื่อเราเข้าสู่สวรรค์หลังจากการเป็นขึ้นมาของเรา ความจริงข้อนี้ทำให้เราตระหนักว่าที่อยู่และรางวัลในสวรรค์ของเราจะแตกต่างกันตามขนาดของความเชื่อฝ่ายวิญญาณที่เรามีอยู่โดยขึ้นกับว่าเราได้ละทิ้งความบาปและสัตย์ซื่อต่อแผ่นดินของพระเจ้าในขณะที่เราอยู่ในโลกนี้มากน้อยเพียงใด

แต่ผู้คนที่ชั่วร้ายและเกียจคร้านในการกำจัดความผิดบาปของตนออกไปและคนที่ไม่ความสัตย์ซื่อต่อหน้าที่ของตนจะไม่สามารถเข้าสู่แผ่นดินสวรรค์ แต่คนเหล่านี้จะถูกโยนออกไปในความมืด (มัทธิว 25) ฉะนั้น ท่านต้องแสวงหาแผ่นดินสวรรค์ที่งดงามอย่างรุดหน้าด้วยความเชื่อ

## วิธีการแสวงหาสวรรค์อย่างรุดหน้า

ผู้คนในโลกนี้ใช้ชีวิตทั้งชีวิตของตนเพื่อเสาะหาความร่ำรวยที่เขาไม่สามารถครอบครองไว้ได้ตลอดไปบางคนทำงานหนักเพื่อซื้อบ้านด้วยการอดออมทุกบาททุกสตางค์ที่หาได้ในขณะที่บางคนเรียนหนักจนแทบไม่มีเวลาพักผ่อนเพื่อให้ได้งานที่ดี ถ้าผู้คนพยายามทำทุกอย่างให้ดีที่สุดเพื่อจะมีชีวิตที่ดีขึ้นในโลกนี้ซึ่งไม่จีรังยั่งยืน เรายิ่งต้องพยายามให้มากยิ่งขึ้นสักเท่าใดเพื่อจะทำให้เรามีชีวิตนิรันดร์ในสวรรค์ ขอให้เราศึกษาในรายละเอียดว่าเราจะแสวงหาสวรรค์อย่างรุดหน้าได้อย่างไร

ประการแรก ท่านต้องเชื่อฟังพระคำของพระเจ้า พระเจ้าทรงเรียกร้องให้เราอุตส่าห์ประพฤติเพื่อให้ได้ความรอดด้วยความเกรงกลัวและตัวสั่น (ฟีลิปปี 2:12) ผีมารซาตานจะแย่งชิงเอาความเชื่อไปจากท่านเมื่อท่านไม่ตื่นตัว ด้วยเหตุนี้ ท่านควรเห็นว่าพระคำของพระเจ้าหวานยิ่งกว่าน้ำผึ้งที่หยดลงจากรวง (สดุดี 19:10) และติดสนิทกับพระคำนั้น ท่านจะไม่รอดเพียงเพราะท่านร้อง

เรียกว่า "พระองค์เจ้าข้า พระองค์เจ้าข้า" แต่ท่านจะรอดเมื่อท่านประพฤติตาม
น้ำพระทัยของพระเจ้าด้วยความช่วยเหลือของพระวิญญาณบริสุทธิ์

ประการที่สอง ท่านต้องสวมยุทธภัณฑ์ทั้งชุดของพระเจ้า เพื่อให้ท่านเข้ม
แข็งในองค์พระผู้เป็นเจ้าในฤทธิ์เดชอำนาจของพระองค์และเพื่อให้ท่านยืน
หยัดต่อสู้อย่างมั่นคงกับแผนการของผีมารซาตาน ท่านต้องสวมยุทธภัณฑ์ทั้ง
ชุดของพระเจ้าไว้ ท่านมิได้ต่อสู้กับเนื้อหนังและเลือดแต่ต่อสู้กับเทพผู้ครอง
ศักดิเทพ เทพผู้ครองพิภพในโมหะความมืดแห่งโลกนี้ ต่อสู้กับเหล่าวิญญาณ
ชั่วในสถานฟ้าอากาศ เพราะฉะนั้น เมื่อท่านสวมยุทธภัณฑ์ทั้งชุดของพระเจ้า
เอาไว้ท่านก็สามารถยืนอยู่บนรากฐานอันมั่นคงเมื่อวันแห่งความชั่วร้ายมาถึง
ท่านและยืนหยัดอยู่หลังจากท่านได้กระทำสิ่งเหล่านี้ (เอเฟซัส 6:10-13)

ด้วยเหตุนี้ ท่านต้องยืนหยัดอย่างมั่นโดยเอาความจริงคาดเอว เอาความ
ชอบธรรมเป็นทับทรวงเครื่องป้องกันอกและเอาความพรั่งพร้อมซึ่งเกิดจาก
ข่าวประเสริฐแห่งสันติสุขสวมเป็นรองเท้า พร้อมกับสิ่งทั้งหมดเหล่านี้จงเอา
ความเชื่อเป็นโล่ ด้วยโล่นั้นท่านจะได้ดับลูกศรเพลิงของพญามารเสีย จงเอา
ความรอดเป็นหมวกเหล็กป้องกันศีรษะและจงถือพระแสงของพระวิญญาณ
คือพระคำของพระเจ้า จงอธิษฐานวิงวอนทุกอย่าง จงขอโดยพระวิญญาณ
ทุกเวลา ทั้งนี้จงระวังตัวด้วยความเพียรทุกอย่าง (เอเฟซัส 6:14-18) ที่อยู่ของ
ท่านในสวรรค์จะถูกกำหนดโดยความจริงที่ว่าท่านสวมยุทธภัณฑ์ทั้งชุดของ
พระเจ้ามากน้อยเพียงใดและท่านเอาชนะผีมารซาตานได้มากแค่ไหน

ประการที่สาม ท่านต้องมีความรักฝ่ายวิญญาณตลอดเวลา ด้วยความเชื่อ
ท่านจะสามารถเข้าสู่สวรรค์ และด้วยความหวังสำหรับแผ่นดินสวรรค์ท่านจะ
สามารถเข้าสนิทในความจริง ด้วยพลังอำนาจของความรักท่านจะสามารถรับ
การชำระให้บริสุทธิ์และสัตย์ซื่อในหน้าที่ทั้งสิ้นของท่าน

ยิ่งกว่านั้น ท่านจะสามารถเข้าสู่นครเยรูซาเล็มใหม่ซึ่งเป็นที่อยู่อันงดงาม
ที่สุดในสวรรค์เมื่อท่านมีความรักที่สมบูรณ์ ท่านต้องมีความรักที่สมบูรณ์เพื่อ

จะอาศัยอยู่ในนครเยรูซาเล็มใหม่ซึ่งเป็นที่ประทับของพระเจ้าในเมื่อพระองค์ทรงเป็นความรัก

เหมือนที่อัครทูตเปาโลบอกเราไว้ใน 1 โครินธ์ 13:13 ว่า *"ดังนั้นยังตั้งอยู่สามสิ่ง คือ ความเชื่อ ความหวังใจ และความรัก แต่ความรักใหญ่ที่สุด"* ท่านต้องแสวงหาแผ่นดินสวรรค์อย่างรุดหน้าด้วยความรักฝ่ายวิญญาณ นอกจากนั้น ท่านต้องรู้ว่าที่อยู่ในสวรรค์จะถูกกำหนดโดยความจริงที่ว่าท่านมีความรักนั้นมากเพียงใด

## 3. ที่อยู่และมงกุฎชนิดต่าง ๆ

ผู้คนที่อยู่ในโลกสามมิติไม่สามารถรู้ถึงสวรรค์ซึ่งเป็นส่วนหนึ่งของโลกสี่มิติได้ แต่ในฐานะบุคคลแห่งความเชื่อท่านมีความตื่นเต้นและเต็มไปด้วยความชื่นชมยินดีแม้เมื่อท่านได้ยินคำว่า "สวรรค์" เพราะแผ่นดินสวรรค์เป็นบ้านเมืองของท่านซึ่งท่านจะอาศัยอยู่ชั่วนิรันดร์ ถ้าท่านเรียนรู้เกี่ยวกับสวรรค์โดยละเอียด ไม่เพียงแต่วิญญาณจิตของท่านเท่านั้นจะจำเริญขึ้น แต่ความเชื่อของท่านจะเติบโตขึ้นอย่างรวดเร็วด้วยเช่นกันเพราะท่านเต็มไปด้วยความหวังสำหรับแผ่นดินสวรรค์

ในสวรรค์มีที่อยู่มากมายซึ่งพระเจ้าทรงจัดเตรียมไว้สำหรับลูกของพระองค์ (เฉลยธรรมบัญญัติ 10:14; 1 พงศ์กษัตริย์ 8:27; เนหะมีย์ 9:6; สดุดี 148:4; ยอห์น 14:2) ท่านแต่ละคนจะมีที่อยู่แตกต่างกันตามขนาดแห่งความเชื่อของท่าน เพราะพระเจ้าทรงยุติธรรมพระองค์จึงทรงอนุญาตให้ท่านเก็บเกี่ยวสิ่งที่ท่านได้หว่าน (กาลาเทีย 6:7) ให้รางวัลท่านตามสิ่งที่ท่านได้กระทำ (มัทธิว 16:27; วิวรณ์ 2:23)

เหมือนที่ข้าพเจ้ากล่าวถึงก่อนหน้านี้ว่าแผ่นดินสวรรค์ถูกแบ่งออกเป็นหลายส่วน เช่น เมืองบรมสุขเกษม สวรรค์ชั้นที่หนึ่ง สวรรค์ชั้นที่สอง และ

สวรรค์ชั้นที่สามซึ่งเป็นที่ตั้งของนครเยรูซาเล็มใหม่พระที่นั่งของพระเจ้า
ตั้งอยู่ในนครเยรูซาเล็มใหม่เหมือนอย่างที่ทำเนียบของประธานาธิบดี
แห่งเกาหลีใต้ตั้งอยู่ในกรุงโซลและทำเนียบขาวของประธานาธิบดีแห่ง
สหรัฐอเมริกาตั้งอยู่ในกรุงวอชิงตัน ดี.ซี.

พระคัมภีร์ยังบอกเราเช่นกันว่ามงกุฎที่พระเจ้าจะทรงมอบเป็นรางวัลให้
กับลูกของพระองค์มีอยู่หลายชนิด ในท่ามกลางพันธกิจต่าง ๆ การนำดวง
วิญญาณมาถึงองค์พระผู้เป็นเจ้าและการสร้างสถานนมัสการของพระองค์ถือ
เป็นพันธกิจที่คู่ควรกับรางวัลที่ยิ่งใหญ่ที่สุด

มีวิธีการหลายอย่างที่จะนำดวงวิญญาณมาถึงองค์พระผู้เป็นเจ้าท่าน
สามารถเข้าร่วมในการประกาศข่าวประเสริฐกับผู้คน ช่วยงานรับใช้ด้วยการ
ถวายในรูปแบบต่าง ๆ หรือประกาศข่าวประเสริฐทางอ้อมด้วยการทำงานเพื่อ
แผ่นดินของพระเจ้าอย่างสัตย์ซื่อด้วยตะลันต์ต่าง ๆ ที่ท่านมีอยู่ วิธีการนำดวง
วิญญาณมาถึงองค์พระผู้เป็นเจ้าทางอ้อมเช่นนี้มีความสำคัญต่อการขยายแผ่น
ดินของพระเจ้าเช่นกัน เหมือนอย่างที่อวัยวะทุกส่วนในร่างกายของท่านล้วน
เป็นสิ่งที่ท่านขาดเสียมิได้

แต่การมีส่วนในการประกาศข่าวประเสริฐโดยตรงกับผู้คนและการสร้าง
สถานนมัสการเพื่อให้ผู้คนใช้ในการนมัสการร่วมกันเป็นสิ่งที่คู่ควรกับรางวัล
อันยิ่งใหญ่ที่สุดเพราะกิจกรรมเหล่านี้เป็นการบรรเทาความกระหายของพระ
เยซูและเป็นการตอบแทนคุณค่าแห่งพระโลหิตของพระองค์

พระเจ้าทรงใช้มาตรฐานอยู่หลายอย่างในการมอบมงกุฎในสวรรค์แก่เรา
และมงกุฎเหล่านี้มีคุณค่าในระดับที่ต่างกันจากมงกุฎชนิดหนึ่งไปสู่มงกุฎอีก
ชนิดหนึ่ง ท่านสามารถบอกถึงขนาดของการชำระให้บริสุทธิ์ รางวัล และที่อยู่
ในสวรรค์ของแต่ละคนได้จากลักษณะของมงกุฎที่แต่ละคนสวมใส่ เหมือน
การบอกถึงสถานะทางสังคมของบุคคลจากเสื้อผ้าที่เขาสวมใส่ในยุคของการ
ปกครองด้วยระบอบกษัตริย์

ขอให้เราเจาะลึกลงไปสู่ความสัมพันธ์ของขนาดแห่งความเชื่อที่อยู่ใน
สวรรค์ และมงกุฎต่าง ๆ ที่เราได้รับ

## เมืองบรมสุขเกษมสำหรับผู้คนที่มีความเชื่อในระดับที่หนึ่ง

เมืองบรมสุขเกษมเป็นสถานที่อยู่ที่ต่ำต้อยที่สุดในสวรรค์แต่เมื่อเปรียบ
เทียบกับโลกนี้ เมืองบรมสุขเกษมถือเป็นสถานที่แห่งความชื่นชมยินดี ความ
สุข ความงดงาม และความสงบสุขมากกว่าโลกนี้ ยิ่งกว่านั้น เพราะสถานที่
แห่งนี้ไม่มีความผิดบาปจึงทำให้เมืองบรมสุขเกษมเต็มไปด้วยความสงบสุข
เมืองบรมสุขเกษมเป็นสถานที่ที่ดีกว่าสวนเอเดนซึ่งพระเจ้าให้อาดัมและเอวา
อยู่ที่นั่นหลังจากที่พระองค์ทรงสร้างเขาขึ้นมา
แม่น้ำแห่งชีวิต (ซึ่งไหลออกมาจากพระที่นั่งของพระเจ้า) ไหลเข้าไปใน
เมืองบรมสุขเกษมหลังจากที่แม่น้ำสายนี้ไหลผ่านสวรรค์ชั้นที่สาม ชั้นที่สอง
และชั้นที่หนึ่ง ริมแม่น้ำทั้งสองฟากมีต้นแห่งไม้แห่งชีวิตซึ่งออกผลสิบสอง
ชนิดและออกผลทุก ๆ เดือน (วิวรณ์ 22:2)

เมืองบรมสุขเกษมมีไว้สำหรับผู้คนที่ต้อนรับเอาพระเยซูคริสต์แต่ไม่มีการ
ประพฤติที่แสดงถึงความเชื่อของตน กล่าวคือ คนที่มีความเชื่อในระดับที่หนึ่ง
ซึ่งได้รับความรอดและพระวิญญาณบริสุทธิ์อย่างหวุดหวิดจะเข้าไปอยู่ใน
เมืองบรมสุขเกษม คนเหล่านี้ไม่ได้รับมงกุฎและบำเหน็จรางวัลเพราะเขาไม่
ได้สำแดงออกถึงการประพฤติแห่งความเชื่อ
เราพบในลูกา 23:43 ว่าบนกางเขนพระเยซูตรัสกับผู้ร้ายคนหนึ่งที่ถูกตรึง
อยู่ข้างพระองค์ว่า "วันนี้เจ้าจะอยู่กับเราในเมืองบรมสุขเกษม" สิ่งนี้ไม่จำเป็น
ต้องหมายความว่าพระเยซูพำนักอยู่ในเมืองบรมสุขเกษมเท่านั้น แต่พระองค์
ทรงสถิตอยู่ทุกหนแห่งในสวรรค์เพราะพระองค์ทรงเป็นเจ้าของสวรรค์ ท่าน
อ่านพบในพระคัมภีร์เช่นกันว่าหลังการสิ้นพระชนม์ของพระองค์พระเยซูทรง

เสด็จไปยังแดนผู้ตาย ไม่ใช่ไปยังเมืองบรมสุขเกษม

เอเฟซัส 4:9 ระบุว่า *"ที่กล่าวว่าพระองค์เสด็จขึ้นไปนั้นจะหมายความอย่างอื่นไปไม่ได้นอกจากว่าพระองค์ได้เสด็จลงไปสู่เบื้องต่ำของแผ่นดินโลกแล้วด้วย"* ใน 1 เปโตร 3:19 เรายังพบอีกว่า *"โดยทางวิญญาณพระองค์ได้เสด็จไปประกาศพระวจนะแก่วิญญาณที่ติดคุกอยู่"* กล่าวคือ พระเยซูเสด็จไปยังแดนผู้ตายและประกาศพระกิตติคุณที่นั่น และจากนั้นสามวันพระองค์ทรงเป็นขึ้นมา

ดังนั้น คำตรัสของพระเยซูที่ว่า "วันนี้เจ้าจะอยู่กับเราในเมืองบรมสุขเกษม" จึงหมายความว่าพระเยซูทรงมองเห็นล่วงหน้าถึงข้อเท็จจริงเรื่องความเชื่อว่าผู้ร้ายคนนั้นจะรอดและได้อยู่ในเมืองบรมสุขเกษมเขาได้รับความรอดที่น่าอดสูอย่างหวุดหวิดและอาศัยอยู่ในเมืองบรมสุขเกษมเพราะเขาเพิ่งต้อนรับเอาพระเยซูไม่นานก่อนการเสียชีวิตของตน ผู้ร้ายคนนั้นไม่ได้ต่อสู้กับความบาปของตนหรือไม่ได้ทำหน้าที่ของตนเพื่อแผ่นดินของพระเจ้า

## สวรรค์ชั้นที่หนึ่ง

สวรรค์ชั้นที่หนึ่งเป็นสถานที่ชนิดใด มีความแตกต่างกันอย่างมากระหว่างชีวิตในเมืองบรมสุขเกษมกับชีวิตในโลก ในทำนองเดียวกัน แผ่นดินสวรรค์ชั้นที่หนึ่งเป็นสถานที่แห่งความสุขและความชื่นชมยินดีมากยิ่งกว่าเมืองบรมสุขเกษม

ถ้าความสุขของผู้ที่เข้าไปอยู่ในสวรรค์ชั้นที่หนึ่งเปรียบได้กับความสุขของปลาเงินปลาทองที่อยู่ในตู้ปลาความสุขของผู้ที่เข้าไปอยู่ในสวรรค์ชั้นที่สองก็อาจเปรียบได้กับความสุขของปลาวาฬที่อยู่ในมหาสมุทรแปซิฟิกอันกว้างใหญ่ ปลาเงินปลาทองในตู้ปลารู้สึกสบายใจและมีความสุขที่สุดเมื่อตนอาศัยอยู่ในตู้ปลาฉันใดผู้ที่เข้าไปอยู่ในสวรรค์ชั้นที่หนึ่งก็รู้สึกพอใจกับการอยู่ที่นั่นและการสัมผัสกับความสุขที่แท้จริงด้วยฉันนั้น

ตอนนี้ท่านรู้แล้วว่ามีความแตกต่างของขนาดของความสุขในที่อยู่แต่ละ

แห่งในสวรรค์  ท่านจินตนาการได้หรือไม่ว่าชีวิตของผู้ที่อยู่ในนครเยรูซาเล็ม
ใหม่ซึ่งมีพระที่นั่งของพระเจ้าอยู่ที่นั่นจะเต็มไปด้วยสง่าราศีมากสักเพียงใด
ชีวิตในนครแห่งนั้นจะสุกใสแวววาว งดงาม และน่าตื่นเต้นยินดีเหนือสิ่งอื่น
ใดที่ท่านเคยจินตนาการถึงนั่นคือเหตุผลที่ว่าทำไมท่านจึงควรปลูกฝังความเชื่อ
ของท่านให้เติบโตขึ้นอย่างขยันหมั่นเพียรโดยมีความหวังใจในนครเยรูซาเล็ม
ใหม่และไม่พึงพอใจกับการไปถึงเมืองบรมสุขเกษมหรือสวรรค์ชั้นที่หนึ่ง
เท่านั้น

     ถ้าท่านเป็นบุตรของพระเจ้าด้วยการต้อนรับเอาพระเยซูคริสต์เป็นพระ
ผู้ช่วยให้รอดของท่านด้วยความช่วยเหลือของพระวิญญาณบริสุทธิ์ท่าน
สามารถบรรลุถึงความเชื่อในระดับที่สองซึ่งเป็นจุดที่ท่านพยายามดำเนินชีวิต
ด้วยพระคำของพระเจ้า ในขั้นตอนนี้ ท่านพยายามรักษาพระคำของพระเจ้าให้
มากเท่ากับที่ท่านเรียนรู้  แต่ท่านยังไม่สามารถดำเนินชีวิตด้วยพระคำเหล่านั้น
อย่างครบถ้วน

     เช่นเดียวกันกับเด็กทารกที่อายุยังไม่ถึงขวบซึ่งล้มลุกคลุกคลานในความ
พยายามอย่างไร้ผลที่จะลุกขึ้นยืน หลังจากฝึกฝนอยู่หลายครั้งเด็กคนนั้นก็ค่อย
ๆ ลุกขึ้นยืน เดินเตาะแตะไปมา และไม่นานเขาพยายามที่จะวิ่ง ในสายตาของ
คุณแม่   ลูกน้อยของเธอจะเป็นเด็กที่น่ารักน่าชังสักเพียงใดถ้าเขาเจริญเติบโต
อย่างต่อเนื่องเช่นนี้

     ขั้นตอนต่าง ๆ ของความเชื่อก็เช่นเดียวกัน เด็กทารกพยายามยืน เดิน และ
วิ่งเพราะเขามีชีวิตฉันใดความเชื่อซึ่งเป็นสิ่งที่มีชีวิตก็จะเจริญก้าวหน้าไปสู่
ความเชื่อขั้นที่สองและที่สามด้วยฉันนั้น ดังนั้นพระเจ้าจึงประทานสวรรค์ชั้น
ที่หนึ่งให้กับผู้ที่มีความเชื่อในระดับที่สองเพราะพระเจ้าทรงรักคนเหล่านั้น
เช่นกัน

## มงกุฎที่ไม่ร่วงโรย

ท่านจะได้รับมงกุฎในสวรรค์ชั้นที่หนึ่งในสวรรค์มีมงกุฎอยู่หลายชนิด
เหมือนกับที่อยู่ในสวรรค์ถูกแบ่งออกเป็นหลายส่วน ได้แก่ มงกุฎที่ไม่ร่วง
โรย มงกุฎแห่งศักดิ์ศรี มงกุฎแห่งชีวิต มงกุฎทองคำ และมงกุฎแห่งความชอบ
ธรรม ในบรรดามงกุฎชนิดต่าง ๆ เหล่านี้ผู้ที่เข้าไปอยู่ในสวรรค์ชั้นที่หนึ่งจะ
ได้รับมงกุฎที่ไม่ร่วงโรย

2 ทิโมธี 2:5-6 ระบุว่า *"นักกีฬาจะมิได้สวมพวงมาลัยถ้าเขาไม่แข่งขันตาม
กติกา กสิกรผู้ตรากตรำทำงานก็ควรเป็นคนแรกที่ได้รับผล"* เราได้รับผลของ
การทำงานของเราในโลกนี้ฉันใด เราก็จะได้รับรางวัลเมื่อเราเดินในทางแคบ
เพื่อไปถึงสวรรค์ด้วยฉันนั้น

นักกีฬาจะได้รับเหรียญทองหรือพวงมาลัยก็ต่อเมื่อเขาแข่งขันตามกติกา
และมีชัยชนะ ในทำนองเดียวกัน ท่านจะได้รับมงกุฎก็ต่อเมื่อท่านแข่งขัน
ตามพระคำของพระเจ้าเมื่อท่านแสวงหาแผ่นดินสวรรค์อย่างรุดหน้า

พระเยซูตรัสว่า *"มิใช่ทุกคนที่เรียกเราว่า 'พระองค์เจ้าข้า พระองค์เจ้าข้า'
จะได้เข้าในแผ่นดินสวรรค์แต่ผู้ที่ปฏิบัติตามพระทัยพระบิดาของเราผู้ทรง
สถิตในสวรรค์จึงจะเข้าได้"*(มัทธิว7:21)แม้คนหนึ่งจะอ้างว่าตนเชื่อในพระเจ้า
แต่ถ้าเขาละเลยต่อกฎฝ่ายวิญญาณซึ่งเป็นกฎเกณฑ์ของพระเจ้า บุคคลนั้นจะ
ไม่ได้รับรับมงกุฎเพราะเขามีความเชื่อในลักษณะที่เป็นเพียงความรู้และเขา
เป็นเหมือนนักกีฬาที่ไม่ได้แข่งขันตามกติกา

แต่แม้ว่าความเชื่อของท่านจะอ่อนแอท่านก็จะได้รับมงกุฎที่ไม่ร่วงโรย
ตราบใดที่ท่านพยายามวิ่งแข่งขันตามกฎเกณฑ์ของพระเจ้าท่านจะได้รับมงกุฎ
ที่ไม่ร่วงโรยเพราะพระเจ้าทรงถือว่าท่านได้เข้าร่วมในการแข่งขันตามกติกา

การวิ่งแข่งขันของบุคคลที่มีความเชื่อเป็นการต่อสู้ฝ่ายวิญญาณกับผีมาร
ซาตาน รางวัลสำหรับผู้ที่มีชัยในการวิ่งแข่งขันด้วยการเอาชนะผีมารซาตาน
คือมงกุฎที่ไม่ร่วงโรย

สมมุติว่าท่านเข้าร่วมนมัสการในตอนเช้าวันอาทิตย์และในตอนบ่ายท่าน

เดินทางไปพบปะกับเพื่อนในกรณีนี้ ท่านจะไม่ได้รับมงกุฎที่ไม่ร่วงโรยเพราะ
ท่านได้พ่ายแพ้ต่อการทำสงครามกับผีมารซาตานแล้ว

1 โครินธ์ 9:25 กล่าวว่า *"ฝ่ายนักกีฬาทุกคนก็เคร่งครัดในระเบียบ เขา
กระทำอย่างนั้นเพื่อจะได้มงกุฎใบไม้ซึ่งร่วงโรย ได้แต่เรากระทำเพื่อจะได้
มงกุฎที่ไม่มีวันร่วงโรยเลย"*

เราควรเข้าสู่การฝึกฝนอย่างเข้มงวดและดำเนินชีวิตตามน้ำพระทัยของ
พระเจ้าในแนวทางเดียวกันกับที่ทุกคนซึ่งแข่งขันในเกมกีฬาเข้าสู่การฝึกฝน
อย่างเข้มงวดและแข่งขันตามกติกาเช่นกันเมื่อเห็นว่าพระเจ้าทรงจัดเตรียม
มงกุฎที่ไม่ร่วงโรยชั่วนิรันดร์ไว้สำหรับผู้คนที่พยายามดำเนินชีวิตด้วยกฎ
เกณฑ์ของพระองค์ในโลกนี้โดยทรงจดจำถึงความพยายามของคนเหล่านี้ยิ่ง
ทำให้เรารู้ว่าพระเจ้าของเราทรงอุดมไปด้วยความรักมากสักเพียงใด

ยิ่งกว่านั้น   พระเจ้าทรงจัดเตรียมรางวัลไว้สำหรับผู้คนที่ไปถึงสวรรค์ชั้น
ที่หนึ่งซึ่งแตกต่างจากเมืองบรมสุขเกษม  พระเจ้าทรงประทานรางวัลและสง่า
ราศีที่เหมาะสมแก่ผู้คนที่เข้าไปสู่สถานที่แห่งนี้เพราะคนเหล่านั้นกระทำการ
เพื่อแผ่นดินของพระองค์ในพระนามขององค์พระผู้เป็นเจ้า

## สวรรค์ชั้นที่สอง

สวรรค์ชั้นที่สองสูงกว่าสวรรค์ชั้นที่หนึ่งขึ้นไปอีกหนึ่งระดับผู้คนที่มี
ความเชื่อในระดับที่สามซึ่งดำเนินชีวิตโดยพระคำของพระเจ้าสามารถเข้าสู่
สวรรค์ชั้นที่สอง รอบกรุงโซลเมืองหลวงของเกาหลีใต้มีเมืองอยู่หลายเมืองตั้ง
อยู่และรอบ ๆ เมืองเหล่านี้มีชานเมืองอยู่หลายแห่ง

ในทำนองเดียวกัน   นครเยรูซาเล็มใหม่ในสวรรค์ตั้งอยู่กลางสวรรค์ชั้นที่
สามและรอบ ๆ สวรรค์ชั้นที่สามเป็นที่ตั้งของสวรรค์ชั้นที่สอง สวรรค์ชั้นที่
หนึ่ง และเมืองบรมสุขเกษม แน่นอน สิ่งนี้ไม่ได้หมายความว่าที่อยู่ในสวรรค์
แต่ละแห่งกระจัดกระจายกันอยู่เหมือนเมืองต่าง ๆ ในโลกนี้

ด้วยความรู้ที่จำกัดของมนุษย์เราจึงไม่สามารถเข้าใจถึงรูปแบบการวางผังเมืองที่ลึกลับและอัศจรรย์ของสวรรค์ได้อย่างแม่นยำท่านต้องพยายามเข้าใจเรื่องนี้ให้มากที่สุดเท่าที่จะทำได้ แต่ท่านอาจไม่เข้าใจเรื่องนี้อย่างถูกต้องแม้ท่านพยายามวาดภาพสิ่งนี้ด้วยความคิดและจินตนาการของท่านเองก็ตาม ท่านสามารถเข้าใจสวรรค์ได้มากเท่ากับการเจริญเติบโตของความเชื่อของท่านเพราะเราไม่อาจอธิบายสวรรค์ด้วยวิธีการของโลกนี้

กษัตริย์ซาโลมอนที่ชื่นชมกับทรัพย์สมบัติความมั่งคั่งและอำนาจอันมากมายคร่ำครวญในวัยชราของท่านว่า *"อนิจจัง อนิจจัง อนิจจัง อนิจจัง สารพัดอนิจจัง ที่มนุษย์ทำงานตรากตรำกลางแดดเขาได้ประโยชน์อะไรจากงานที่เขาทำนั้น"* (ปัญญาจารย์ 1:2-3)

ยากอบ 4:14 เตือนเราให้ระลึกเช่นกันว่า *"แต่ว่าท่านไม่รู้เรื่องของพรุ่งนี้ ชีวิตของท่านเป็นเช่นใดเล่า ท่านก็เป็นเช่นหมอกที่ปรากฏอยู่เพียงชั่วครู่แล้วก็หายไป"* ทรัพย์สมบัติและความมั่งคั่งในโลกนี้ของมนุษย์ยังยืนอยู่เพียงชั่วครู่และสูญหายไปในไม่ช้า

เมื่อเปรียบชีวิตที่เราดำเนินอยู่ในปัจจุบันนี้กับชีวิตนิรันดร์ ชีวิตในเวลานี้ก็เป็นเหมือนเมฆหมอกที่ปรากฏอยู่เพียงชั่วครู่และจากนั้นก็หายไป แต่มงกุฎที่พระเจ้าประทานเป็นมงกุฎนิรันดร์ซึ่งไม่มีวันสูญหายไป มงกุฎนี้เป็นรางวัลที่มีราคาและคุณค่าสูงซึ่งจะเป็นแหล่งของความภาคภูมิใจของบุคคล

ชีวิตของมนุษย์จะอนิจจังสักเพียงใดถ้าหากเขาไม่สามารถถวายเกียรติยศแด่พระเจ้าในขณะที่เขาประกาศถึงความเชื่อของตนในพระองค์ แต่ถ้าบุคคลมีความเชื่อในระดับที่สามเพราะเขาทำทุกสิ่งด้วยความจริง เขาก็จะได้ยินเพื่อนบ้านของตนพูดว่า "เมื่อเห็นสิ่งที่คุณทำแล้ว ตัวผมเองอยากเข้าร่วมนมัสการในคริสตจักรด้วยเช่นกัน"

บุคคลนี้ถวายเกียรติยศแด่พระเจ้าด้วยวิธีการนี้และนั่นคือสาเหตุที่พระเจ้าทรงประทานรางวัลแก่เขาด้วยมงกุฎแห่งศักดิ์ศรี

## มงกุฎแห่งศักดิ์ศรี

พระเจ้าทรงกำชับเราใน 1 เปโตร 5:2-4 ว่า

> จงเลี้ยงฝูงแกะของพระเจ้าที่อยู่ในความดูแลของท่าน ไม่ใช่ด้วย
> ความฝืนใจแต่ด้วยความเต็มใจ ไม่ใช่ด้วยการเห็นแก่ทรัพย์สิ่งของ
> ที่ได้มาโดยทุจริตแต่ด้วยใจเลื่อมใส   และไม่ใช่เหมือนเป็นเจ้านายที่
> ข่มขี่ผู้ที่อยู่ใต้อำนาจ  แต่เป็นแบบอย่างแก่ฝูงแกะนั้น  และเมื่อพระผู้
> เลี้ยงยิ่งใหญ่จะเสด็จมาปรากฏ ท่านทั้งหลายจะรับศักดิ์ศรีเป็นมงกุฎที่
> ร่วงโรยไม่ได้เลย

        ถ้าท่านเข้าสู่ความเชื่อในระดับที่สามท่านก็ทำให้กลิ่นหอมของพระคริสต์
ฟุ้งกระจายไปเพราะคำพูดและพฤติกรรมของท่านเปลี่ยนแปลงจนกลายเป็น
ความสว่างและเป็นเกลือของแผ่นดินโลกเมื่อท่านละทิ้งความผิดบาปด้วยการ
ต่อสู้กับบาปจนถึงเลือดไหลถ้าคนหนึ่งซึ่งเคยเป็นคนโกรธง่ายและพูดจาให้
ร้ายคนอื่นมาก่อนกลายเป็นคนที่อ่อนสุภาพและพูดเฉพาะสิ่งที่ดีเกี่ยวกับคน
อื่น  เพื่อนบ้านของเขาจะพูดว่า  "ตั้งแต่เขาเป็นคริสเตียนเขาเปลี่ยนแปลงไป
มาก" พระเจ้าจะทรงได้รับเกียรติเพราะเขาด้วยวิธีการนี้
        ด้วยเหตุนี้ มงกุฎแห่งศักดิ์ศรีจะเป็นของบุคคลที่เป็นแบบอย่างที่ดีให้กับฝูง
แกะเพราะเขาถวายเกียรติยศแด่พระเจ้าด้วยการละทิ้งความบาปของตนอย่าง
จริงจังและการมีความสัตย์ซื่อต่อหน้าที่ของตนในโลกนี้ที่พระเจ้าทรงมอบ
หมายให้  สิ่งที่เราทำในพระนามขององค์พระผู้เป็นเจ้าและสิ่งที่เราทำเพื่อช่วย
ให้หน้าที่ของเราสำเร็จลุล่วงในขณะที่เราละทิ้งความผิดบาปของเรา สิ่งเหล่านี้
จะถูกสะสมไว้เป็นรางวัลในสวรรค์
        สง่าราศีของโลกนี้จะเสื่อมสูญไปแต่สง่าราศีที่ท่านถวายแด่พระเจ้าจะไม่มี

วันเสื่อมสูญและสง่าราศีนั้นจะกลับมาเป็นมงกุฎแห่งศักดิ์ศรีของท่านซึ่งจะไม่มีวันร่วงโรยตลอดไป

บางครั้งท่านอาจถามตนเองว่า“บุคคลนั้นควรดีพร้อมในทุกด้านและมีท่าทีขององค์พระผู้เป็นเจ้าในเมื่อเขาสัตย์ซื่อต่องานพระเจ้าอย่างมาก แต่ทำไมเขายังมีความชั่วร้ายอยู่ในตัวเขาเล่า”

ในกรณีเช่นนี้บุคคลนั้นยังไม่ได้รับการชำระให้บริสุทธิ์อย่างครบถ้วนด้วยการต่อสู้กับความบาปของตนแต่เขาก็ถวายเกียรติยศแด่พระเจ้าด้วยการทำหน้าที่ของตนให้ดีที่สุดนั่นคือเหตุผลที่เขาจะได้รับมงกุฎแห่งศักดิ์ศรีซึ่งจะไม่มีวันเสื่อมสูญ

ทำไมเราจึงเรียกสิ่งนี้ว่า “มงกุฎแห่งศักดิ์ศรีที่จะไม่มีวันเสื่อมสูญ” ผู้คนส่วนใหญ่ได้รับรางวัลอย่างน้อยหนึ่งหรือสองครั้งในช่วงชีวิตของตนยิ่งรางวัลที่ท่านได้รับมีค่ามากเท่าใดท่านก็จะมีความสุขและความภาคภูมิใจมากขึ้นเท่านั้น แต่เมื่อมองย้อนกลับไปท่านเกิดความรู้สึกว่าสง่าราศีของโลกนี้ไร้ค่า นั่นเป็นเพราะว่าใบประกาศเกียรติคุณเป็นเพียงกระดาษเก่า ๆ แผ่นหนึ่งถ้วยรางวัลน่าภูมิใจก็ถูกปกคลุมไว้ฝุ่นละออง และความทรงจำที่ครั้งหนึ่งเคยชัดเจนก็เริ่มเลือนลางไป

ตรงกันข้าม สง่าราศีที่ท่านได้รับในสวรรค์จะไม่มีวันเปลี่ยนแปลง เพราะเหตุนี้ พระเยซูจึงตรัสกับเราว่า *“แต่จงสำสมทรัพย์สมบัติไว้ในสวรรค์ที่ไม่มีแมลงจะกินและไม่มีสนิมจะกัดและที่ไม่มีขโมยขุดช่องลักเอาไปได้”* (มัทธิว 6:20)

ดังนั้น เมื่อเทียบกับมงกุฎในโลกนี้ “มงกุฎแห่งศักดิ์ศรีที่จะไม่มีวันเสื่อมสูญ” แสดงให้เราเห็นว่าสง่าราศีและความสดใสของมงกุฎนี้เป็นสิ่งที่นิรันดร์ เมื่อเห็นว่าแม้แต่มงกุฎในสวรรค์ก็เป็นสิ่งที่นิรันดร์โดยมีวันเสื่อมสูญ ท่านคงจินตนาการได้ว่าทุกสิ่งในสวรรค์จะสมบูรณ์แบบเพียงใด

ผู้คนที่อยู่ในสวรรค์ชั้นที่ต่ำกว่า—ในเมืองบรมสุขเกษมหรือสวรรค์ชั้นที่หนึ่ง—จะรู้สึกอย่างไรเมื่อมีคนที่สวมมงกุฎแห่งศักดิ์ศรีมาเยี่ยมเขา ในสวรรค์

ผู้คนที่อยู่ในชั้นที่ต่ำกว่าจะชื่นชมและยกย่องนับถือบุคคลที่อยู่ในตำแหน่งสูงกว่าตนด้วยความจริงใจพร้อมกับโค้งคำนับบุคคลนั้นโดยไม่กล้าสบตาเขาเช่นเดียวกับที่ข้าทาสบริวารก้มกราบลงต่อหน้ากษัตริย์ของตน

แต่คนเหล่านี้จะไม่เกลียดชังหรืออิจฉาริษยาบุคคลนั้นเพราะในสวรรค์ไม่มีความชั่วร้าย ตรงกันข้าม คนเหล่านี้จะมองดูบุคคลนั้นด้วยความเคารพและความรัก ในสวรรค์ท่านจะไม่รู้สึกอึดอัดหรือหยิ่งผยองไม่ว่าในยามที่ท่านโค้งคำนับเพื่อให้เกียรติคนอื่นหรือในยามที่ท่านรับความเคารพจากคนอื่นเพราะท่านดำเนินชีวิตอยู่ในที่อยู่ที่สูงกว่าผู้คนในสวรรค์แสดงความเคารพหรือให้การต้อนรับคนอื่นด้วยความรักโดยถือว่าคนอื่นเป็นผู้ที่มีคุณค่า

## สวรรค์ชั้นที่สาม

สวรรค์ชั้นที่สามมีไว้สำหรับผู้คนที่ดำเนินชีวิตโดยพระคำของพระเจ้าอย่างครบถ้วนและมีความเชื่อของผู้ที่พร้อมสละชีพเพื่อความเชื่อของตนโดยถือว่าชีวิตที่ตนมีอยู่ไม่มีค่าเพราะคนเหล่านี้รักพระเจ้ามากที่สุด ผู้คนที่มีความเชื่อในระดับที่สี่พร้อมที่จะตายเพื่อองค์พระผู้เป็นเจ้า

คริสเตียนจำนวนมากถูกฆ่าในช่วงหลังของราชวงศ์โชซุนในเกาหลี ในช่วงเวลานั้นมีการข่มเหงและการต่อต้านคริสต์ศาสนาอย่างรุนแรง รัฐบาลในยุคนั้นถึงกับสัญญาให้รางวัลกับผู้คนที่แจ้งเบาะแสเกี่ยวกับที่อยู่อาศัยของพวกคริสเตียน แต่มิชชั่นนารีจากสหรัฐอเมริกาและยุโรปไม่กลัวความตาย คนเหล่านั้นเผยแพร่พระกิตติคุณด้วยใจร้อนรนมากขึ้น กว่าที่พระกิตติคุณจะเบ่งบานในประเทศเกาหลีเหมือนที่เราเห็นในปัจจุบันมีผู้คนจำนวนมากถูกฆ่าตาย

ด้วยเหตุนี้ ถ้าท่านต้องการเป็นมิชชั่นนารีไปยังอีกประเทศหนึ่ง ข้าพเจ้าขอแนะนำให้ท่านมีความเชื่อของผู้ที่พร้อมสละชีพเพื่อความเชื่อของตน แม้บุคคลหนึ่งอาจพบกับความยากลำบากในขณะที่กำลังทำงานเป็นมิชชั่นนารีในต่างประเทศ แต่เขาก็สามารถทำงานอยู่ที่นั่นด้วยความชื่นชมยินดีและการ

ขอบพระคุณเพราะเขารู้ว่าความทุกข์ยากลำบากและความเจ็บปวดของตนจะ
ได้รับการปูนบำเหน็จรางวัลอย่างงดงามในสวรรค์

บางคนอาจคิดว่า "เวลานี้ผมอยู่ในประเทศที่ไม่มีการข่มเหงเพราะที่นี่มี
เสรีภาพในการนับถือศาสนา แต่ผมกลัวว่าผมไม่สามารถตายเพื่อแผ่นดินของ
พระเจ้าได้แม้ผมจะมีความเชื่อเข้มแข็งซึ่งพร้อมจะตายเพื่อความเชื่อก็ตาม"
แต่นั่นไม่ใช่ประเด็นในปัจจุบันท่านไม่จำเป็นต้องสละชีพเพื่อเผยแพร่พระ
กิตติคุณเหมือนในสมัยคริสตจักรในยุคแรก

แน่นอน ถ้าจำเป็นก็จะมีผู้ที่พร้อมสละชีพเพื่อความเชื่อ แต่ถ้าท่านสามารถ
ทำงานให้กับพระเจ้ามากกว่าด้วยความเชื่อที่พร้อมสละแม้กระทั่งชีวิตของตน
พระเจ้าจะทรงพอพระทัยกับท่านมากยิ่งขึ้นแม้ว่าท่านไม่ได้สละชีพเพื่อความ
เชื่อก็ตาม

ยิ่งกว่านั้นพระเจ้าผู้ทรงสำรวจจิตใจของท่านทรงทราบว่าท่านจะ
แสดงออกถึงความเชื่อชนิดใดในสถานการณ์ที่คุกคามเอาชีวิตเพราะข่าว
ประเสริฐ พระองค์ทรงทราบถึงความลึกและศูนย์กลางแห่งจิตใจของท่าน อาจ
เป็นสิ่งที่มีคุณค่ามากกว่าสำหรับท่านที่จะดำเนินชีวิตในฐานะผู้สละชีพเพื่อ
ความเชื่อที่มีชีวิตอยู่ เหมือนคำภาษิตโบราณที่ว่า "การมีชีวิตอยู่ก็ยากกว่าการ
ตาย"

ในชีวิตประจำวันของเราเราอาจเผชิญกับเรื่องราวของชีวิตและความตาย
ซึ่งทำให้เราต้องมีความเชื่อของผู้สละชีพเพื่อความเชื่อ ยกตัวอย่าง การอด
อาหารและการอธิษฐานทั้งกลางวันและกลางคืนเป็นสิ่งที่ไม่อาจทำได้ถ้า
ปราศจากการตัดสินใจอย่างเด็ดเดี่ยวและความเชื่อที่เข้มแข็งเพราะบุคคลที่อด
อาหารและอธิษฐานเพื่อรับคำตอบจากพระเจ้าเป็นผู้ที่นำชีวิตของตนเข้าไป
เสี่ยงต่อการเสียชีวิตถ้าเช่นนั้นผู้คนประเภทใดจะสามารถเข้าสู่สวรรค์ชั้นที่
สาม ผู้คนที่รับการชำระให้บริสุทธิ์อย่างสมบูรณ์จะสามารถเข้าสู่สวรรค์ชั้นนี้
ได้

ในสมัยของคริสตจักรในยุคแรกซึ่งมีผู้คนจำนวนมากที่พร้อมเสียชีวิตเพื่อ

พระเยซูคริสต์ คนเหล่านั้นหลายคนอาจมีคุณสมบัติที่จะเข้าไปสู่สวรรค์ชั้นที่
สาม แต่ในปัจจุบัน มีคนจำนวนน้อยมากที่แสดงถึงความแตกต่างเป็นพิเศษ
ด้วยการละทิ้งความบาปของตนต่อพระพักตร์พระเจ้าซึ่งสามารถเข้าสู่สวรรค์
ชั้นที่สามเนื่องจากความผิดบาปของมนุษย์บนแผ่นดินโลกทวีมากยิ่งขึ้น

ผู้คนที่มีความเชื่อของบิดาสามารถเข้าสู่สวรรค์ชั้นที่สามเพราะคนเหล่า
นี้ละทิ้งความบาปทั้งสิ้นของตนด้วยการเอาชนะความยากลำบากและการ
ทดลองทุกชนิดรับการชำระให้บริสุทธิ์อย่างสมบูรณ์และมีความสัตย์ซื่อจนถึง
วันตาย ดังนั้น พระเจ้าจึงทรงเห็นว่าคนเหล่านี้มีค่า ทรงอนุญาตให้เหล่าทูต
สวรรค์เฝ้าระวังเขาไว้ และทรงปกคลุมเขาด้วยหมู่เมฆแห่งสง่าราศี

## มงกุฎแห่งชีวิต

ผู้คนที่อยู่ในสวรรค์ชั้นที่สามจะได้รับมงกุฎชนิดใดคนเหล่านี้จะได้รับ
มงกุฎแห่งชีวิตเป็นรางวัลตามที่พระเยซูทรงสัญญาไว้ในวิวรณ์ 2:10 ว่า *"แต่
เจ้าจงมีใจมั่นคง [ใจสัตย์ซื่อ] อยู่ตราบเท่าวันตายและเราจะมอบมงกุฎแห่ง
ชีวิตให้แก่เจ้า"*

การ "มีใจมั่นคง" (หรือการ "มีใจสัตย์ซื่อ") ในที่นี้ไม่ได้หมายความว่าท่าน
สัตย์ซื่อต่อหน้าที่ของท่านในคริสตจักรเท่านั้น แต่ยังหมายถึงการกำจัดความ
ชั่วร้ายทุกชนิดออกไปด้วยการต่อสู้กับความบาปของท่านจนถึงเลือดไหล
โดยไม่ยอมประนีประนอมกับโลกด้วยเช่นกัน เมื่อท่านมีจิตใจที่สะอาดและ
บริสุทธิ์ด้วยการต่อสู้กับความบาปของตนตราบเท่าวันตาย ท่านจะได้รับมงกุฎ
แห่งชีวิตเป็นรางวัล

นอกจากนั้น ท่านจะได้รับมงกุฎแห่งชีวิตเมื่อท่านสละชีวิตของท่านเพื่อ
เพื่อนบ้านและเพื่อฝูงแกะของท่านและเมื่อท่านอดทนต่อการทดลองหลังจาก
ที่ได้ยืนหยัดต่อการทดสอบ (ยอห์น 15:13; ยากอบ 1:12)

ยกตัวอย่าง เมื่อผู้คนเผชิญกับการทดลอง หลายคนอดทนต่อการทดลอง

นั้นด้วยความลังเล ไม่มีใจขอบพระคุณ โกรธเคืองโดยไม่อดกลั้น หรือบ่น ต่อว่าพระเจ้า

ในทางตรงกันข้าม ถ้าบุคคลหนึ่งสามารถเอาชนะการทดลองทุกประเภท ด้วยความชื่นชมยินดีบุคคลนั้นก็เป็นผู้ที่ได้รับการชำระให้บริสุทธิ์อย่าง สมบูรณ์คนที่รักพระเจ้ามากสามารถคงความสัตย์ซื่อตราบจนวันตายและ เอาชนะการทดลองทุกประเภทด้วยความชื่นชมยินดี

ยิ่งไปกว่าคุณภาพชีวิตของผู้คนมีความแตกต่างกันอย่างมากทั้งนี้ขึ้นอยู่ กับว่าคนเหล่านั้นมีความเชื่อในระดับที่หนึ่ง ที่สอง ที่สาม หรือที่สี่ คนชั่วร้าย ไม่สามารถทำอันตรายบุคคลที่มีความเชื่อในระดับที่สี่แม้ในยามที่โรคภัยบาง ชนิดคุกคามเขา บุคคลนี้รู้ได้ทันทีว่าโรคนั้นเป็นโรคชนิดใด

ดังนั้น เขาจึงสามารถวางมือรักษาอวัยวะส่วนที่เจ็บป่วยของตนได้และใน ไม่ช้าความป่วยไข้นั้นก็หายไป ยิ่งกว่านั้น ถ้าบุคคลมีความเชื่อในระดับที่ห้า จะไม่มีโรคภัยไข้เจ็บชนิดใดสามารถคุกคามชีวิตของเขาได้เพราะแสงแห่ง พระสิริจะห้อมล้อมเขาไว้ตลอดเวลา

พระประสงค์หลักของพระเจ้าในการสร้างมนุษย์บนโลกนี้ก็เพื่อพระองค์ จะอุปถัมภ์และได้เขามาบุตรที่แท้จริงที่สามารถเข้าสู่สวรรค์ชั้นที่สามและชั้น ที่สูงกว่า ที่อยู่ทุกแห่งในสวรรค์เป็นสถานที่อยู่อาศัยที่งดงามและมีความสุข แต่สวรรค์ในความหมายที่แท้จริงคือสวรรค์ชั้นที่สามและชั้นที่สูงกว่าซึ่งบุตร ของพระเจ้าที่บริสุทธิ์และดีพร้อมเท่านั้นจะสามารถเข้าไปอยู่ได้ สถานที่แห่ง นี้ถูกแยกไว้ต่างหากสำหรับลูกของพระเจ้าที่ดำเนินชีวิตตามน้ำพระทัยของ พระองค์ ที่นั่นคนเหล่านี้สามารถมองเห็นพระเจ้าแบบหน้าต่อหน้า

ยิ่งกว่านั้น เพราะพระเจ้าแห่งความรักทรงปรารถนาให้ทุกคนเข้าสู่สวรรค์ ชั้นที่สามหรือชั้นที่สูงกว่า พระองค์จึงทรงช่วยท่านให้รับการชำระให้บริสุทธิ์ ด้วยความช่วยเหลือของพระวิญญาณบริสุทธิ์โดยทรงประทานพระคุณและ ฤทธิ์เดชอำนาจแก่ท่านเมื่อท่านอธิษฐานด้วยใจร้อนรนและฟังพระคำแห่ง

ชีวิต

สุภาษิต 17:3 บอกเราว่า *"เบ้ามีไว้สำหรับเงินและเตาถลุงมีไว้สำหรับ
ทองคำและพระเจ้าทรงทดลองใจ"* พระเจ้าทรงถลุงเราแต่ละคนเพื่อทำให้เรา
เป็นบุตรที่แท้จริงของพระองค์

ข้าพเจ้าหวังว่าท่านจะได้รับการชำระให้บริสุทธิ์อย่างรวดเร็วด้วยการ
ละทิ้งความผิดบาปของท่านและการต่อสู้กับความบาปเหล่านั้นจนถึงเลือด
ไหล ตลอดจนมีความเชื่อที่สมบูรณ์แบบซึ่งพระเจ้าทรงปรารถนาจากเรา

## นครเยรูซาเล็มใหม่

ยิ่งท่านรู้เกี่ยวกับสวรรค์มากขึ้นเท่าใด ท่านยิ่งพบว่าสวรรค์เป็นสถานที่ที่
ลึกลับมากขึ้นเท่านั้น นครเยรูซาเล็มใหม่เป็นสถานที่ที่งดงามที่สุดของสวรรค์
และนครแห่งนี้เป็นที่ประดิษฐานของพระที่นั่งของพระเจ้า บางคนอาจเข้าใจ
ผิดและคิดว่าดวงวิญญาณที่รอดแล้วทุกดวงจะอาศัยอยู่ในนครเยรูซาเล็มใหม่
หรือคิดว่าสวรรค์ทั้งหมดคือนครเยรูซาเล็มใหม่

แต่ความจริงไม่ได้เป็นเช่นนั้น ในวิวรณ์ 21:16-17 มีการบันทึกขนาดของ
นครเยรูซาเล็มใหม่เอาไว้ นั่นคือ นครนี้มีความกว้าง ความยาว และความสูง
ของแต่ละด้านวัดได้ประมาณ 1,500 ไมล์ (หรือประมาณ 2,400 กิโลเมตร)
นครเยรูซาเล็มมีเส้นรอบวงประมาณ 5,600 ไมล์ พื้นที่ของนครแห่งนี้มีขนาด
เล็กกว่าประเทศจีนเพียงเล็กน้อย

สวรรค์อาจเนืองแน่นไปด้วยดวงวิญญาณที่รอดแล้วถ้าสวรรค์ทั้งหมดคือ
นครเยรูซาเล็มใหม่ แต่แผ่นดินสวรรค์มีพื้นที่กว้างใหญ่ไพศาลเกินกว่าที่เราจะ
จินตนาการได้ นครเยรูซาเล็มใหม่เป็นเพียงส่วนหนึ่งของแผ่นดินสวรรค์

ถ้าเช่นนั้น ใครมีคุณสมบัติที่จะเข้าไปสู่นครเยรูซาเล็มใหม่

*คนทั้งหลายที่ชำระเสื้อผ้าของตนก็เป็นสุข เพื่อว่าเขาจะได้มีสิทธิ์*

*ในต้นไม้แห่งชีวิต และเพื่อเขาจะได้เข้าไปในนครนั้นโดยทางประตู (วิวรณ์ 22:14)*

คำว่า "เสื้อผ้า" ในที่นี้หมายถึงจิตใจและการประพฤติของท่าน การ "ชำระเสื้อผ้า"หมายความว่าท่านเตรียมตัวท่านเองในฐานะเจ้าสาวของพระเยซูคริสต์ด้วยการประพฤติที่ดีพร้อมเมื่อท่านชำระจิตใจของท่านให้บริสุทธิ์อย่างต่อเนื่อง

"สิทธิ์ในต้นไม้แห่งชีวิต"ชี้ให้เห็นว่าท่านจะรอดโดยความเชื่อและไปสวรรค์ การ "เข้าไปในนครนั้นโดยทางประตู" หมายความว่าท่านจะเดินผ่านประตูของนครเยรูซาเล็มใหม่ที่ทำด้วยไข่มุกหลังจากที่ท่านเดินผ่านประตูของสวรรค์แต่ละชั้นตามขนาดความเจริญเติบโตของความเชื่อของท่าน กล่าวคือท่านจะสามารถเข้าใกล้กับวิสุทธินครแห่งนี้ซึ่งเป็นที่ประดิษฐานของพระที่นั่งของพระเจ้าได้มากเพียงใดขึ้นอยู่กับขนาดแห่งการชำระให้บริสุทธิ์ที่ท่านได้รับ

ฉะนั้น ท่านจะสามารถเข้าไปสู่นครเยรูซาเล็มใหม่ได้ก็ต่อเมื่อท่านมีความเชื่อในระดับที่ห้าซึ่งเป็นระดับที่ท่านทำให้พระเจ้าพอพระทัยด้วยการชำระตนเองให้บริสุทธิ์อย่างสมบูรณ์และมีความสัตย์ซื่อต่อหน้าที่ทั้งสิ้นของท่าน ความเชื่อที่พระเจ้าพอพระทัยเป็นความเชื่อที่น่าเชื่อถือมากจนสามารถเปลี่ยนพระทัยของพระเจ้าได้หรือทำให้พระองค์ตรัสถามท่านว่า "เจ้าต้องการให้เราทำสิ่งใดเพื่อเจ้าบ้าง"ก่อนที่ท่านจะทูลขอสิ่งหนึ่งสิ่งใดจากพระองค์ด้วยซ้ำ ความเชื่อนี้เป็นความเชื่อฝ่ายวิญญาณที่สมบูรณ์แบบเป็นความเชื่อของพระเยซูคริสต์ซึ่งกระทำสิ่งสารพัดตามน้ำพระทัยของพระเจ้า

โดยธรรมชาติที่แท้จริงของพระองค์พระเยซูทรงเป็นพระเจ้าแต่พระองค์ไม่ทรงถือว่าการเท่าเทียมกับพระเจ้าเป็นสิ่งที่ต้องยึดถือพระองค์กลับทรงสละและทรงรับสภาพทาสพระองค์ทรงถ่อมพระองค์ลงและยอมเชื่อฟังจนถึงความมรณา (ฟีลิปปี 2:6-8)

ด้วยเหตุนี้        พระเจ้าจึงทรงยกพระองค์ขึ้นอย่างสูงและประทานพระนาม
เหนือนามทั้งปวง (ฟีลิปปี 2:9) ทรงมอบสง่าราศีของการประทับ ณ เบื้องขวา
พระหัตถ์ของพระเจ้าและสิทธิอำนาจของการเป็นกษัตริย์เหนือกษัตริย์และ
องค์พระผู้เป็นเจ้าเหนือเจ้าทั้งหลายให้แก่พระองค์

ในทำนองเดียวกัน    เพื่อเข้าไปสู่นครเยรูซาเล็มใหม่   ท่านต้องเชื่อฟังจน
กระทั่งความมรณาเหมือนพระเยซูถ้าสิ่งนั้นคือน้ำพระทัยของพระเจ้าบาง
คนอาจถามว่า "ดูเหมือนว่าการเชื่อฟังจนกระทั่งความมรณาอยู่เหนือความ
สามารถของผม ผมจะไปถึงความเชื่อในระดับที่ห้าได้หรือไม่"

ที่จริง   การพูดเช่นนั้นเกิดจากความเชื่อที่อ่อนแอของท่าน   หลังจากท่าน
เรียนรู้เกี่ยวกับนครเยรูซาเล็มใหม่มากขึ้น   จะไม่มีผู้ใดในพวกท่านพูดเช่นนั้น
เมื่อท่านมีความหวังใจมากยิ่งขึ้นสำหรับชีวิตนิรันดร์ในสถานที่อันงดงามเช่น
นั้น

ในขณะที่ข้าพเจ้าบรรยายถึงลักษณะและสง่าราศีของนครเยรูซาเล็มใหม่
โดยสรุป   ขอให้ท่านขยายจินตนาการของท่านและชื่นชมความสุขและความ
น่าตื่นเต้นอย่างมีมนต์ขลังของวิสุทธินครแห่งนี้

## ความงดงามของนครเยรูซาเล็มใหม่

เจ้าสาวตระเตรียมตัวเธอให้งดงามและสละสลวยที่สุดเพื่อพบกับเจ้าบ่าว
ของตนฉันใดพระเจ้าก็ทรงตระเตรียมและตกแต่งนครเยรูซาเล็มใหม่ให้สด
สวยงดงามมากที่สุดด้วยฉันนั้นพระคัมภีร์บรรยายถึงเยรูซาเล็มใหม่ไว้ใน
วิวรณ์ 21:10-11 ว่า...

ท่านได้นำข้าพเจ้าโดยพระวิญญาณขึ้นไปบนภูเขาสูงใหญ่และ
ได้สำแดงให้ข้าพเจ้าเห็นนครบริสุทธิ์ คือเยรูซาเล็มซึ่งกำลังลอยลงมา

*จากสวรรค์และจากพระเจ้า นครนั้นประกอบด้วยพระสิริของพระเจ้า
ใสสว่างดุจแก้วมณีอันหาค่ามิได้เช่นเดียวกับแก้วมณีโชติอันสุกใส
และเป็นผลึก*

*ยิ่งไปกว่านั้นกำแพงยังสร้างด้วยแก้วมณีโชติและกำแพงเมืองมีสิบสอง
รากฐาน ประตูนครทั้งสิบสองประตูสร้างด้วยไข่มุกสิบสองเม็ดประตูละเม็ด
และถนนในนครนั้นเป็นทองคำบริสุทธิ์ใสราวกับแก้ว (วิวรณ์ 21:11-21)*
ในบรรดาโครงสร้างอันยิ่งใหญ่และงดงามอื่น ๆ ของนคร ทำไมพระเจ้า
จึงทรงบรรยายถึงถนนและแพงในรายละเอียดเป็นพิเศษในโลกนี้สิ่งที่ผู้คน
ถือว่ามีคุณค่าและต้องการเป็นเจ้าของมากที่สุดคือทองคำ ผู้คนอยากได้ทองคำ
มากกว่าเพราะทองคำไม่เพียงแต่มีคุณค่าเท่านั้นแต่ทองคำยังไม่สูญเสียคุณค่า
ของตนด้วยแม้เวลาจะผ่านไปยาวนาน
แต่ในนครเยรูซาเล็มใหม่ แม้แต่ถนนคนเดินก็ยังทำด้วยทองคำและกำแพง
เมืองทำด้วยเพชรนิลจินดานานาชนิด ท่านลองจินตนาดูซิว่าลักษณะอื่น ๆ
ภายในกำแพงเมืองจะงดงามสักเพียงใด นั่นคือสาเหตุที่พระเจ้าทรงบรรยายถึง
ถนนและกำแพงโดยละเอียด

นอกจากนั้น นครนี้ไม่ต้องอาศัยแสงของดวงอาทิตย์หรือความสว่างของ
หลอดไฟเพราะพระสิริของพระเจ้าเป็นแสงสว่างของนครนั้นและนครนั้น
ไม่เคยมีเวลากลางคืนนครนั้นมีแม่น้ำแห่งชีวิตใสเหมือนแก้วไหลมาจาก
พระที่นั่งของพระเจ้าและพระที่นั่งของพระเมษโปดกไหลไปตามกลางถนน
ในนคร
ริมแม่น้ำทั้งสองฟากมีต้นไม้แห่งชีวิตซึ่งออกผลสิบสองชนิดและออกผล
ทุก ๆ เดือน ผู้คนเดินไปรอบ ๆ สวนซึ่งพระเจ้าทรงตกแต่งไว้ด้วยต้นไม้และ
ดอกไม้นานาชนิด ทุกแห่งในนครล้วนเต็มไปด้วยความสุขและสันติสุขอัน
เนื่องจากความสว่างสุกใสและความรักอันยิ่งใหญ่ของพระเยซูคริสต์องค์พระ

ผู้เป็นเจ้าของเราซึ่งไม่สามารถบรรยายได้ด้วยถ้อยคำใด ๆ ของโลกนี้

การมองดูภาพอันสุกใสและมหัศจรรย์ซึ่งปรากฏอยู่ในนครนั้นก็เพียงพอที่
จะทำให้ท่านหลงไหล  นั่นคือ  คฤหาสน์ทุกหลังทำด้วยทองคำและเพชรนิล
จินดา ถนนทำด้วยทองคำบริสุทธิ์ใสราวกับแก้วอันรุ่งโรจน์จนชวนให้น่าหลง
ไหล นี่คือโลกนี้ที่อยู่เหนือจินตนาการของท่าน พระสิริและความสง่างามของ
นครนั้นไม่มีสิ่งใดเทียบได้

> *นครนั้นไม่ต้องการแสงของดวงอาทิตย์และดวงจันทร์เพราะว่า*
> *พระสิริของพระเจ้า เป็นแสงสว่างของนครนั้นและพระเมษโปดกทรง*
> *เป็นดวงประทีปของนครนั้น (วิวรณ์ 21:23)*

> *ท่านได้ชี้ให้ข้าพเจ้าดูแม่น้ำที่มีน้ำแห่งชีวิตใสเหมือนแก้วไหล*
> *มาจากพระที่นั่งของพระเจ้าและพระที่นั่งของพระเมษโปดก     ไหล*
> *ไปตามกลางถนนในนครนั้นและริมแม่น้ำทั้งสองฟากมีต้นไม้แห่ง*
> *ชีวิตซึ่งออกผลสิบสองชนิด ออกผลทุก ๆ เดือนและใบของต้นไม้นั้น*
> *สำหรับรักษาบรรดาประชาชาติให้หาย (วิวรณ์ 22:1-2)*

นครบริสุทธิ์ที่สวยสดงดงามเช่นนี้ถูกจัดเตรียมไว้เพื่อใครพระเจ้าทรง
จัดเตรียมนครเยรูซาเล็มใหม่ให้พร้อมสำหรับบุตรที่แท้จริงของพระองค์
(ในท่ามกลางผู้ที่ได้รับความรอด)ซึ่งเป็นคนบริสุทธิ์และดีรอบคอบเหมือน
พระเจ้านั่นคือสาเหตุที่พระเจ้าทรงเรียกร้องให้เรารับการชำระให้บริสุทธิ์อย่าง
สมบูรณ์โดยตรัสว่า "จงเว้นเสียจากสิ่งที่ชั่วทุกอย่าง" (1 เธสะโลนิกา 5:22)
"ท่านทั้งหลายจงเป็นคนบริสุทธิ์เพราะเราบริสุทธิ์" (1 เปโตร 1:16) และ
"ท่านทั้งหลายจงเป็นคนดีรอบคอบเหมือนอย่างพระบิดาของท่านผู้ทรงสถิต
ในสวรรค์เป็นผู้ดีรอบคอบ" (มัทธิว 5:48)

อย่างไรก็ตาม แม้ในหมู่ผู้คนที่ได้รับการชำระให้บริสุทธิ์อย่างสมบูรณ์ มี บางคนที่จะเข้าไปในนครเยรูซาเล็มใหม่ในขณะที่คนอื่น ๆ ยังคงอยู่ในสวรรค์ ชั้นที่สาม ทั้งนี้ขึ้นอยู่กับว่าคนเหล่านั้นมีจิตใจเหมือนพระทัยขององค์พระ ผู้เป็นเจ้าแค่ไหนและทำหน้าที่ของตนให้สำเร็จมากน้อยเพียงใดผู้คนที่เข้าสู่ นครเยรูซาเล็มใหม่ไม่เพียงแต่รับการชำระให้บริสุทธิ์อย่างสมบูรณ์เท่านั้น แต่ คนเหล่านี้ต้องทำให้พระเจ้าพอพระทัยด้วยการหยั่งรู้ถึงพระทัยของพระองค์ และเชื่อฟังพระองค์จนถึงความมรณาตามน้ำพระทัยของพระเจ้าด้วยเช่นกัน

สมมุติว่าครอบครัวหนึ่งมีลูกชายอยู่สองคน วันหนึ่ง คุณพ่อกลับจาก ที่ทำงานและบอกว่าตนกระหายน้ำลูกชายคนโตรู้ว่าพ่อของตนชอบดื่มน้ำ อัดลมดังนั้นเขาจึงนำน้ำอัดลมมาให้พ่อหนึ่งแก้ว นอกจากนั้น ลูกชายคนนี้ยัง บีบนวดให้กับคุณพ่อของตนและช่วยทำให้คุณพ่อรู้สึกผ่อนคลาย ในทางตรง กันข้าม ลูกชายคนเล็กนำน้ำแก้วหนึ่งมาให้คุณพ่อและจากนั้นเขาก็กลับไป อ่านหนังสือต่อในห้องของตนในระหว่างลูกชายทั้งสองคนนี้ลูกคนใดรู้ใจคุณ พ่อของตนดีกว่าและทำให้คุณพ่อพอใจและสบายใจมากที่สุดลูกชายคนโต อย่างแน่นอน

ในทำนองเดียวกัน มีความแตกต่างระหว่างผู้คนที่เข้าสู่นครเยรูซาเล็มใหม่ กับผู้คนที่เข้าสู่สวรรค์ชั้นที่สามสัมพันธ์อยู่ที่ขนาดของการทำให้พระเจ้าพอ พระทัยและความสัตย์ซื่อต่อทุกสิ่งของคนเหล่านี้ในการหยั่งรู้ถึงพระทัยของ พระเจ้า

พระเยซูทรงแยกความแตกต่างของความเชื่อในระดับที่ห้าว่าเป็นความ เชื่อที่ทำให้พระเจ้าพอพระทัยเพื่อช่วยให้ท่านเข้าใจน้ำพระทัยของพระเจ้า มากยิ่งขึ้น พระเจ้าตรัสกับเราว่าพระองค์ทรงพอพระทัยกับผู้คนที่ชำระตนเอง ให้บริสุทธิ์ด้วยความเชื่อพระเจ้าตรัสว่าพระองค์ทรงชื่นชมยินดีกับผู้คนที่ กระตือรือร้นที่จะช่วยคนอื่นให้รอดโดยผ่านการเผยแพร่พระกิตติคุณ พระเจ้า ตรัสว่าผู้คนที่สัตย์ซื่อในการขยายแผ่นดินและความชอบธรรมของพระองค์ เป็นบุคคลที่น่ารักในสายพระเนตรของพระองค์

## มงกุฎทองคำหรือมงกุฎแห่งความชอบธรรม

พระเจ้าจะทรงประทานมงกุฎทองคำหรือมงกุฎแห่งความชอบธรรมเป็นรางวัลแก่ผู้คนที่อยู่ในนครเยรูซาเล็มใหม่ มงกุฎเหล่านี้เป็นมงกุฎที่มีสง่าราศีมากที่สุดในสวรรค์และเป็นสิ่งที่ใช้สวมใส่เฉพาะในโอกาสพิเศษ (เช่น งานเลี้ยงใหญ่) เท่านั้น

วิวรณ์ 4:4 บอกเราว่า *"และล้อมรอบพระที่นั่งนั้นมีที่นั่งอีกยี่สิบสี่ที่นั่งและมีผู้อาวุโสยี่สิบสี่คนนั่งอยู่บนที่นั่งเหล่านั้นทุกคนนุ่งห่มขาวและสวมมงกุฎทองคำบนศีรษะ"* ผู้อาวุโสยี่สิบสี่คนมีคุณสมบัติที่จะนั่งล้อมรอบพระที่นั่งของพระเจ้า คำว่า "ผู้อาวุโส" ในที่นี้ไม่ได้หมายถึงผู้ที่มีตำแหน่งเป็นผู้อาวุโสหรือผู้ปกครองในคริสตจักรแต่หมายถึงผู้คนที่ได้รับการยอมรับว่าเป็นผู้ที่ปฏิบัติตามพระทัยของพระเจ้าคนเหล่านี้ได้รับการชำระให้บริสุทธิ์อย่างสมบูรณ์และทำให้จิตใจของตนเป็นวิหารอันศักดิ์สิทธิ์ของพระเจ้าทั้งที่ปรากฏแก่ตาและไม่ปรากฏแก่ตา

ใน 1 โครินธ์ 3:16-17 พระเจ้าตรัสกับเราว่าพระวิญญาณของพระองค์ทรงใช้จิตใจของเราเป็นวิหารของพระองค์ ด้วยเหตุนี้ พระองค์จะทรง "ทำลาย" ทุกคนที่ทำลายวิหารนี้ การสร้างวิหารแห่งจิตใจซึ่งไม่ปรากฏแก่ตาได้แก่การเป็นมนุษย์ฝ่ายวิญญาณด้วยการละทิ้งความบาปของท่าน ส่วนการสร้างวิหารที่ปรากฏแก่ตาได้แก่การทำหน้าที่ของตนให้ครบถ้วนสมบูรณ์ในโลกนี้

จำนวน "ยี่สิบสี่" ของ "ผู้อาวุโสยี่สิบสี่คน" หมายถึงผู้คนที่ไม่เพียงแต่เดินผ่านประตูแห่งความรอดด้วยเชื่อเหมือนคนสิบสองเผ่าของอิสราเอลเท่านั้นแต่ยังหมายถึงผู้คนที่ได้รับการชำระให้บริสุทธิ์อย่างสมบูรณ์เหมือนสาวกสิบสองคนของพระเยซูด้วยเช่นกัน เมื่อท่านกลายเป็นบุตรของพระเจ้าโดยความเชื่อท่านก็เป็นคนหนึ่งในประชาชนอิสราเอล นอกจากนั้นท่านยังจะสามารถเข้าสู่นครเยรูซาเล็มใหม่เช่นกันถ้าท่านรับการชำระให้บริสุทธิ์และมีความสัตย์

ชื่อเหมือนสาวกสิบคนของพระเยซู "ผู้อาวุโสยี่สิบสี่คน" เป็นสัญลักษณ์ของผู้คนที่ได้รับการชำระให้บริสุทธิ์ มีความสัตย์ซื่อต่อหน้าที่ทั้งสิ้นของตน และได้รับการยอมรับจากพระเจ้า พระองค์ทรงมอบมงกุฎทองคำเป็นรางวัลแก่คนเหล่านี้เพราะเขามีความเชื่อที่มีคุณค่าเหมือนทองคำบริสุทธิ์

ยิ่งกว่านั้นพระเจ้าทรงประทานมงกุฎแห่งความชอบธรรมแก่ผู้คนที่ไม่เพียงแต่ละทิ้งความบาปของตนเท่านั้นแต่ยังทำหน้าที่ของตนอย่างน่าพึงพอใจด้วยความเชื่อที่พระเจ้าทรงพอพระทัยเหมือนที่อัครทูตเปาโลเคยกระทำ เปาโลต่อสู้กับความยากลำบากและการข่มเหงมากมายเพื่อเห็นแก่ความชอบธรรม ท่านทำทุกวิถีทางและทนต่อทุกสิ่งด้วยความเชื่อเพื่อทำให้แผ่นดินและความชอบธรรมของพระเจ้าสำเร็จไม่ว่าเมื่อท่านกินหรือดื่มหรือไม่ว่าสิ่งใดก็ตามที่ท่านทำเปาโลถวายเกียรติแด่พระเจ้าและสำแดงถึงฤทธิ์อำนาจของพระองค์ในทุกที่ทุกแห่งที่ท่านไป เพราะเหตุนี้ เปาโลจึงสามารถกล่าวด้วยความมั่นใจว่า *"ต่อแต่นี้ไปมงกุฎแห่งความชอบธรรมก็จะเป็นของข้าพเจ้า ซึ่งองค์พระผู้เป็นเจ้าผู้พิพากษาอันชอบธรรมจะทรงประทานเป็นรางวัลแก่ข้าพเจ้าในวันนั้นและมิใช่แก่ข้าพเจ้าผู้เดียวเท่านั้น แต่จะทรงประทานแก่คนทั้งปวงที่ยินดีในการเสด็จมาของพระองค์"* (2 ทิโมธี 4:8)

เราได้สำรวจถึงสวรรค์โดยศึกษาว่าเราจะแสวงหาสวรรค์อย่างรุดหน้าได้อย่างไร ในสวรรค์มีที่อยู่หลายแห่งและพระเจ้าทรงประทานมงกุฎหลายชนิดเป็นรางวัลแก่เราตามขนาดแห่งความเชื่อของเราแต่ละคน

ขอให้ท่านเป็นคริสเตียนที่ฉลาดซึ่งปรารถนาสิ่งที่ถาวรนิรันดร์ไม่ใช่สิ่งที่ร่วงโรยได้ ขอให้ท่านแสวงหาสวรรค์อย่างรุดหน้าด้วยความเชื่อ ชื่นชมกับสง่าราศีและความสุขนิรันดร์ในนครเยรูซาเล็มใหม่ข้าพเจ้าอธิษฐานในพระนามของพระเยซูคริสต์องค์พระผู้เป็นเจ้าของเรา

## เกี่ยวกับผู้เขียน
## ดร. แจร็อก ลี

ดร. แจร็อก ลีเกิดที่เมืองมวน จังหวัดโจนนัม สาธารณะรัฐเกาหลี ในปี 1943 เมื่อท่านมีอายุ 20 ปี ดร. ลี ทนทุกข์ทรมานกับโรคภัยไข้เจ็บที่รักษาไม่ได้หลายชนิดเป็นเวลาถึงเจ็ดปีและนอนรอความตายโดยไม่มีความหวังของการหายจากโรค แต่อยู่มาวันหนึ่งในช่วงฤดูใบไม้ผลิของปี 1974 พี่สาวของท่านพาท่านมาที่คริสตจักรและเมื่อท่านคุกเข่าลงอธิษฐานพระเจ้าผู้ทรงพระชนม์อยู่ทรงรักษาท่านให้หายจากโรคภัยไข้เจ็บทั้งสิ้นของท่านในทันที

นับตั้งแต่ดร.ลีพบกับพระเจ้าผู้ทรงพระชนม์อยู่ผ่านทางประสบการณ์ที่อัศจรรย์นั้นเป็นต้นมาท่านรักพระเจ้าอย่างจริงใจและด้วยสุดหัวใจของท่าน ในปี 1978 ท่านได้รับการทรงเรียกให้เป็นผู้รับใช้พระเจ้าท่านอธิษฐานอย่างร้อนรนเพื่อจะเข้าใจน้ำพระทัยของพระเจ้าอย่างชัดเจนและทำให้น้ำพระทัยนั้นสำเร็จอย่างสมบูรณ์พร้อมทั้งเชื่อฟังพระวจนะทั้งสิ้นของพระเจ้า ในปี 1982 ท่านได้ก่อตั้งคริสตจักรมันมินขึ้นในกรุงโซล ประเทศเกาหลีใต้ พระราชกิจอันมากมายของพระเจ้าซึ่งรวมถึงการรักษาโรคอย่างอัศจรรย์และหมายสำคัญต่าง ๆ เกิดขึ้นในคริสตจักรของท่านอย่างต่อเนื่อง

ในปี 1986 ดร.ลีได้รับการสถาปนาให้เป็นศิษยาภิบาล ณ ที่ประชุมสมัชชาประจำปีของคริสตจักรของพระเยซู "ซุงกุล" แห่งประเทศเกาหลีใต้และในปี 1990 (4 ปีต่อมา) คำเทศนาของท่านถูกนำไปเผยแพร่ในประเทศออสเตรเลีย สหรัฐอเมริกา รัสเซีย ฟิลิปปินส์ และอีกหลายประเทศผ่านพันธกิจของผู้ประกาศข่าวประเสริฐ (เอฟ.อี.บี.ซี.) สถานีวิทยุกระจายเสียงแห่งเอเชีย (เอ.บี.เอส.) และสถานีวิทยุคริสเตียนแห่งกรุงวอชิงตัน (ดับเบิ้ลยู.ซี.อาร์.เอส.)

สามปีต่อมา (ในปี 1993) คริสตจักรมันมินเซ็นทรัลเชิร์ชได้รับเลือกให้เป็นหนึ่งใน "50 คริสตจักรชั้นนำระดับโลก" โดยนิตยสาร "โลกคริสตชน" ของสหรัฐอเมริกาและท่านได้รับมอบปริญญาดุษฎีบัณฑิตกิตติมศักดิ์สาขาพันธกิจศาสตร์จากสถาบันพระคริสตธรรมที่มีชื่อเสียงสองแห่งในสหรัฐอเมริกา นั่นคือ วิทยาลัยคริสเตียนเฟธแห่งรัฐฟลอริด้าและสถาบันพระคริสตธรรมคิงส์เวย์ แห่งรัฐไอโอวา

นับตั้งแต่ปี 1993 เป็นต้นมา ดร.ลีเป็นผู้นำในการทำพันธกิจทั่วโลกโดยผ่านการรณรงค์

เพื่อการประกาศที่จัดขึ้นในประเทศต่าง ๆ เช่น ประเทศแทนซาเนีย อาร์เจนติน่า อูกานดา ญี่ปุ่น ปากีสถาน เคนย่า ฟิลิปปินส์ ฮอนดูรัส อินเดีย รัสเซีย เยอรมันนี เปรู สาธารณะรัฐประชาธิปไตยคองโก และนครนิวยอร์ก สหรัฐอเมริกา ในปี 2002 หนังสือพิมพ์คริสเตียนฉบับหนึ่งในประเทศเกาหลีใต้ขนานนามท่านว่าเป็น "ศิษยาภิบาลของคนทั่วโลก" จากการทำพันธกิจด้านการประกาศพระกิตติคุณในต่างประเทศของท่าน

ในกุมภาพันธ์ 2013 คริสตจักรมันมินจูน-อังมีสมาชิกมากกว่า 120,000 คนและมีคริสตจักรสาขาทั้งในและต่างประเทศอีก 10,000 แห่งทั่วโลก ปัจจุบันคริสตจักรนี้ส่งมิชชั่นนารีมากกว่า 129 คนไปยัง 23 ประเทศทั่วโลกซึ่งรวมถึงสหรัฐอเมริกา รัสเซีย เยอรมันนี แคนนาดา ญี่ปุ่น จีน ฝรั่งเศส อินเดีย เคนย่า และอีกหลายประเทศ

ในปัจจุบัน ดร.ลีได้เขียนหนังสือ 84

เล่มซึ่งรวมถึงหนังสือที่มียอดขายสูงสุดเรื่อง *"ลิ้มรสชีวิตนิรันดร์ก่อนความตาย"* *"ชีวิตและศรัทธาของข้าพเจ้า"* *"สาส์นจากกางเขน"* *"ขนาดแห่งความเชื่อ"* *"สวรรค์ภาค 1 และ 2"* *"นรก"* และ *"ฤทธานุภาพของพระเจ้า"* และอีกหลายเล่ม หนังสือและงานเขียนของท่านถูกแปลเป็นภาษาต่าง ๆ มากกว่า 74 ภาษา

บทความของท่านยังถูกนำไปตีพิมพ์ในหนังสือพิมพ์และนิตยสารหลายฉบับเช่น *"เดอะ ฮานกุก อิลโบ"* *"เดอะ จูง-อัง อิลโบ"* *"เดอะ มุนวา อิลโบ"* *"เดอะ โซล ชินมุล"* *"เดอะ ฮานเกียไร ชินมุน"* *"เดอะ ฮานกุก เกียงเจ ชินมุน"* *"เดอะ โกเรีย เฮราลด์"* *"เดอะ ชิซา นิวส์"* *"หนังสือพิมพ์คริสเตียน"* และ *"หนังสือเพื่อการประกาศประชาชาติ"*

ปัจจุบัน ดร.ลีเป็นผู้ก่อตั้ง ผู้นำ ผู้อำนวยการ และประธานของสมาคมและองค์กรมิชชั่นนารีจำนวนมากซึ่งรวมถึงการดำรงตำแหน่งประธานของสหคริสตจักรแห่งความบริสุทธิ์เกาหลี (UHCK); ผู้อำนวยการองค์การพันธกิจมิชชั่นมันมิน (MWM); ผู้ก่อตั้งและประธานเครือข่ายสื่อมวลชนคริสเตียนทั่วโลก (GCN); ผู้ก่อตั้งและประธานเครือข่ายหมอคริสเตียนทั่วโลก (WCDN); และผู้ก่อตั้งและประธานสถาบันศาสนศาสตร์นานาชาติมันมิน (MIS)

## หนังสือเล่มอื่น ๆ ที่เขียนขึ้นโดยผู้เขียนคนเดียวกันได้แก่...

**สวรรค์ (ภาค 1)**
คำบรรยายโดยละเอียดเกี่ยวกับสภาพแวดล้อมที่มีชีวิตชีวาซึ่งพลเมืองแห่งสวรรค์จะได้ชื่นชมและการบรรยายลักษณะอันงดงามของสวรรค์ชั้นต่าง ๆ

**สวรรค์ (ภาค 2)**
คำเชิญชวนให้เข้าสู่นครเยรูซาเล็มใหม่อันบริสุทธิ์ซึ่งประตูทั้งสิบสองบานของนครนี้ทำด้วยไข่มุกอันแวววาวระยิบระยับนครนี้ตั้งอยู่ท่ามกลางสวรรค์อันรุ่งเรืองสุกใสเหมือนดังเพชรนิลจินดาที่มีค่า

**สาส์นจากกางเขน**
ทำไมพระเยซูจึงเป็นพระผู้ช่วยให้รอดเพียงผู้เดียวเป็นข่าวสารแห่งการฟื้นฟูที่มีอานุภาพสำหรับทุกคนที่หลับใหลฝ่ายวิญญาณในหนังสือเล่มนี้ท่านพบถึงเหตุผลของการที่พระเยซูทรงเป็นพระผู้ช่วยให้รอดแต่พระองค์เดียวและความรักที่แท้จริงของพระเจ้า

**นรก**
เป็นข่าวสารสำคัญมากจากพระเจ้าที่ให้กับมนุษย์ทุกคนพระองค์ไม่ปรารถนาให้ดวงวิญญาณแม้แต่ดวงเดียวลงไปสู่บึงไฟนรกท่านจะค้นพบเรื่องราวที่ไม่เคยเปิดเผยมาก่อนเกี่ยวกับความเป็นจริงที่โหดร้ายของแดนผู้ตายและบึงไฟนรก

**ลิ้มรสชีวิตนิรันดร์ก่อนเสียชีวิต**
เป็นบันทึกเรื่องจริงเกี่ยวกับคำพยานของศจ.ดร.แจร็อกลีผู้ที่บังเกิดใหม่และได้รับการช่วยให้รอดจากหุบเหวแห่งความตายและดำเนินชีวิตคริสเตียนที่เป็นแบบอย่าง

**ชีวิตและศรัทธาของข้าพเจ้า (ภาค 1)**
กลิ่นหอมฝ่ายวิญญาณที่หอมหวานที่สุดซึ่งถูกสกัดออกมาจากชีวิตที่เบ่งบานขึ้นมาด้วยความรักอันหาที่เปรียบมิได้ของพระเจ้าในท่ามกลางคลื่นลมอันมืดมิด ภาระอันหนักหน่วง และความสิ้นหวัง

**ชีวิตและศรัทธาของข้าพเจ้า (ภาค 2)**
เรื่องราวของความเชื่อที่แท้จริงอันน่าประทับใจเพื่อเอาชนะความทุกข์ยากนานาชนิดและการทำงานอย่างร้อนแรงของพระวิญญาณบริสุทธิ์ซึ่งปรากฏอยู่ในคริสตจักรที่มีความเชื่ออย่างแท้จริง